இலங்கை - இறுதி யுத்தம்

இலங்கை ராணுவம்
வென்றது எப்படி?

இலங்கை – இறுதி யுத்தம்

இலங்கை ராணுவம் வென்றது எப்படி?

நிதின் A. கோகலே

கிழக்கு

இலங்கை இறுதி யுத்தம்
Ilangai Irudhi Yudham

Originally Published in English by Har-Anand
Publications Pvt. Ltd. as *"Sri Lanka: From War to Peace"*

© Nitin A. Gokhale for the original in English - 2009
© New Horizon Media Pvt. Ltd. for the Tamil Translation - 2009

First Edition: December 2009
208 Pages
Printed in India.

ISBN: 978-81-8493-348-2
Title No: Kizhakku 438

Kizhakku Pathippagam
177/103, First Floor,
Ambal's Building, Lloyds Road
Royapettah, Chennai 600 014.
Ph: +91-44-4200-9601

Email : support@nhm.in
Website : www.nhm.in

Author's Email : nithing@gmail.com

Cover Image Courtesy : www.defence.lk; Wikipedia; Mahindarajapaksa.com

Kizhakku Pathippagam is an imprint of New Horizon Media Private Limited

This book is sold subject to the condition that it shall not, by way of trade or otherwise, be lent, resold, hired out, or otherwise circulated without the publisher's prior written consent in any form of binding or cover other than that in which it is published and without a similar condition including this the rights under copyright reserved above, no part of this publication may be reproduced, stored in or introduced into a retrieval system, or transmitted in any form or by any means (electronic, mechanical, photocopying, recording or otherwise), without the prior written permission of both the copyright owner and the above-mentioned publisher of this book.

ஆசிரியரைப் பற்றி

போராட்டங்கள், புரட்சி, போர்கள் ஆகியவற்றை ஆழ்ந்து படிக்கும் நிதின் ஆனந்த் கோகலே, 26 ஆண்டுகளாக போராளிக் குழுக்கள் பற்றியும் ராணுவ நடவடிக்கைகள் பற்றியும் இந்தியாவின் வடகிழக்கு மாநிலங்கள், காஷ்மீர் பள்ளத்தாக்கு, நக்சல் காடுகள் ஆகிய கடினமான இடங்களில் இருந்து பதிவு செய்துள்ளார்.

இதற்குமுன் இரு புத்தகங்களை எழுதியுள்ளார். இந்தியத் துணைக்கண்டத்தில் கடந்த பத்தாண்டுகளில் நடந்துள்ள இரு பெரும் போர்களான 1999 இந்தியா-பாகிஸ்தான் கார்கில் போர், இலங்கையில் 33 மாதங்கள் நடந்த நான்காம் ஈழப்போர் ஆகியவற்றை நேரில் பார்த்து தொலைக்காட்சிக்காக செய்தி களை அனுப்பிய ஒரே இந்தியப் பத்திரிகையாளர் இவராக மட்டுமே இருக்கமுடியும்.

என்.டி.டி.வி (NDTV) சானலின் பாதுகாப்பு மற்றும் ராணுவ விஷயங்கள் ஆசிரியராக பணியாற்றும் இவர், இந்தியாவின் அண்டை நாடுகளில் நடக்கும் விஷயங்களையும் உன்னிப் பாகக் கவனிக்கிறார்.

உள்ளே

என்னுரை	/	8
1. இறுதி நாள்கள்	/	11
2. முடிவின் ஆரம்பம்	/	24
3. நான்காம் ஈழப்போர் தொடங்குகிறது	/	43
4. அதிரடிக் கூட்டணி	/	62
5. ஊடகங்களில் நிகழ்ந்த போர்	/	79
6. வன்னி என் கையில்	/	90
7. அனுராதபுரத் தாக்குதல்	/	112
8. வன்னியைப் பிடித்தல்	/	121
9. இந்தியத் தொடர்பு	/	145
10. தேரை ஒன்றாகப் பிடித்திழுத்தல்	/	166
11. முல்லைத்தீவை நோக்கி	/	174
12. மெதுவாக, மெதுவாக	/	188
13. அடுத்தது என்ன?	/	200

என்னுரை

இந்தோரிலிருந்து டெல்லிக்கு விமானத்தில் வந்துகொண் டிருக்கும்போதுதான் இந்தப் புத்தகத்தை எழுதும் எண்ணம் எனக்குத் தோன்றியது. உத்தராஞ்சல் மாநிலத்தின் மோ நகரில் உள்ள புகழ்வாய்ந்த ராணுவப் படைக் கல்லூரியில் 'ராணுவத் துக்கும் ஊடகங்களுக்கும் இடையேயான உறவு' என்ற தலைப்பில் பேசிவிட்டுத் திரும்பிக்கொண்டிருந்தேன். அந்தப் பேச்சின்போது, சமீபத்தில் இலங்கையில் நடந்துமுடிந்த போரைப் பற்றி என்னிடம் இந்திய ராணுவத்தினர் ஏகப்பட்ட கேள்விகளைக் கேட்டிருந்தனர். நான் இலங்கைக்குச் சென்று, அங்கு நடந்த போரை, என்.டி.டி.வி தொலைக்காட்சிக்காகப் பின்பற்றி, செய்திகளை அனுப்பிக்கொண்டிருந்தேன். போர் முடிந்த காரணத்தால், அப்போதுதான் இந்தியா திரும்பி வந்திருந்தேன்.

என் அனுபவங்களை இந்திய ராணுவ வீரர்களிடம் பகிர்ந்து கொண்டபோதுதான், இந்தப் போரைப் பற்றிய பல விஷயங்கள் வெளி உலகுக்குச் சற்றும் தெரிந்திருக்கவில்லை என்பதைப் புரிந்துகொண்டேன். இலங்கை ராணுவத்தின் 'வெற்றிக்கான சூத்திரம்' என்ன என்று பலரும் கேட்டனர். இன்னும் பலர், விடுதலைப் புலிகள் தவறு செய்த இடம் எது என்று தெரிந்து கொள்ள விரும்பினர்.

எனவே, உலகின் மிகக் கொடூரமான ஒரு தீவிரவாதக் குழுவை எப்படி இலங்கை ராணுவம் ஒழித்துக் கட்டியது என்ற கதை எழுதப்பட்டே ஆகவேண்டும் என்று எனக்குத் தோன்றியது.

இந்தப் புத்தகம் இலங்கைப் பிரச்னையை ஆழமாக அலசும் என்று நீங்கள் எதிர்பார்க்கக்கூடாது. எப்படி இலங்கை அதிபர் மகிந்த

ராஜபக்ஷேவும் அவரது படைத் தளபதிகளும் அரசியல்-ராணுவச் செயல்திட்டங்களை வகுத்து, இதுவரையில் வெல்லவே முடியாமல் இருந்த ஓர் அமைப்பை வெற்றிகண்டனர் என்பது பற்றியே என் கவனம் முழுவதும் இருக்கும்.

2006 முதலாகவே போரின் முன்னணியில் என்.டி.டி.வி தொலைக்காட்சி நிருபராக இருந்து வந்துள்ளேன். இலங்கையிலும் இந்தியாவிலும் உள்ள பல நண்பர்கள் எனக்குப் பல தகவல்களை அளித்துள்ளனர். ஆனால் அவர்கள் அனைவரது பெயரையும் வெளியில் சொல்ல அனுமதி தரவில்லை. எனவே இந்தப் புத்தகத்தில் பலரது பெயர்கள் வெளிவராது.

ஆனால் இந்தப் புத்தகத்தின் உருவாக்கத்தில் சிலரது பெயர்களை நிச்சயமாகச் சொல்லமுடியும். மூத்த பத்திரிகையாளர், இலங்கை விவகாரத்தைக் கூர்ந்து கவனிக்கும் நோக்கர் பி.கே.பாலச்சந்திரன், இலங்கை பாதுகாப்புத் துறைச் செயலர் கோதபாய ராஜபக்ஷே, ஜெனரல் சரத் ஃபொன்சேகா, ஹை கமிஷனர் ரொமேஷ் ஜயசிங்கே, இலங்கை வெளியுறவுத் துறைச் செயலர் பலித கொஹோன, டெல்லி இலங்கைத் தூதரகத்தின் சஜ்ஜேஷ்வர குணரத்ன, தேசியப் பாதுகாப்புக்கான ஊடக மையத்தின் லக்ஷ்மண் ஹுலுகல்லே, இலங்கை ராணுவத்தின் செய்தித் தொடர்பாளர் பிரிகேடியர் உதய நாணயக்கார, இலங்கை ஊடகங்களைச் சேர்ந்த நண்பர்கள் துஷாரா, உபேந்திரா, தாஜ் சமுத்ராவின் ஆனந்த் பத்மனாபன், இந்தப் போரைத் தொலைக்காட்சிக்காகப் படம் பிடித்த என்னுடைய சக அலுவலர்கள் தனபால், சுகுமார் ஆகியோர்.

இந்தப் புத்தகத்தை எழுத அனுமதியும் விடுப்பும் கொடுத்த என்.டி.டி.வியின் ராதிகா ராய், பிரணாய் ராய், பர்க்கா தத், சோனியா சிங் ஆகியோருக்கு நன்றி. வீட்டில், என் மனைவி நேஹா, மகன்கள் ஹர்ஷ், உத்கர்ஷ் ஆகியோர் நான் அவ்வப்போது காணாமல் போவதையும் என் ஒழுங்கற்ற செயல்களையும் சந்தோஷமாகப் பொறுத்துக்கொண்டனர்.

இலங்கையின் பாதுகாப்புப் படையில் ஏற்பட்ட மாற்றங்களைத் தொகுத்துக் கூறுவதில் பலர் எனக்கு உதவியளித்துள்ளனர். ஏதேனும் தவறுகள் இருந்தால் அவை முழுவதும் என் பொறுப்பே.

நிதின் ஏ. கோகலே

இலங்கை மாவட்ட வரைபடம்

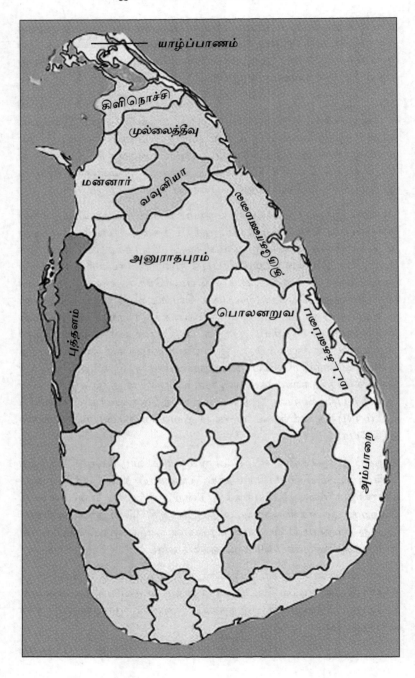

1

இறுதி நாள்கள்

19 மே 2009.

இறுக்கமான முகத்துடன் விநாயகமூர்த்தி முரளிதரன் குனிந்து பார்த்தார். உடலைக் கவனித்தார். பெல்ட்டைப் பார்த்தார். அடையாள அட்டையை நோக்கினார். துப்பாக்கியை ஆராய்ந்தார். அனைத்தும் அவரது முன்னாள் தலைவருடையவை.

சில கணங்களுக்குப்பின் உலகுக்கு அறிவித்தார். விடுதலைப் புலிகளின் தலைவர் வேலுப்பிள்ளை பிரபாகரன் இறந்து விட்டார்.

'கர்னல்' கருணா என்று அழைக்கப்படும் முரளிதரனுக்கு அது ஒரு சோகமான தருணம். ஒரு காலத்தில் பிரபாகரனின் மெய்க் காப்பாளராக இருந்த கருணா, விடுதலைப் புலிகள் அமைப்பின் அடிமட்டத்தில் சேர்ந்து சிறிது சிறிதாக உயர்ந்து அந்த அமைப்பின் மிகவும் சிறந்த தளபதிகளில் ஒருவராக, மிகவும் நம்பத்தகுந்தவராக ஆனார். அதே அமைப்பிலிருந்து 2004-ல் விலகினார்.

இப்போது இலங்கை அரசில் ஓர் அமைச்சராக இருக்கும் அவர், போர் நிகழ்ந்த வடகிழக்கு இலங்கையில் சிறு மண் திட்டுக்கு விமானத்தில் அழைத்துவரப்பட்டார். உலகிலேயே மிகவும் அபாயகரமான தீவிரவாதத் தலைவர் என்று கருதப்படும்

விடுதலைப் புலிகளின் தலைவர் இலங்கை ராணுவத்தால் கொல்லப்பட்டார் என்று அரசு அறிவித்தது உண்மைதான் என்பதை உலகுக்குப் பறைசாற்ற.

அடிமட்டத்திலிருந்து ஒரு கெரில்லாப் படையை உருவாக்கி, அதில் வலுவான ஒரு தரைப்படை, திறமையான ஒரு கடற் படை, அப்போதுதான் முளைத்துள்ள ஒரு விமானப்படை என அனைத்தையும் கொண்டிருந்தார் பிரபாகரன். பத்தாண்டுகளுக் கும் மேலாக இலங்கையின் மூன்றில் ஒரு பகுதியைத் தன் கைக் குள் வைத்திருந்தார். 25 ஆண்டுகளுக்கும் மேலாக இலங்கை அரசை ஆட்டிப் படைத்துவந்தார். அப்படிப்பட்ட வலுவான ஒரு தலைவருக்கு ஏற்பட்டது மிகச் சாதாரணமான ஒரு முடிவு.

ஆனால் இலங்கை ராணுவத்துக்கு அது அவ்வளவு எளிதான ஒரு வெற்றியாக இருக்கவில்லை.

33 மாதங்கள் கடுமையான, தொடர்ச்சியான, தீவிரமான போராட்டத்துக்குப் பிறகே, பிரபாகரனை ஒரு சதுப்புநிலக் காட்டுப் பகுதிக்குள் குறுக்கி, கொல்ல முடிந்தது.

பிரபாகரன் கொல்லப்பட்டு இரு நாள்களுக்குப் பின், இந்தப் போரை வழிநடத்திய இலங்கை ராணுவத்தின் தளபதி, ஜெனரல் சரத் ஃபொன்சேகா என்னிடம் பேசினார். பிரபாகரனும் அவரது நெருங்கிய கூட்டாளிகளும் கடைசி நேரத்தில் ராணுவத்தை ஏமாற்றி, தப்ப முயற்சி செய்து, ஒரு கடுமையான தாக்குதலை நிகழ்த்தினராம். அவரது அலுவலகத்தில் நடந்த நேர்முகத்தின் போது, பிரபாகரனின் கடைசி சில மணிகளைப் பற்றி விளக்கிய ஃபொன்சேகா இவ்வாறு கூறினார்:

18 மே இரவு, 19 காலை, விடுதலைப் புலிகள் மூன்று குழுக்களாகப் பிரிந்துகொண்டனர். நந்திக்கடல் காயல் பகுதியில் எங்களது முதல் பாதுகாப்பு வளையத்தைத் தாக்கி உடைத்து வெளியேறினர். இந்த மூன்று குழுக்களுக்கும் தலைமை தாங்கியவர்கள் ஜெயம், பொட்டு அம்மான், சூசை ஆகியோர். ஆனால் முதல் வளையத்துக்குப் பின் இரண்டாவது, மூன்றாவது வளையங்கள் இருக்கும் என்பதை அவர்கள் கணிக்கத் தவறிவிட்டனர். பிரபாகரனும் அவரது மெய்க்காப்பாளர்களும் தப்பித்துவிட்டதாக நினைத்தனர். ஆனால் உண்மையில் 250 பேர் அடங்கிய புலிகள் எங்களது முதலாம், இரண்டாம் பாதுகாப்பு வளையங்களுக்குள் நன்றாகச் சிக்கிக்

கொண்டனர். அன்று இரவு நடந்த கடுமையான போருக்குப்பின், கிட்டத்தட்ட அனைத்துத் தலைவர்களுமே கொல்லப்பட்டனர். 19 காலை, பிரபாகரனின் உடல் கண்டெடுக்கப்பட்டது.

ஜெனரல் ஃபொன்சேகா நிதானமாக, சுருக்கமாகச் சொன்ன இது அனைத்துமே தொலைக்காட்சி வாசகர்களுக்கானது. இந்தியாவின் 24 மணிநேர செய்தித் தொலைக்காட்சி என்.டி.டி.வி.க்காக நான் அவரைப் பேட்டி எடுத்துக்கொண்டிருந்தேன். அவரது பேச்சில் 18, 19 மே மாதத்தில் நடந்த முழு விவரமும் வெளிவரவில்லை.

பின்னர் பலருடன் பேசியதில் அந்த இரு நாள்களில் என்ன நடந்தது என்பதை அறிந்துகொண்டேன்.

ஃபொன்சேகா சொன்னதுபோல, இறுதிப் போர், நடந்தது மிகக் குறுகிய மண் திட்டில். கிழக்கில் இந்தியப் பெருங்கடலாலும் மேற்கில் நந்திக்கடல் காயலாலும் சூழப்பட்ட பகுதி. கிழக்கில் கடற்கரை. மேற்கில் நீர் நிரம்பி இருக்கும் சதுப்பு நிலக் காடுகள். இடையில் மண் திட்டு.

அந்தப் பகுதியில் ஒரு முக்கிய சாலை இருந்தது. வடமேற்கு-தென்கிழக்கு அச்சில் காயல்களை நோக்கிச் சாய்ந்தபடிச் செல்லும் A-35 பரந்தன்-முல்லைத்தீவு நெடுஞ்சாலை. காயலை நெருங்குவதற்குமுன் இயற்கைத் தடுப்பரண்கள், மனிதனால் செயற்கையாக உருவாக்கப்பட்ட தடுப்புகள் ஆகியவற்றைத் தாண்டித்தான் செல்லமுடியும்.

விடுதலைப் புலிகளின் கடைசி நிலத்துண்டை அணுக, ராணுவம் இரு தாழ்ந்த பாலங்கள், ஒரு விரிந்த கடற்கரை, புலிகளால் ஏற்படுத்தப்பட்ட பல மேடுகள், பள்ளங்கள் ஆகியவற்றைத் தாண்டிச் செல்லவேண்டும்.

விடுதலைப் புலிகளின் தலைமை மீதான இந்தக் கடைசி முற்றுகையைச் செயல்படுத்த ஜெனரல் ஃபொன்சேகா மூன்று ராணுவப் படைப்பிரிவுகள், ஒரு சிறப்பு அதிரடிப் படை ஆகியவற்றை இறக்கியிருந்தார்.

53-வது டிவிஷனுக்கு மேஜர் ஜெனரல் கமல் குணரத்னே தலைமை வகித்தார். கர்னல் ஜி.வி.ரவிப்பிரியா தலைமையிலான டாஸ்க் ஃபோர்ஸ் 8-க்கும் அவரே பொறுப்பு.

கடந்த 33 மாதங்களாக நான்காம் ஈழப்போரில் பெரும் பங்கு ஆற்றிய பிரிகேடியர் ஷவீந்திர சில்வாவின் 58-வது டிவிஷன் இப்போதும் முன்செல்லும் படையாக இருந்தது.

இறுதியில், மேஜர் ஜெனரல் பிரசன்ன சில்வா தலைமையிலான 59-வது டிவிஷன் வட்டுவாக்கல் தரைப்பாலத்துக்குத் தெற்கே தடுப்பு வியூகம் அமைத்திருந்தது. வடக்கிலிருந்து மற்ற இரு படைப்பிரிவுகளும் தாக்குதலைத் தொடங்கியிருந்தன. இந்த மாபெரும் படைக் குவியலுக்கு முன், பிரபாகரனும் விடு தலைப் புலிகள் தலைமையும் முற்றிலுமாகச் சிக்கிக் கொண்டனர்.

பிரபாகரன் தப்பிக்க ஒரே ஒரு வழிதான் இருந்தது. காயல் வழியாக. இலங்கை ராணுவத்துக்கு அது நன்றாகவே தெரிந் திருந்தது. அதனாலேயே முன்னெச்சரிக்கையாக அங்கும் படை களை நிறுத்தியிருந்தனர்.

இறுதிப்போர் மே 17 அன்றே தொடங்கிவிட்டது.

போரில் ஈடுபட்டிருந்த அதிகாரிகளின் தகவல்கள்படி, மே 17 அன்றே புலிகள் தப்பிக்க முயற்சி எடுத்தனர். ஜெயத்தின் தலைமையில் 150 புலிகள் சிறு படகுகள்மூலம், அன்று காலை 3 மணிக்கு ராணுவத்தினர்மீது தாக்குதல் நடத்தினர். கெப்பிலாறு தடுப்பரணுக்கு அருகில் காயலின் மேற்குக் கரையில் புலிகள் இறங்கினர்.

அங்கே 5-வது விஜயபா இன்ஃபண்ட்ரி ரெஜிமெண்ட்டும் 19-வது ஸ்ரீலங்கா லைட் இன்ஃபண்ட்ரியும் தயாராக இருந்தன. காயலின் மேற்குக் கரையில் மூன்று மணி நேரம் நிகழ்ந்த கடுமை யான போரில் 148 புலிகள் கொல்லப்பட்டனர். ராணுவத்துக்கும் கடுமையான உயிர்ச்சேதம்.

ஆனால், புலிகளால் ராணுவத்தில் தடுப்பரணை உடைக்க முடியவில்லை. பிரபாகரனும் பிற தலைவர்களும் தப்பிச் செல்ல ஒரு வழியை உண்டாக்கமுடியவில்லை. இந்தச் சண்டையில் இருந்து, காயலின் கரையில் ஒரு பகுதியைக் கைப்பற்றி, அங்கிருந்து முதியங்காட்டுக்குள் தப்பிச் செல்ல பிரபாகரனுக்கு ஒரு வழியை ஏற்படுத்தித்தர புலிகள் முயற்சி செய்கிறார்கள் என்பது ராணுவத்துக்குப் புரிந்துவிட்டது.

ஜெனரல் ஃபொன்சேகா என்னிடம் சொன்னார்: ‘விடுதலைப் புலிகள் இந்த வழியைத்தான் முதலில் பின்பற்றுவார்கள் என்று எங்களுக்குத் தெரியும். அங்கே ஒரு பகுதியைத் தக்கவைத்திருந் தார்கள் என்றால் காயல் வழியாகத் தலைவர்கள் அனைவரும் தப்பி, முதியங்காட்டுக்குள் சென்று மறைந்திருப்பார்கள். அவர் களைப் பிடிப்பது இயலாததாகி இருக்கும். கடந்த பல வருடங் களில் அவர்களது செயல்திட்டங்களின் எந்தவித மாற்றமும் இல்லை என்பதால், நாங்கள் அதனை முன்னதாகவே எதிர்பார்த் திருந்தோம்.’

போர் முடியும் நிலையில், விடுதலைப் புலிகள் பிணையாக வைத்திருந்த கடைசி சிவிலியன்களும் தப்பித்து அரசுக் கட்டுப் பாட்டுப் பகுதிக்குள் வந்துவிட்டனர். அதனால் நன்கு பயிற்சி பெற்றிருந்த புலிகளைத் தாக்குவதில் ராணுவத்துக்குக் கட்டுப் பாடுகள் ஏதும் இருக்கவில்லை.

கொழும்பில் இருந்தபடி ஜெனரல் ஃபொன்சேகாவே நேரடியாக நிலைமையைக் கண்காணித்துவந்தார்.

போர்க்களத்தில் தளபதிகள் பிரபாகரனைப் பிடிக்க நேர்த்தியான திட்டம் ஒன்றை உருவாக்கியிருந்தனர்.

இதற்கு இடையில், விடுதலைப் புலிகள் தோற்றுவிடுவது உறுதி; பிரபாகரன் பிடிக்கப்படலாம் அல்லது கொல்லப்படலாம் என்று தெரிந்த காரணத்தால் உலக ஊடகங்களைச் சேர்ந்த அனை வரும் கொழும்புக்குக் கூட்டம் கூட்டமாக வரத்தொடங்கினர்.

நானும் மே 16 அன்று விமானத்தில் கொழும்பு சென்றடைந் தேன். அன்றோ இந்தியர்கள் அனைவரும் இந்தியப் பொதுத் தேர்தல் முடிவுகளைக் காண்பதற்காக தொலைக்காட்சிப் பெட்டியிலேயே கண் வைத்தவண்ணம் இருந்தனர்.

அடுத்த 24 மணி நேரத்துக்கு, பத்திரிகையாளர்கள் நாங்கள் அனை வரும், போர் முனையில் என்ன நடக்கிறது என்பதை அறிந்து கொள்ள, எங்களுக்குத் தெரிந்த அனைவரிடமும் தொடர்பு வைத்துக்கொண்டு இருக்கை நுனியில் உட்கார்ந்திருந்தோம். ஆனால் அரசுத் தரப்பிலிருந்து ஒரே ஒரு செய்திதான் வந்து கொண்டிருந்தது: ‘விடுதலைப் புலித் தலைமை முழுவதும் ஒரு சிறு துண்டு நிலத்தில் மாட்டிக்கொண்டுள்ளனர்.’ அதற்குமேல் வேறு எந்தத் தகவலும் கிடையாது.

மே 17 இரவு ஆனதும், விடுதலைப் புலிகளிடமிருந்து கடுமை
யான தாக்குதலை ராணுவம் எதிர்நோக்கியது. எதிர்பார்த்தது
போலவே, மே 17 நள்ளிரவுக்குப் பின் புலிகளின் தாக்குதல்
ஆரம்பித்தது.

பாதுகாப்பு அமைச்சகத்தின் இணையத்தளம் defence.lk, 17-ம்
கெமுனு கண்காணிப்பு ரெஜிமெண்டின் தளபதி லெஃப்டினனட்
கர்னல் கீர்த்தி கொட்டாச்சியை மேற்கோள் காட்டி, இந்தத்
தாக்குதல் வஞ்சகமான முறையில் நடைபெற்றது என்றது.

கொட்டாச்சியின் தகவலின்படி, சிவிலியன் உடையில் இருந்த
சில தீவிரவாதிகள், காயல் கரையைக் காத்துக்கொண்டிருந்த
துருப்புகளை அணுகி, தங்களை உள்ளே அனுமதிக்குமாறு
கேட்டுள்ளனர். அப்போது மே 18, அதிகாலை 2.30 மணி.

'எனது படைகள்தான் கரயமுல்லிவாய்க்கால் சிவிலியன் மீட்புப்
புள்ளியில் காவல் காத்துக்கொண்டிருந்தன. காயல் கரை வழி
யாக வந்த சில தீவிரவாதிகள் எங்கள் பாதுகாப்பு வளையத்துக்குச்
சற்று முன்னதாக, சிறு தீவுக் குழுமங்களில் ஒளிந்துகொண்டிருந்
தனர். ஒரு சிறு குழு மட்டும் எங்கள் அதிகாரிகளிடம் வந்து,
அவர்கள் குழுவில் பலர் காயம் அடைந்துள்ளதாகவும் அவர்
களை உள்ளே அனுமதிக்குமாறும் கேட்டனர்' என்று கர்னல்
கொட்டாச்சி தெரிவித்தார்.

ஆனால், டாஸ்க் ஃபோர்ஸ் 8-ன் தலைவர் கர்னல் ரவிப்பிரியாவும்
பிரிகேட் கமாண்டர் லெஃப்டினண்ட் கர்னல் லலாந்த கமகேவும்
கர்னல் கொட்டாச்சியிடம் ஏற்கெனவே விரிவாகப் பேசியிருந்
தனர். விடுதலைப் புலிகள், சிவிலியன் வேடத்தில் தாக்குதல்
நடத்தக்கூடும் என்பதைச் சொல்லியிருந்தனர்.

'அனைத்து சிவிலியன்களையும் ஏற்கெனவே காப்பாற்றி
விட்டதால், காலை விடிவதற்குமுன் யாரையும் உள்ளே அனு
மதிக்கவேண்டாம் என்று நான் கூறிவிட்டேன். காலை 3 மணி
ஆனபோது மீட்புப் புள்ளியில் இருந்த அதிகாரி, சிவிலியன் குழு
என்று சொல்லிக்கொண்டு வந்தவர்கள் வன்முறையில் இறங்கு
வதாகவும் பாதுகாப்பு வளையத்தை உடைக்க முற்படுவதாகவும்
தெரிவித்தார். உடனே நிலைமையைக் கட்டுப்படுத்த, வானை
நோக்கி இரு முறை சுடுமாறு அவருக்கு ஆணையிட்டேன். உடனே
200 புலிகள் துப்பாக்கியால் சுட்டுக்கொண்டே எங்கள் பகுதியைத்
தாக்கத் தொடங்கினர்' என்றார் கர்னல் கொட்டாச்சி.

இறுதி யுத்தம் நிஜமாகவே ஆரம்பித்துவிட்டது.

681-வது பிரிகேடின் தளபதி லெஃப்டினண்ட் கர்னல் லலாந்த கமகே, இந்தச் சண்டையைப் பற்றிக் குறிப்பிடுகையில் சொன்னார்: 'தீவிரவாதிகள் எங்களது இரண்டு பதுங்கு குழிகளைக் கைப்பற்றினர். எங்களது பாதுகாப்பு வளையத்தில் 100 மீட்டருக்கு இடைவெளியை ஏற்படுத்தினர். ஆனால் முதலாவது தாக்குதலுக்குப் பிறகு, உள்ளே நுழைந்த அனைவரும் எங்களது மெஷின் துப்பாக்கியின் வீச்சுக்குள் வந்தனர். அவர்கள் அந்தக் காயல் கரையிலேயே மடிந்தனர். எங்கள் தரைப்படையும் டாஸ்க் ஃபோர்ஸுும் சுமார் 100 புலிகளைக் கொன்றிருப்பர். அதில் சில தலைவர்களும் அடக்கம். அவர்கள் தண்ணீருக்குள்ளிருந்து வெளிவரும் முன்னரேயே கொல்லப்பட்டனர்.'

இதற்கிடையே, காலை விடியும்போது, 100 புலிகளைக் கொண்ட மற்றுமொரு குழு, வட்டுவாக்காலுக்கு வடக்கே தடுப்பாக இருந்த 58-வது பிரிவைத் தாக்கியது. இந்தப் புலிகளும் கொல்லப்பட்டனர்.

A-35 நெடுஞ்சாலையில் கடற்கரைப் பகுதிக்கு நீந்தி வந்த புலிகளில் பெரும்பான்மையானோர் 58-வது டிவிஷனால் சுட்டுக் கொல்லப்பட்டனர். சதுப்பு நிலக் காடுகளில் ஒளிந்திருந்த புலிகள் சுமார் 100 பேர், டாஸ்க் ஃபோர்ஸ் 8-ஆலும் தரைப் படையினராலும் தேடிப் பிடித்துக் கொல்லப்பட்டனர்.

ராணுவத்தின் கையில் சிக்கி இறந்த முதல் போராளிப் படைக்கு பிரபாகரனின் மகன் சார்லஸ் ஆண்டனி தலைமை தாங்கினார். அந்தக் குழுவினர் வந்து இறங்கிய இடத்திலிருந்து 250 மீட்டர் தூரம் கடப்பதற்குள்ளாகவே சுட்டுக் கொலப்பட்டனர்.

சார்லஸ் ஆண்டனியின் குண்டு துளைத்த உடல் உடனடியாகக் கண்டுபிடிக்கப்பட்டு அடையாளம் காட்டப்பட்டது.

மே 18.

இந்தச் செய்தியை நாங்கள் தொலைக்காட்சியில் அறிவித்து, தூரத்தில் கொழும்பில் இருந்தபடி அதன் விளைவுகளை ஆராய்ந்துகொண்டிருந்தோம். அதற்குள்ளாக வதந்திகள், அரை உண்மைகள், பொய்கள் என அனைத்தும் முடிவே இல்லாமல் பரவ ஆரம்பித்தன.

அன்று முழுதும் பிரபாகரனின் இருப்பிடம் பற்றி முற்றிலும் மாறுபட்ட பல்வேறு தகவல்கள் ஊடகங்களில் வெளியாயின.

ஒரு தகவல், பிரபாகரன் முதியங்காட்டுக்குள் தப்பிச் சென்று விட்டார் என்றது. பிரபாகரன், கடல்புலிகளின் தலைவர் சூசை, விடுதலைப் புலிகளின் உளவு அமைப்புத் தலைவர் பொட்டு அம்மான் ஆகியோர், கைப்பற்றப்பட்ட ஒரு ஆம்புலன்ஸில் ஏறித் தப்பிச் செல்லும்போது சுட்டுக் கொல்லப்பட்டனர் என்றும் அவர்களது உடல்கள் அடையாளம் தெரியாமல் எரிந்து போயின என்றும் ராணுவத்தைச் சேர்ந்த ஒருவரை மேற்கோள் காட்டி மற்றொரு தகவல்.

இந்தத் தகவல்கள் எவையுமே உண்மை இல்லை என்று பின்னர் தெரியவந்தது.

ஒரு மூத்த ராணுவ அதிகாரி பின்னர் தெளிவுபடுத்தினார். 'ஏர் மொபைல் பிரிகேடின் ஆம்புலன்ஸ் வாகனம் அது. அதனைத் தீவிரவாதிகள் கைப்பற்ற முயன்று தாக்கியபோது அது தீப் பிடித்து எரிந்தது. எரிந்து நாசமான வண்டியின் உள்ளே ஓர் உடல் உள்ளது என்று படைவீரர்கள் தகவல் தெரிவித்தனர். அந்த உடல், பார்க்க பிரபாகரனின் உடலை ஒத்திருந்தது என்றனர். ஆனால் அந்தத் தகவல் தவறானது என்று நிரூபணம் ஆனது.'

ஆனால், இந்த விளக்கம் வர நிறையத் தாமதம் ஆனது. எனவே 18 மே அன்று ஊடகங்களில் இருந்த நாங்கள் இந்தச் செய்தியைத் திரும்பத் திரும்ப ஒளிபரப்பிக்கொண்டிருந்தோம். இத்தனைக் கும், பாதுகாப்பு அமைச்சகமும் ராணுவமும் இந்தத் தகவலை அதிகாரபூர்வமாக உறுதிசெய்ய மறுத்திருந்தன.

போர்முனையில், சுற்றிவளைக்கும் ராணுவத்திடமிருந்து தப்பிச் செல்ல விடுதலைப் புலிகளின் தலைமை செய்த அனைத்து முயற்சிகளையும் படைகள் தடுத்துவிட்டன. நாள் முழுவதும், போர் நடக்கும் பகுதியில் எஞ்சியுள்ள புலிகளைப் பிடிக்க, முயற்சிகள் மேற்கொள்ளப்பட்டன. 350-க்கும் மேற்பட்ட விடு தலைப் புலிகளின் உடல்கள் கிடைத்தன. ஆனால் ஒவ்வொன் றும் யாருடைய உடல் என்று அடையாளம் காண்பதில் நிறையச் சிரமங்கள் இருந்தன. உளவு நிறுவனத்தைச் சேர்ந்தவர்கள் அந்த வேலையில் இறங்கினர். தம்மிடம் உள்ள புகைப்படங்களைக் கொண்டு இறந்த ஒவ்வொருவரையும் கவனமாகப் பார்க்கத் தொடங்கினர்.

அன்று மாலைக்குள்ளாக, கொல்லப்பட்டதில் 30-க்கும் மேற்பட்டோர் விடுதலைப் புலி அமைப்பின் மேல் நிலை, இடைநிலைத் தலைவர்கள் என்று ராணுவம் அடையாளம் கண்டுகொண்டது.

ஆனால் பிரபாகரன், சூசை, பொட்டு அம்மான் ஆகியோர் எங்குமே காணப்படவில்லை.

எனவே கண்காணிப்பு தொடர்ந்து பலமாகவே இருந்தது.

பிரபாகரனும் அவரது கூட்டாளிகளும் அங்கேதான் எங்கேயோ பதுங்கியுள்ளனர் என்பதை நன்கு உணர்ந்திருந்த படைத் தளபதிகள் ஒரு துளிகூடக் கவனம் சிதறிவிடக்கூடாது, துருப்புகள் கண்காணிப்பைத் தளர்த்திவிடக்கூடாது என்பதில் முனைப்பாக இருந்தனர். அடுத்த 12 மணி நேரம், மிகவும் முக்கியமானவை.

இலங்கையைப் பொருத்தமட்டில் 19 மே 2009, மிக முக்கியமான நாளாக இருந்தது.

காலை 9.30 மணிக்கு குடியரசுத் தலைவர் மகிந்த ராஜபக்ஷே நாடாளுமன்றத்தில் தன் உரையைத் தொடங்கினார். தமிழில் பேச ஆரம்பித்து அனைவரையும் ஆச்சரியத்தில் ஆழ்த்தினார். ஆனால் ராஜபக்ஷேயும் பிரபாகரன் பற்றி ஒன்றுமே சொல்லவில்லை. அதனால் ராணுவம் போரை முடித்துவிட்டதா என்ற கேள்விக்கு பதில் ஏதும் கிடைக்கவில்லை.

ஆனால் யாருக்குமே தெரியாமல், அன்று அதிகாலையிலேயே 25 ஆண்டுகாலப் போர் அதன் உச்சகட்டத்தை அடைந்திருந்தது. ஆள் நடமாட்டம் இல்லாத ஒரு சதுப்பு நிலக் காட்டில் கடும் போர் ஒன்று நிகழ்ந்திருந்தது.

18 மே இரவு முழுவதும், 19 மே அதிகாலையிலும் மேஜர் ஜெனரல் கமல் குணரத்ன, கர்னல் ரவிப்பிரியா, லெஃப்டினண்ட் கர்னல் லலாந்த கமகே ஆகியோர், கரயமுல்லைவாய்க்கால் தரைப்பாலத்தின் தெற்குப் பக்கம் இருந்த சதுப்பு நிலத்தின்மீது எப்படி இறுதித் தாக்குதலைச் செய்வது என்று திட்டமிட்டபடி இருந்தனர்.

அதிரடிப் படையினர் அதற்கு முதல் நாளே பெரும்பகுதி சதுப்பு நிலத்தை முழுவதுமாகச் சோதனை செய்திருந்தனர். அன்று 8.30

மணிக்கு, மிச்சம் உள்ள சதுப்பு நிலங்களைச் டாஸ்க் ஃபோர்ஸ் 8-ம், 4-வது விஜயபா இன்ஃபண்ட்ரி ரெஜிமெண்டும் சோதனை செய்யத் தொடங்கினர்.

லெஃப்டினண்ட் கர்னல் லலாந்த கமகேயுடன், 4-வது விஜய பாவின் தளபதி லெஃப்டினண்ட் கர்னல் ரோஹித அலுவிஹரே யும் நேரடியாகப் படைகளுக்குத் தலைமை தாங்கி முன்னே சென்றனர். 8 வீரர்கள் கொண்ட இரு குழுக்கள், 4 வீரர்கள் கொண்ட ஒரு குழு என மூன்று குழுக்கள் சதுப்பு நிலத்தில் நீரில் அமிழ்ந்தபடி தேடுதலைத் தொடங்கின.

சார்ஜண்ட் எஸ்.பி.விஜசிங்கே தலைமையிலான முதல் குழு சதுப்பு நிலத்தில் நுழைந்ததும் அவர்களை நோக்கி துப்பாக்கிக் குண்டுகள் எகிற ஆரம்பித்தன. நெஞ்சளவு நீரில், முள் புதர் களுக்குப்பின் வீரர்கள் பதுங்கவேண்டியிருந்தது. ஒரு மணி நேரம் நடைபெற்ற துப்பாக்கிச் சண்டைக்குப் பிறகு, விஜெசிங்கேயின் படை சுமார் 50 மீட்டர் தூரம் முன்னேறியது. அங்கே ஐந்து உடல்கள் கிடந்தன. இறந்தவர்கள் உடல்களில் பிஸ்டல்களும் ரிவால்வர் துப்பாக்கிகளும் கிடந்தன.

விஜேசிங்கேவுக்கு உடனடியாகப் புரிந்துவிட்டது. அவர்கள் மிக முக்கியமான தலைவர்களுக்கு அருகில் இருக்கிறார்கள். ஏனெனில் விடுதலைப் புலிகளின் உயர்மட்டத் தலைவர்களின் மெய்க்காப்பாளர்கள் மட்டுமே பிஸ்டல்களை வைத்திருக் கலாம்.

சார்ஜண்ட் உடனே தன் பிரிகேட் தலைவருக்கும் கமாண்டிங் அதிகாரிக்கும் தகவல் அனுப்பினார்.

சில நிமிடங்களுக்குள்ளாக இறந்த ஒருவரது உடல், வினோத னுடையது என்று கண்டுபிடிக்கப்பட்டது. பிரபாகரனின் உள் வட்டப் பாதுகாப்பு அணியின் மூத்த மெய்க்காப்பாளர்களில் வினோதன் ஒருவர். 'உடனேயே, இது முக்கியமான கண்டு பிடிப்பு என்று எங்களுக்குத் தெரிந்துவிட்டது' என்று லலாந்த கமகே பின்னர் தெரிவித்தார்.

தங்கள் இறுதி இலக்குக்கு மிக மிக அருகில் வந்துவிட்டோம் என்று படைகளுக்குப் புரிந்துபோனது. மேஜர் ஜெனரல் கமல் குணரத்ன தன் அணியின் ஒவ்வொரு நகர்வையும் மிகவும் நெருக்கமாகப் பார்த்துவந்தார். அவர் உடனேயே சார்ஜண்ட்

விஜெசிங்கேயின் ஆட்களை தடுப்பு வியூகத்தில் நிற்கச் சொன்னார். தப்பிச் செல்லும் அனைத்து வழிகளையும் அடைக்குமாறு கூறினார். 8 பேர் அடங்கிய தரைப்படைக் குழு ஒன்றும் நால்வர் அடங்கிய டாஸ்க் ஃபோர்ஸும் விஜெசிங்கேவின் குழுவுக்குப் பக்க பலமாக உடனடியாக அனுப்பப்பட்டன. இந்த இரண்டாவது குழுவுக்கு சார்ஜண்ட் டி.எம்.முத்துபண்டா தலைமை தாங்கினார்.

இந்த அணியினர் முன்னேறும்போது, மீண்டும் துப்பாக்கிச் சூடு ஆரம்பமானது. கடுமையான துப்பாக்கிச் சண்டை நிகழ்ந்தது. ஒரு மணி நேரத்துக்குப் பிறகு சதுப்பு நிலக் காட்டில் அமைதி. இரு அணிகளும் மிகவும் மெதுவாகப் புதர்களுக்கு இடையே முன்னேறினர். 18 இறந்த உடல்கள் கிடைத்தன.

அதில் வேலுப்பிள்ளை பிரபாகரனும் ஒருவர். இலங்கை அரசை 30 ஆண்டுகளாகத் துன்புறுத்தி வந்தவர்.

அப்போது காலை 8.30 மணி. 19 மே 2009.

உடனே ராணுவத் தளபதிக்குத் தகவல் பறந்தது.

ஆனால் உலகுக்குத் தகவலை அறிவிப்பதற்குமுன், ஜெனரல் ஃபொன்சேகா இருமுறை உறுதி செய்துகொள்ள விரும்பினார்.

பாதுகாப்புச் செயலர் கோதபாய ராஜபக்ஷேயுடனான ஆலோசனைக்குப் பிறகு, விநாயகமூர்த்தி முரளிதரன் என்னும் 'கர்னல்' கருணாவை அழைத்து பிரபாகரனது உடலை அடையாளம் காட்டுமாறு கேட்டுக்கொண்டனர்.

அத்துடன், சில நாள்களுக்கு முன் இலங்கை அரசிடம் தஞ்சம் புகுந்திருந்த விடுதலைப் புலிகளின் ஊடகத் தொடர்பாளர் தயா மாஸ்டரையும் போர் முனைக்கு அழைத்துவந்தனர்.

இருவருமே, நந்திக்கடல் காயலில் வீழ்ந்துகிடந்த உடல் பிரபாகரனுடையதே என்று உறுதி செய்தனர். உலகின் மிகப் பயங்கரமான தீவிரவாத அமைப்பைத் தோற்றுவித்த பிரபாகரனின் கதை முடிந்துவிட்டது. விடுதலைப் புலிகளின் ராணுவத் தோல்வி முழுதானது. அப்போதுதான் நாடாளுமன்றத்தில் தன் பேச்சை முடித்திருந்த குடியரசுத் தலைவருக்குத் தகவல் தெரிவிக்கப்பட்டது.

ஒரு மணி நேரத்துக்குள், ராணுவ உடையில் பிரபாகரனின் உடல் உலகின் அனைத்துத் தொலைக்காட்சி சானல்களிலும் ஒளிபரப் பாக ஆரம்பித்தது.

யாராலும் இதனை நம்பமுடியவில்லை. விடை தெரியாத பல கேள்விகள்தான் எஞ்சியிருந்தன.

எத்தனையோ புதுமையான தீவிரவாத வழிமுறைகளைப் புகுத்திய ஒரு மனிதர், எப்படி ஒரு சாதாரணச் சாவைச் சந்தித் திருக்கமுடியும்? தப்பிக்க அவரிடம் வழியே இருக்க வில்லையா? அவர் ஏன் பிற விடுதலைப் புலி வீரர்களைப் போல சயனைடைச் சாப்பிட்டு உயிர் துறக்கவில்லை? எவ்வளவோ இன்னல்கள் வந்தபோதும் ஆச்சரியமூட்டும் வகையில் எதிர்த் தாக்குதல்களைப் புரிந்த ஒருவர், இம்முறை ஏன் அப்படி ஏதும் செய்து நிலைமையை மாற்றவில்லை?

அவரது நெருங்கிய கூட்டாளிகளால் அல்லது குடும்பத்தினரால் மட்டுமே இந்தக் கேள்விகளுக்குப் பதில் சொல்லமுடியும். ஆனால் அவர்கள் அனைவரும் இறந்திருந்தனர்.

பிரபாகரன் இறந்து பல நாள்கள் ஆனபிறகும் வதந்திகள் பரவிய வண்ணம் இருந்தன. எப்படி பிரபாகரனையும் அவரது குடும்பத் தினரையும் ராணுவம் உயிருடன் பிடித்து, அவர்களைத் துன் புறுத்தி, ஒவ்வொருவராகக் கொலை செய்தது என்றது ஒரு வதந்தி.

மற்றொரு வதந்தியில், தங்களை ராணுவம் சுற்றிவளைத்து விட்டது என்பதை அறிந்த பிரபாகரன், தன் மனைவி மதிவதனி, மகள் துவாரகா (23), இளைய மகன் பாலச்சந்திரன் (11) ஆகியோரைத் துப்பாக்கியால் சுட்டுக் கொன்றுவிட்டு, தன்னைத் தானே சுட்டுக் கொன்றதாகச் சொன்னது.

ஆனால் இந்த வதந்திகள் எதையுமே உறுதி செய்யமுடிய வில்லை. அதே நேரம் இலங்கை அரசும் மதிவதனி, துவாரகா, பாலச்சந்திரன் ஆகியோர் பற்றி அமைதி காத்தது. விளைவாக வதந்திகள் பரவுவதைத் தடுக்க வழியில்லாமல் இருந்தது.

பிரபாகரனின் இறப்புக்கு அடுத்த வாரம், புலி ஆதரவு இணையத் தளங்களும் தமிழ் இதழ்களும் செய்தித்தாள்களும், பிரபாகரன் உயிருடன் இருப்பதாகவும், ராணுவம் காட்டிய உடல் பிரபாகரனைப் போன்ற வேறு ஒருவரது உடல் என்றும் எழுதின.

ஆனால் இலங்கை அரசைப் பொருத்தமட்டில் ராணுவத்தால் பிரபாகரன் கொல்லப்பட்டது உறுதியே. ஒரு மாதம் கழித்து டி.என்.ஏ சோதனைமூலம் நந்திக்கடல் காயலில் கண்டெடுக்கப் பட்ட உடல் பிரபாகரனுடையதே என்று உறுதி செய்யப்பட்டது.

பிரபாகரனின் அழிவுக்குக் காரணம் என்ன?

விடுதலைப் புலிகளின் அழிவுக்குப் பல காரணங்களைச் சொல்ல லாம். ஆனால் 'கர்னல்' கருணா, பிரபாகரனின் உடலை அடை யாளம் காட்டிய மறுநாள் என்னிடம் சொன்ன ஒரு வாக்கியம், பிரபாகரனின் சுய அழிவைத் தெளிவாக விளக்குகிறது. தன் முன்னாள் தலைவரின் கோரமான சாவுக்காகத் தான் வருந்துவ தாக என்னிடம் ஒப்புக்கொண்ட கருணா சொன்னார்: 'பிரபாகரன் அமைதிக்கான மனிதர் கிடையாது. அவருக்கு அழிக்க மட்டுமே தெரியும். ஆக்க அல்ல.'

இந்த உலகுக்கு மனித வெடிகுண்டுகளை அறிமுகப்படுத்திய ஒருவரைப் பற்றிய மிகச் சரியான கணிப்பு இது. பிரதமர்களையும் குடியரசுத் தலைவர்களையும் கொல்வதற்கு ஆணையிட்டவர் பிரபாகரன். ஆயிரக்கணக்கான இளம் ஆண்களையும் பெண் களையும் கவர்ந்து, தமிழ் ஈழத்துக்காகத் தம் உயிரையும் கொடுக்குமாறு தூண்டியவர் பிரபாகரன்.

ஆனால், எப்போது நிறுத்திக்கொள்வது என்று பிரபாகரனுக்குத் தெரிந்திருக்கவில்லை.

பல வருடங்களாகத் தொடர்ந்து பெற்ற வெற்றிகள், விடுதலைப் புலிகளின் தலைவருக்குத் தன் திறமைமீது அதீத தன்னம்பிக்கை யையும் சுயதிருப்தியையும் வளர்த்துவிட்டது. அதனால், மாறும் நிலைமைகளை அவரால் புரிந்துகொள்ள முடியவில்லை. ஒரு பயங்கரவாதியாகவே வாழ்ந்து ஒரு பயங்கரவாதியாகவே மறைந்தார். ஒரு அரசியல் தலைவராக அவர் முன்னேறவே இல்லை.

தன் அழிவுக்கான வித்தை பிரபாகரன் தானே விதைத்தது, 2002-க்குப் பிறகான காலகட்டத்தில்தான் என்கிறார் கருணா. நார்வே முன்வைத்த போர்நிறுத்த ஒப்பந்தத்தை ஏற்றுக்கொண்ட பிரபாகரன் அதை முன்னெடுத்துச் செல்ல முயற்சிக்கவே இல்லை.

2

முடிவின் ஆரம்பம்

ஜனவரி 2000-ல் இலங்கையின் வடக்கு, வடகிழக்குப் பகுதி முழுமையும் பிரபாகரனின் கைக்குள் இருந்தது. அந்தப் பகுதி முழுமையுமாக வன்னி என்று அழைக்கப்பட்டது.

முல்லைத்தீவு, கிளிநொச்சி மாவட்டங்களில் முழுமையாகவும், வவுனியாவில் சில பகுதிகளிலும் பிரபாகரனின் சட்டம்தான் செல்லுபடியானது. கிழக்குப் பிராந்தியத்தில் மட்டக்கிளப்பையும், திருகோணமலையின் பல பகுதிகளையும்கூட விடுதலைப் புலிகள்தான் கட்டுப்பாட்டில் வைத்திருந்தனர்.

இலங்கையின் மொத்தப் பரப்பான 65,000 சதுர கிலோ மீட்டரில், சுமார் 16,000 சதுர கிலோமீட்டர் பரப்பு பிரபாகரனது நிர்வாகக் கட்டுப்பாட்டில் இருந்தது. அவரிடம் ஒரு முழுமையான ராணுவமும் வலுவான கடற்படையும் இருந்தன. கூடவே ஒரு வான்படையை உருவாக்கும் முயற்சியிலும் இருந்தார்.

அவர்களிடம் ஒரு காவல்துறை இருந்தது. செயல்படும் நீதித்துறை இருந்தது. அரசுக் கட்டுப்பாட்டுப் பகுதிகளிலிருந்து புலிகள் கட்டுப்பாட்டுப் பகுதியைப் பிரிக்கும் இடங்களில், பாஸ்போர்ட் கட்டுப்பாட்டு அலுவலகம்கூட இருந்தது.

இலங்கையில் தமிழ்ப் போராட்டத்தின் ஆரம்பக் களமாக விளங்கிய பழந்தமிழ் நகரமான யாழ்ப்பாணம் விடுதலைப் புலிகளின் கட்டுப்பாட்டில் இல்லை என்பது மட்டுமே அந்தக் கட்டத்தில் பிரபாகரனின் ஒரே வருத்தமாக இருந்திருக்க முடியும்.

2001-ன் தொடக்கத்தில் பிரபாகரன் ஒரு தனி நாட்டை ஆண்டு வந்தார். ஒரு தேசத்துக்குள் மறு தேசம்.

அதன்பின் 9/11 நடைபெற்றது.

11 செப்டெம்பர் 2001 அன்று, அல் காயிதா பயங்கரவாதிகள் தாங்கள் கைப்பற்றிய விமானங்களை நியூ யார்க்கில் உள்ள உலக வர்த்தக மையக் கட்டடங்கள்மீது மோதித் தகர்த்தனர். அந்த விநாடியிலிருந்தே அரசுகளை எதிர்த்துப் போர்புரியும், புரட்சி செய்யும் குழுக்கள்மீதான கருத்துகள் உலகெங்கும் மாறத் தொடங்கிவிட்டன.

இந்தக் குழுக்களை தீவிரவாதக் குழுக்கள் என்று உலகம் பார்க்கத் தொடங்கியது.

பிரபாகரன், இலங்கை அரசை எதிர்கொள்ளும் தன் திட்டத்தை மறுபரிசீலனை செய்யவேண்டியிருந்தது.

அந்த ஆண்டு, 27 நவம்பர் மாவீரர் தின உரையின்போது, மேற் குலகம் தீவிரவாதம் பற்றிய தன் கருத்துகளை மாற்றிக்கொள்ள வேண்டும் என்று பிரபாகரன் கோரிக்கை வைத்தார். விடுதலைப் புலிகளை தீவிரவாதக் குழுக்கள் என்று கருதக்கூடாது; அவரது குழு, அரசியல் குறிக்கோளுக்காக வன்முறையைக் கையில் எடுத்துள்ளது; தான் ஒரு பயங்கரவாதியல்ல, ஒரு மக்கள் இயக்கத்தின் பிரதிநிதி என்றார் பிரபாகரன்.

'மேற்கத்திய குடியாட்சி நாடுகள் தீவிரவாதம் பற்றித் தெளிவான ஒரு வரைமுறையை வழங்கவேண்டும். சுயநிர்ணயத்துக்காகப் போராடும் விடுதலைப் போராட்டங்களையும் வெறியின் காரணமாக நிகழ்த்தப்படும் கண்மூடித்தனமான தீவிரவாதச் செயல்களையும் பிரித்து இனம் காணவேண்டும்' என்று அவர் வேண்டிக்கொண்டார்.

இந்தப் பேச்சு பிரபல தமிழ் இணையத்தளங்களில் வெளியானது. 'நாங்கள் உன்னதமான ஒரு லட்சியத்தின் மேலுள்ள காதலால்

போராடி, உயிர் துறக்கிறோம். அந்த உன்னதமான லட்சியம் மனித விடுதலை. நாங்கள் விடுதலைப் போராளிகள்' என்று அவர் சொல்லியிருந்தார்.

ஆனால் அந்தக் கட்டத்தில் இந்தியா, பிரிட்டன், அமெரிக்கா, இலங்கை ஆகிய நாடுகளில் விடுதலைப் புலிகள் அமைப்பு தடை செய்யப்பட்டிருந்தது. கனடாவும் அப்போதுதான் புலி களை தீவிரவாத அமைப்புகள் என்ற பட்டியலில் சேர்ந்திருந்தது.

இந்த நிலையில்தான், டிசம்பர் 2001-ல், நார்வே நாட்டைச் சேர்ந்த அமைதித் தூதுவர்களைச் சந்திக்க பிரபாகரன் ஒப்புக் கொண்டார். கொழும்புடன் பேச்சுவார்த்தை நடத்துவதையும் ஏற்றுக்கொள்வார் என்று தோன்றியது.

சந்தர்ப்பவசமாக, ஐக்கிய தேசியக் கட்சியின் ரணில் விக்ரம சிங்கே அப்போதுதான் தேர்தலில் வெற்றிபெற்று பிரதமராக ஆகியிருந்தார். அமைதியைக் கொண்டுவரப் பாடுபடப்போவ தாக அவர் தெரிவித்திருந்தார்.

ரணில் விக்ரமசிங்கே பதவி ஏற்ற 15 நாள்கள் கழித்து பிரபாகரன் ஒரு மாத காலப் போர் நிறுத்தத்தை அறிவித்தார். அரசும் உடனடி யாக விடுதலைப் புலிகள் பகுதிக்குச் செல்லும் பொருள்களை முற்றுகை இடும் நடவடிக்கையை நிறுத்திக்கொள்வதாக அறிவித்தது.

அதன்பிறகு நிகழ்வுகள் மிகவும் துரிதமாக நடைபெற்றன.

பிப்ரவரி 2002-ல் விடுதலைப் புலிகளும் இலங்கை அரசும் போர் நிறுத்த ஒப்பந்தம் ஒன்றில் கூட்டாகக் கையெழுத்திட்டன. இரு தரப்பும் நார்வே நாட்டை அமைதித் தூதராக ஏற்றுக்கொண்டன.

நார்வேயும் பிற நார்டிக் பகுதி நாடுகளும் ஒன்றுசேர்ந்து இலங்கை கண்காணிப்புக் குழு ஒன்றை அமைத்து, போர் நிறுத்த வேலைகளைக் கண்காணிக்கத் தொடங்கின.

அந்த ஆண்டு ஆகஸ்டில் விடுதலைப் புலிகள் அமைப்பு மீதான தனது தடையை இலங்கை விலக்கிக்கொண்டது. இதன்மூலம் இரு தரப்பும் பேச்சுவார்த்தையில் ஈடுபடலாம் என்ற நிலை உருவானது. செப்டெம்பர் 2002 முதல், தாய்லாந்தின் புக் கெட்டிலும் நார்வேயிலும் ஜெர்மனியிலும் பல சுற்றுப் பேச்சு வார்த்தைகள் நடைபெற்றன.

அமைதி வந்துவிடும் என்றே தோன்றியது.

ஆனால் கொழும்பில், பிரச்னைக்கான அறிகுறிகள் தென்பட
ஆரம்பித்தன.

இலங்கை வரலாற்றிலேயே முதன்முறையாக, குடியரசுத் தலை
வரும் பிரதமரும் வெவ்வேறு கட்சியிலிருந்து வந்திருந்தனர்.

குடியரசுத் தலைவர் சந்திரிகா குமரதுங்க, இலங்கை சுதந்தரக்
கட்சியிலிருந்து வந்திருந்தார். பிரதமர் விக்ரமசிங்கே, அதற்கு
எதிர்க்கட்சியான ஐக்கிய தேசியக் கட்சியிலிருந்து வந்திருந்தார்.
தமிழர் பிரச்னைக்கு எப்படிப்பட்ட தீர்வைக் காண்பது என்பதில்
இவர்கள் இருவருக்கும் இடையே ஏற்பட்ட வித்தியாசங்கள்,
அமைதிப் பாதையையே அழித்துவிடும் போலிருந்தது.

பிரதமர் விக்ரமசிங்கேயும் அவரது கட்சியும் முன்வைத்த
கூட்டாட்சி முறையை குடியரசுத் தலைவர் குமரதுங்கவின் கட்சி
எதிர்த்தது. போர் நிறுத்தத்தைப் பயன்படுத்தி, தமிழர் பிரச்
னைக்கு முற்றிலுமாக ஒரு முற்றுப்புள்ளி வைக்க அமைதியை
விரும்பும் விக்ரமசிங்கே முனைந்தார்.

ஆனால் பேச்சுவார்த்தை தள்ளாட ஆரம்பித்தது.

பேச்சுவார்த்தை தொடங்கிய ஓர் ஆண்டுக்குள்ளாக, பல விஷயங்
களில் தங்களுக்குத் திருப்தி ஏற்படாததால் பேச்சுவார்த்தையை
நிறுத்திக்கொள்வதாக விடுதலைப் புலிகள் முடிவுசெய்தனர்.
ஆனால் அதே நேரம் அவர்கள் முற்றிலுமாக வெளியேறவும்
இல்லை. மாறாக, தங்கள் தரப்பிலிருந்து இடைக்கால சுயாட்சி
அமைப்பு ஒன்றை உருவாக்குவதற்கான முன்வரைவை அவர்கள்
வெளியிட்டனர். இடைக்கால அமைப்பு புலிகளின் கட்டுப்
பாட்டில் இருக்கும் என்றும் வடக்கிலும் கிழக்கிலும் அவர்
களுக்குப் பரந்துபட்ட அதிகாரங்கள் இருக்கும் என்றும் இந்த
முன்வரைவு சொன்னது.

எதிர்பார்த்ததுபோலவே, சிங்களப் பெரும்பான்மை தெற்கில்
இந்த முன்வரைவுக்குக் கடும் எதிர்ப்பு கிளம்பியது. நாட்டை
இரண்டாகப் பிரிப்பதற்கான முதற்கட்டம்தான் இந்த இடைக்
கால அமைப்பு என்று பெரும்பான்மைச் சமூகம் நினைத்தது.
இதில் சிக்கிக்கொண்ட விக்ரமசிங்கேயின் ஆட்சி கடைசியில்
கவிழவேண்டிய நிலை ஏற்பட்டது.

27

தான் சிங்களர்களின் பக்கம் என்று காட்டிக்கொள்ள, குடியரசுத் தலைவர் குமரதுங்க நெருக்கடி நிலையைக் கொண்டுவந்தார். முக்கியமான மூன்று அமைச்சகங்களை ஐக்கிய தேசியக் கட்சியிடமிருந்து டிசம்பர் 2003-ல் தானே பிடுங்கிக்கொண்டார். இதனால் விக்ரமசிங்கேயின் நிலை கேள்விக்குறியானது.

2004 தொடங்கியபோது, அடுத்த 24 மாதங்களில் இலங்கையில் ஏற்பட உள்ள இரு முக்கியமான நிகழ்வுகள் எப்படி இலங்கையின் போக்கையே மாற்றப்போகிறது என்றும் பிரபாகரனின் விதியைத் தீர்மானிக்கப்போகிறது என்றும் யாராலுமே கணித்திருக்கமுடியாது.

முதலாவது நிகழ்வு, ஏப்ரல் 2004-ல் நடைபெற்ற பொதுத் தேர்தல்.

குடியரசுத் தலைவர் குமரதுங்கவுக்கும் பிரதமர் விக்ரமசிங்கேவுக்கும் இடையில் இருந்த பிளவு அதிகமாகி உடையும் நிலைக்குச் சென்றது. அதனால் தேர்தல் நிகழவேண்டிய கட்டாயம். தேர்தலுக்காக குமரதுங்க, ஜனதா விமுக்தி பெரமுனவுடன் கூட்டு வைத்துக்கொண்டார். இந்தக் கட்சி, விடுதலைப் புலிகளுக்கு எந்தச் சலுகையும் தரக்கூடாது என்பதில் முனைப்புடன் இருந்தது.

புதிய கூட்டணி, ஏப்ரல் தேர்தலை வெற்றிகரமாகச் சந்தித்து ஜெயித்தது. அப்போது 2004-ன் மற்றுமொரு முக்கியமான நிகழ்வு நடந்தது.

மகிந்த ராஜபக்ஷே பிரதமராகத் தேர்ந்தெடுக்கப்பட்டார்.

இலங்கையின் தெற்கிலிருந்து வந்த அரசியல்வாதியான ராஜபக்ஷே, உள்ளாட்சித் தேர்தல்களிலும் பிராந்தியத் தேர்தல்களிலும் கடுமையான போராட்டங்களைச் சந்தித்து முன்னுக்கு வந்தவர். 1990-கள்வரையில், கட்சியின் இரண்டாம் நிலைத் தலைவராக மட்டுமே கருதப்பட்டவர். அதனால்தான் 2004 கோடையில் அவர் பிரதமராகத் தேர்ந்தெடுக்கப்பட்டது அனைவருக்கும் ஆச்சரியத்தைத் தந்தது.

ராஜபக்ஷே பிரதமர் ஆவதற்கு ஒரு மாதத்துக்கு முன்புதான் 2004-ன் மற்றுமொரு முக்கியமான நிகழ்வும் ஏற்பட்டிருந்தது.

பல ஆண்டுகள் இல்லாதவகையில் முதல்முறையாக விடுதலைப் புலிகள் அமைப்புக்கு உள்ளாக எதிர்ப்பு கிளம்பியது. எதிர்ப்பை முன்வைத்தவர் புலிகளின் கிழக்கு பிராந்தியத் தளபதியான வினாயகமூர்த்தி முரளிதரன் - 'கர்னல்' கருணா என்று அழைக்கப்படுபவர்.

அந்த ஆண்டு மார்ச்சில் பிரபாகரன் உயர்மட்டக் குழு ஒன்றைக் கூட்டி, 'கர்னல்' கருணாவை அமைப்பிலிருந்து நீக்குவதாக அறிவித்தார். 'சில கெட்ட சக்திகளின் தூண்டுதலால் தமிழ் மக்களுக்குத் துரோகம் இழைத்துள்ளார்' என்று பிரபாகரன் கருணாவைக் குற்றம் சாட்டினார். கருணாவுக்கு பதிலாக கிழக்கின் தலைமைப் பொறுப்பை அவரது முன்னாள் உதவியாளர் ரமேஷுக்கு அளித்தார். கிழக்கில் இரண்டாம் நிலையில் இருந்த ராம், கௌசல்யன் என்று இருவர் மட்டக்கிளப்பு-அம்பாறை மாவட்டத்தின் துணைத் தளபதியாகவும் அரசியல் தலைவராகவும் நியமிக்கப்பட்டனர்.

இருந்தும், இயக்கத்தில் பிளவு ஏற்படுவதைத் தவிர்க்க, கடைசி முயற்சியாக, கருணா அரசியலில் ஈடுபடாமல் தனி வாழ்க்கைக்குச் செல்வதாக இருந்தால் அவருக்கு மன்னிப்பு வழங்குவதாக பிரபாகரன் சொன்னார்.

இது இதற்குமுன் நடந்தே இராத ஒன்று!

கடந்த காலங்களில், சிறு எதிர்ப்பு என்றாலும் யாரையும் கைது செய்வதோடு மட்டுமின்றி, கொலையும் செய்யத் தயங்காதவர் பிரபாகரன். 1993-ல் பிரபாகரன், தனது உறவினரான மாத்தையாவைக்கூட விட்டுவைக்கவில்லை. இந்திய உளவுத்துறை 'ரா'வுடன் அவர் உறவு வைத்திருந்தார் என்று சொல்லி, மாத்தையாவும் அவரது ஆதரவாளர்கள் 250 பேரும் கைது செய்யப்பட்டு, 'வழக்கு' நடத்தப்பட்டு, பல மாதங்களுக்குச் சித்திரவதை செய்யப்பட்டு, பிறகு கொல்லப்பட்டனர்.

பிரபாகரனின் பழைய செயல்கள் அனைத்தும் கருணாவுக்கு நன்றாகத் தெரியும். எனவே 'மன்னிப்பு' என்ற வலைக்குள் விழ அவர் தயாராக இல்லை. மேலும், மாத்தையா போலன்றி, கருணாவிடம் நம்பிக்கைக்கு உகந்த போராளிகள் 6,000 பேர் இருந்தனர். கருணா ஒரு தேர்ந்த படைத் தளபதி. தன் பகுதியைத் தன் கட்டுக்குள் வைத்திருந்தவர். கருணாவைத் தண்டிக்க

வேண்டும் என்றால், கிழக்கில் கடுமையான போர் ஒன்றை பிரபாகரன் ஆரம்பிக்கவேண்டியிருக்கும். அன்றைய நிலைமையில் அது மிகவும் கடினமான காரியமாக இருந்திருக்கும்.

2004-ல் விடுதலைப் புலிகள் அமைப்பு, சர்வதேசக் கண்காணிப்பாளர்கள் ஏற்படுத்திக்கொடுத்த அமைதி ஒப்பந்தத்தில் பங்கேற்றிருந்தது. அந்தக் கட்டத்தில் பிரபாகரன் புலிகள் அமைப்பின் பிம்பத்தை மாற்றும் முயற்சியில் இறங்கியிருந்தார். அது ஒரு குடியாட்சி அமைப்பிலான, சகிப்புத்தன்மை கொண்ட இயக்கம் என்றும், சந்தர்ப்பவசத்தால், வேறு வழி ஏதும் இல்லாத காரணத்தால், ஆயுதத்தை ஏந்திப் போராடும் நிலைக்குத் தள்ளப்பட்டிருக்கிறது என்றும் உலகை நம்பவைக்கும் முயற்சியில் அவர் ஈடுபட்டிருந்தார். அந்த நேரத்தில், கருணாவின் கட்சிமாற்றத்தை அவர் சகித்துக்கொள்ளத்தான் வேண்டியிருந்தது.

ஆனால், கருணா ஏன் புலிகள் அமைப்பிலிருந்து விலகினார்?

சமீபத்தில் கொழும்பில் கருணா எனக்கு ஒரு பேட்டி கொடுத்தார். இப்போது அவர் ராஜபக்ஷே அரசில் அமைச்சராக உள்ளார். புலிகள் அமைப்பில் 22 ஆண்டுகள் இருந்தபின் ஏன் விலகினார் என்பதைப்பற்றி அவர் விளக்கம் அளித்தார்:

> பிரபாகரனின் வளைக்கமுடியாத முரட்டுத்தனம்தான் எனக்குப் பிரச்னையாக இருந்தது. 2002-ல், நார்வே முயற்சியில் ஏற்பட்ட அமைதி ஒப்பந்தத்துக்கு பிரபாகரன் ஒப்புதல் அளித்தார். அதன்பின் இரு வருடங்களாக நடந்த பேச்சுவார்த்தைகளில் புலிகள் சார்பாக நானும் பிறரும் ஈடுபட்டோம். உலகெங்கும் சுற்றினேன். உலகெங்கும் சென்றபோது, சுற்றி ஏற்பட்டுள்ள மாற்றங்களைப் புரிந்துகொண்டேன். நல்ல நோக்கத்துக்காக என்றாலும்கூட வன்முறையை இனியும் இந்த உலகம் ஏற்றுக்கொள்ளப்போவதில்லை என்பது விளங்கியது.
>
> 2004-ல் ஜெனீவாவிலிருந்து திரும்பியதும், பேச்சுவார்த்தையின் போது உருவான ஒப்பந்த முன்வரைவை பிரபாகரனிடம் கொடுத்தேன். அதை ஒரு பார்வை பார்த்துவிட்டு, சுக்கு நூறாகக் கிழித்து என் முகத்தில் எறிந்தார். தமிழர்களின் குறிக்கோளுக்கு நான் துரோகம் இழைத்துவிட்டதாகக் குற்றம் சாட்டினார்.
>
> ஒன்றுபட்ட இலங்கையில் தமிழர்களுக்கு என்று தன்னாட்சி அதிகாரம் உள்ள அமைப்பு ஒன்று இருக்கும் என்று அந்த

முன்வரைவு சொல்லியிருந்தது. அதைத்தான் பிரபாகரன் ஏற்கவில்லை. நான் அப்போது அமைதியாக இருந்தேன். பின்னர் மீண்டும் அவரிடம் விவாதித்தேன்.

உலகம் வன்முறையை இனியும் ஏற்கப்போவதில்லை என்றும் நாம் எத்தனை ராணுவத்தினரைக் கொன்றாலும், எத்தனை வெற்றிகளைப் பெற்றாலும் விடுதலைப் புலிகளை ஒரு விடுதலை இயக்கமாக உலகம் ஏற்றுக்கொள்ளப் போவதில்லை என்றும் அவரிடம் எடுத்துச் சொன்னேன். நாம் என்ன செய்தாலும் சரி, சொன்னாலும் சரி, நம்மை அவர்கள் பயங்கரவாதிகள் என்றுதான் சொல்வார்கள் என்றும் அவரிடம் சொன்னேன்.

ஆனால் அவர் எதையும் கேட்கும் நிலையில் இல்லை. அவருக்கு ஈழம் (தனித் தாயகம்) வேண்டும். அல்லது வேறு ஒன்றுமே வேண்டாம்.

வடக்குக்கு 1,000 வீரர்களை அனுப்புமாறு என்னிடம் கேட்டார். மீண்டும் அவர் போருக்குத் தயாராகிறார் என்று எனக்குப் புரிந்துவிட்டது.

விடுதலைப் புலிகள் அமைப்பில் வேறு ஒரு பிரச்னையும் இருந்தது.

பிரபாகரன் யாழ்ப்பாணத்திலிருந்து வந்ததால், முக்கியமான பொறுப்புகளும் தலைமையும் வடக்கிலிருந்து வந்தவர்களுக்கு மட்டுமே கொடுக்கப்பட்டன. படைவீரர்கள் அனைவரும் பெரும்பாலும் கிழக்கிலிருந்தே வந்தனர். ஆனால் எங்களுக்கு அதற்கேற்ற மரியாதை கொடுக்கப்படவில்லை. இந்தப் பிரச்னைகளை நான் எழுப்பியதும், பொட்டு அம்மானும் நடேசனும் பிரபாகரனின் மனத்தை நஞ்சாக்க ஆரம்பித்தனர். எனக்கு எதிராக அவரைத் திருப்பிவிட்டனர். மாத்தையாவை ஒழித்துக்கட்டியதுபோல என்னையும் அழிக்க நினைக்கிறார்கள் என்று புரிந்துகொண்டேன். ஆனால் முன்னதாகவே இதனை அறிந்துகொண்டதால், இயக்கத்தைவிட்டு வெளியேற முடிவு செய்தேன்.

கருணாவைத் தன் பக்கத்தில் வைத்துக்கொள்ளாதது, பிரபா கரனின் பெரும் தவறாக முடிந்தது.

அந்தக் கட்டத்தில் கருணா தன்னை மிக முக்கியமானதொரு படைத் தளபதியாக நிறுவியிருந்தார்.

1990-களின் இடைப்பகுதியில், வடக்கில் போர் உச்சத்தில் இருந்தபோது, 1996-ல் இலங்கை ராணுவம் புலிகளை யாழ்ப் பாணத்தில் இருந்து துரத்தியபிறகு, பிரபாகரனுக்கு கருணாவின் உதவி மிகவும் தேவையாக இருந்தது.

பிரபாகரனின் கட்டுப்பாட்டில் யாழ்ப்பாணம் இல்லாததால், தேவையான ஆள் பலத்தைப் பெற அவருக்கு வேறு ஒரு பகுதி தேவைப்பட்டது. அதனால் அவரது பார்வை கிழக்கு நோக்கித் திரும்பியது. அங்கே புலிகள் அமைப்பு பல கிராமங்களை முற்றிலுமாகத் தன் கையில் வைத்திருந்தது. அந்த நாள்களில், கிழக்கில் கருணாதான் பிரபாகரனின் நம்பிக்கைக்கு உகந்தவராக இருந்தார்.

1990-களின் இறுதியில் இலங்கை ராணுவம் வட இலங்கையின் முக்கியமான நெடுஞ்சாலையைக் கைப்பற்ற ஒரு திட்டத்தை முன்னெடுத்தபோது கருணாதான் புலிகள் இயக்கத்தைக் காப்பாற்றினார். கருணாவின் தலைமையில் கிழக்கிலிருந்து வந்த ஆயிரக்கணக்கான போராளிகளின் கடுமையான எதிர்த் தாக்குதலால் ராணுவம் தோல்வி அடைந்தது. நூற்றுக்கணக்கான ராணுவ வீரர்கள் உயிரிழந்தனர். இந்தப் போர், 'ரத்த நெடுஞ் சாலை' என்றே அழைக்கப்பட்டது.

1999-2000 காலகட்டத்தில் விடுதலைப் புலிகளின் 'ஓயாத அலைகள்' போர்களையும் கருணாவே முன்னின்று நடத்தினார். வடக்கு வன்னிப் பகுதியில் புலிகள் இழந்திருந்த பகுதிகளை எல்லாம் இந்தப் போரின் மூலமாகவே புலிகள் திரும்பப் பிடித்தனர். இந்தப் போரில் புலிகள் தரப்பிலும் பெரும் உயிரிழப்பு ஏற்பட்டிருந்தது. இறந்த வீரர்கள் பெரும்பாலானோர் கிழக்கிலிருந்து வந்தவர்கள். அப்படி இருந்தும், மட்டக்களப்பு, திருகோணமலை தமிழர்கள் புலிகள் அமைப்பில் சரியாக மதிக்கப்படவில்லை. கிழக்குப் போராளிகளின் வெறுப்புக்கு கருணாவின் எதிர்ப்பு ஒரு வடிகாலாக அமைந்தது.

பிரிவு, கசப்பான அனுபவமாக இருந்தது.

கருணா, தன் 19-வது வயதில் புலிகள் அமைப்பில் சேர்ந்தார். 1980-களில் பிரபாகரனின் மெய்க்காப்பாளராக ஆனார். பிரபா கரனுடன் இந்தியா சென்றார். இந்தியாவில் 'ரா' உளவு அமைப் பின் பயிற்சி முகாமில் புலிகள் சார்பாகக் கலந்துகொண்டார். கடந்த பல வருடங்களின் சொந்தமாகவே ராணுவத் திறனை

32

வளர்த்துக்கொண்டு, போராளிகளைச் சரியாக வழிநடத்தும் முக்கியமான தளபதி ஆனார்.

கருணாவின் இழப்பு, புலிகள் அமைப்புக்குப் பெரும் பாதகமாக அமைந்தது. ஆரம்பத்தில் பிரபாகரன் கருணாவுடன் சமாதான மாகப் போக முயன்றார். ஆனால், பொட்டு அம்மானையும் புலிகளின் காவல்துறைத் தலைவர் நடேசனையும் பிரபாகரன் நீக்கவேண்டும் என்று கருணா விரும்பினார். பொட்டு அம்மா னும் நடேசனும், கருணா பணத்தைக் களவாடியதாகச் சொல்லி, அவர்மீது விசாரணை நடத்தவேண்டும் என்றனர். அந்த இருவர்மீதும் பிரபாகரன் நடவடிக்கை எடுக்கத் தவறியதால், கருணா, அமைப்பிலிருந்து விலக முடிவுசெய்தார்.

சமாதானம் இல்லை என்று முடிவானதும் கருணாவைக் கொல்ல பிரபாகரன் சில குழுக்களை அனுப்பினார். ஆனால் கருணாவை நெருங்குவது எளிதாக இல்லை. கருணா தன் ஆதரவாளர்களை அப்படியே தன்னிடத்தில் வைத்திருந்தார். அவர்கள் வலுவான அமைப்பாக இருந்தனர். அத்துடன் கருணா இந்தியாவின் 'ரா'வுடனும் இலங்கை அரசுடனும் தொடர்பை ஏற்படுத்திக் கொண்டார்.

அடுத்த இரு வருடங்கள், பிரபாகரன் கருணாவைக் கொல்ல முயற்சி செய்ய, கருணாவும் தொடர்ந்து தப்பி வந்தார். அந்தச் சமயத்தில் கருணா இந்தியாவில் பூனாவிலும் திருவனந்த புரத்திலும், ஒரு மலேசியத் தொழிலதிபர் வேடத்தில் மறைந்து வாழ்க்கை நடத்தினார்.

பிறகு மீண்டும் இலங்கை திரும்பினார்.

கருணாவின் பிரிவு ஒரு பக்கம் என்றால், ஆகஸ்ட் 2005-ல் லக்ஷ்மண் கதிர்காமரைக் கொலை செய்தது புலிகளுக்குப் பெரும் பிரச்னையாக முடிந்தது. கதிர்காமர் வழக்கறிஞராக இருந்து அரசியல்வாதி ஆனவர். அப்போது இலங்கையின் வெளியுறவுத் துறை அமைச்சராக இருந்த கதிர்காமர் உலக அரங்கில் பல நாடுகளுடனும் ராஜரீக உறவை ஏற்படுத்தி வைத்திருந்தார். ஒரு தமிழராக இருந்தும், விடுதலைப் புலிகள் அமைப்பை அவர் கடுமையாக எதிர்த்தார்.

12 ஆகஸ்ட் 2005 அன்று, கொழும்பில் தன் வீட்டில் உள்ள நீச்சல் குளத்திலிருந்து வெளியே வந்த கதிர்காமரை, புலிகள் பக்கத்துக்

கட்டடம் ஒன்றில் மறைந்து இருந்தபடி சுட்டுக் கொன்றனர். விடுதலைப் புலிகள் அமைப்பு உலகில் பல இடங்களில், முக்கிய மாக அமெரிக்கா, கனடா, இந்தியா, ஐரோப்பிய யூனியன் ஆகியவற்றில் தடை செய்யப்படுவதற்கு கதிர்காமரே முக்கிய மான காரணம் என்று பிரபாகரன் நினைத்ததாலேயே இந்தக் கொலை நிகழ்த்தப்பட்டது.

புலிகளால் தன் உயிருக்கு ஆபத்து என்று கதிர்காமர் பலமுறை கூறியிருந்தார்.

ஹிந்து பத்திரிகைக்கு அளித்த பேட்டியில் அவர், 'புலிகள் என்னை எப்போது வேண்டுமானாலும் தீர்த்துக்கட்டலாம். அங்கு எனக்கு எதிரான போக்கு மிகவும் தீவிரமாகியுள்ளது என்று தகவல்கள் கிடைத்துள்ளன' என்று சொல்லியிருந்தார்.

கதிர்காமர் கொலையை அடுத்து விடுதலைப் புலிகள் அமைப்பு உலகெங்கும் கடுமையாகக் கண்டிக்கப்பட்டது. இந்திய வெளியுறவுத் துறை அமைச்சகம், இதனை மோசமான தீவிரவாதச் செயல் என்று கண்டித்தது. ஐநா சபையின் தலைமைச் செயலர் கோஃபி அன்னான், 'அமைதியையும் தேசிய ஒற்றுமை யையும் மிகவும் விரும்பிய ஒரு முக்கியமான தலைவரை இலங்கை இழந்துவிட்டது' என்று வருந்தினார்.

அப்போதைய அமெரிக்க வெளியுறவுத் துறை அமைச்சர் கண்டோலீசா ரைஸ், கதிர்காமர் கொலைக்கு இரு மாதங்களுக்கு முன்புதான் அவரைச் சந்தித்திருந்தார். அவர் இந்தக் கொலையை, 'அர்த்தமற்ற கொலை, கொடுமையான தீவிரவாதச் செயல்' என்று வர்ணித்தார். இலங்கை இதனால் உள்நாட்டுப் போரில் மூழ்கி விடக்கூடாது என்று மக்களைக் கேட்டுக்கொண்டார். கதிர்காமர், 'கண்ணியம், நேர்மை, கட்டுப்பாடு ஆகியவற்றுக்குப் பெயர் போனவர். இலங்கையில் அமைதி வருவதற்காகத் தனது உயிரையே கொடுத்தவர்' என்றெல்லாம் பாராட்டினார்.

அமைதிக்கு வழி செய்துகொடுத்த நார்வேயும் இந்தக் கொலையைக் கடுமையாகக் கண்டித்தது. வெளியுறவு அமைச்சர் ஜான் பீட்டர்சன், இது 'வெறுக்கத்தக்க குற்றம், இலங்கைக்கு இது ஒரு பேரிடி' என்றார்.

பிரபாகரனுக்கு அப்போது இது தெரியாமல் இருந்திருக்கலாம். ஆனால் நாளடைவில் இந்தக் கொலை, புலிகள் அமைப்புக்குப்

பெரும் பிரச்னையை விளைவித்தது. அந்த ஒரு கொலை, உலக அரங்கில் புலிகளை வெகுவாகப் பின்னுக்குத் தள்ளியது. அந்த ஒரு நொடியில், அதுவரை உலக நாடுகள் புலிகள்மீது வைத்திருந்த கருணை விலகிப்போனது.

அதற்கு அடுத்ததாக, பிரபாகரன் நவம்பரில் மேலும் ஒரு தவறைச் செய்தார். தேர்தலில் ரணில் விக்ரமசிங்கேயைத் தோற்கடித்து மகிந்த ராஜபக்ஷே ஜெயிக்க உதவினார்.

குடியரசுத் தலைவர் தேர்தலின்போது, வடக்கிலும் கிழக்கிலும் இருந்த தமிழர்களை தேர்தலைப் புறக்கணிக்குமாறு பிரபாகரன் ஆணையிட்டார். 2002-ன் போர் நிறுத்த ஒப்பந்தத்தை உருவாக்கிய ரணில் விக்ரமசிங்கே, தனக்கு தமிழர்களின் ஒட்டுமொத்த வாக்குகளும் கிடைத்துவிடும் என்ற நம்பிக்கையில் இருந்தார். ஆனால், பிரபாகரனின் ஆணையால் இது நிகழவில்லை. மாறாக மகிந்த ராஜபக்ஷே மிகக் குறுகிய வாக்கு வித்தியாசத்தில் வெற்றி பெற்றார்.

பிரபாகரன் இரு வேட்பாளர்களின் பலங்களையும் பலவீனங்களையும் மதிப்பிட்டுப் பார்த்தாராம். அப்படிச் செய்ததில், மகிந்த ராஜபக்ஷே புதியவர், பலவீனமானவர் என்றும் அவரை, தான் விரும்பியபடி வளைக்கமுடியும் என்றும் பிரபாகரன் நினைத்தாராம். தேர்தல் புறக்கணிப்பு நிச்சயமாக ரணில் விக்ரமசிங்கேயைப் பாதிக்கும் என்பதால்தான் அந்த முடிவை மேற்கொண்டாராம்.

ஆனால், ராஜபக்ஷேயின் நோக்கங்களை பிரபாகரன் மேலும் கவனமாகப் பரிசீலித்திருக்க வேண்டும்.

18 அக்டோபர் 2005-ல் தனது பிரசாரத்தை ஆரம்பித்த மகிந்த ராஜபக்ஷே, இனப் போராட்டம் குறித்த தனது சிந்தனைகளைத் தெளிவாகவே சொல்லியிருந்தார். தனது தேர்தல் அறிவிப்பில், தான் போரை விரும்பவில்லை என்றும் அமைதியையே விரும்புவதாகவும் குறிப்பிட்ட அவர், நாட்டின் ஒருமைப்பாட்டையும், இறையாண்மையையும், பாதுகாப்பையும், அனைத்து மக்களின் உரிமைகளையும் காப்பதாகச் சொல்லியிருந்தார்.

'பாரம்பரிய நிலம் என்ற கொள்கையை நான் ஏற்றுக்கொள்ள மறுக்கிறேன். அனைத்து இலங்கை மக்களுக்கும் முழு இலங்கை

யுமே பாரம்பரிய நிலமாகும்' என்றும் அவர் சொல்லியிருந்தார். வடக்கிலும் கிழக்கிலும் பெரும்பான்மையாக உள்ளனர் என்பதாலேயே தமிழர்களுக்கு எந்தவித சிறப்பு முன்னுரிமையும் கொடுக்க தான் விரும்பவில்லை என்று ராஜபக்ஷே தெளிவாகவே குறிப்பிட்டிருந்தார்.

எனவே, ராஜபக்ஷே வெற்றிபெற்று குடியரசுத் தலைவர் ஆனால் விடுதலைப் புலிகளுடன் எப்படி நடந்துகொள்வார் என்று பிரபாகரன் நிச்சயமாகத் தெரிந்துகொண்டிருக்கலாம்.

ஆனால் பிரபாகரனோ, யதார்த்தத்திலிருந்து விலகிக்கொண்டே சென்றார். வன்னிக் காடுகளில் இருந்தபடி, உலகுடனான தொடர்புகளை விலக்கி, தனிமைப்பட்டு நின்றார்.

ஆக, தான் பிரதமர் ஆகி இரண்டே ஆண்டுகளில் மகிந்த ராஜ பக்ஷே இலங்கையின் மிகவும் சக்திவாய்ந்த செயல் அலுவலரான குடியரசுத் தலைவர் ஆனார். இதை யாருமே எதிர்பார்த்திருக்க வில்லை. இப்போது அவர் தலைமைச் செயல் அலுவலர் மட்டு மல்ல, நாட்டின் முப்படைகளுக்கும் தலைமைத் தளபதியும்கூட.

போர்க்குணம் மிக்கவராகத் தோன்றினாலும் புலிகளுடனான போர்நிறுத்தத்தையும் அமைதிப் பேச்சுவார்த்தையையும் தொடரப்போவதாகவே ராஜபக்ஷே அறிவித்தார்.

பிரபாகரனும் அதே நோக்கத்துடன் இருந்தார்.

27 நவம்பர் 2005 மாவீரர் தின உரையில் பிரபாகரன் பேசும்போது, தடுமாறும் அமைதிச் செயல்பாடுகளை மீண்டும் தூக்கி நிறுத்தத் தேவையான நேரத்தை குடியரசுத் தலைவர் மகிந்த ராஜ பக்ஷேவுக்குத் தாம் அளிப்பதாகக் கூறினார். ஆனால் அதே நேரம், அரசு அமைதியை நோக்கித் தீவிரமான முயற்சிகளை மேற் கொள்ளாவிட்டால், 2006-ல் புலிகள் தங்கள் போராட்டத்தைத் தொடரவேண்டியிருக்கும் என்றும் பிரபாகரன் எச்சரிக்கை விடுத்தார்.

இதற்கிடையில் ராஜபக்ஷே பொறுமையைக் கடைப்பிடித்த தோடு, புலிகள் தலைமையிடம் பேச்சுவார்த்தை நடத்த தூதர் களையும் அனுப்பினார். ஆனால், தன் அடிமனத்தில் விடுதலைப் புலிகளை முற்றிலுமாக அழித்துவிடுவது என்ற முடிவுக்கு புதிய குடியரசுத் தலைவர் வந்திருந்தார்.

ஆனால் அந்த விஷயம் குடியரசுத் தலைவரின் உள்வட்டத்தைத் தவிர வேறு யாருக்கும் தெரியாது.

விடுதலைப் புலிகளை ராணுவரீதியாக நேரடியாக எதிர் கொள்ளும் அவரது மாபெரும் திட்டத்தின் முதல் செயல், இலங்கை ராணுவத்தின் 18-வது தலைமைத் தளபதியாக மேஜர் ஜெனரல் சரத் ஃபொன்சேகாவை நியமித்ததே. அது திட்டமிட்ட ஒரு செயல். குடியரசுத் தலைவர் ராஜபக்ஷே போருக்காகத் தயார் ஆகவேண்டும் என்றால், அதற்கு இதைவிடப் பொருத்தமான ஜெனரல் கிடைத்திருக்கமுடியாது.

ஒரு தரைப்படை ராணுவ வீரராக, 1970-ல் சிம்ஹா ரெஜி மெண்டில் ஆரம்பித்த ஃபொன்சேகா, தன் வாழ்க்கையில் பெரும் பகுதியை விடுதலைப் புலிகளுடன் சண்டை போடு வதிலேயே செலவழித்தார். மற்றுமொரு போர் என்றால் அதற்கும் தயாராகவே இருந்தார்.

ஆஜானுபாகுவான உருவம் கொண்ட ஃபொன்சேகா, அதற்கு ஏற்றார்போல வலுவான இதயமும் கூர்மையான ராணுவ சாதுர்யமும் கொண்டவர். அவரது பணிக்காலம் முழுவதிலுமே முரட்டு தைரியமும் மதிக்கத்தக்க தலைமைப் பண்புகளும் கொண்டவராக அவர் இருந்தார். சோம்பேறி படை, தைரியம் இல்லாதது என்று கெட்ட பெயர் பெற்றிருந்த இலங்கை ராணுவத்தில், ஃபொன்சேகாவின் பல்வேறு சாதனைகள் போற்றிப் பாடப்படும் புகழை அடைந்திருந்தன.

யாழ்ப்பாணக் கோட்டையில் சிக்கித் தவித்த துருப்புகளைக் காப்பாற்றி வெளியே கொண்டுவருவதில் ஃபொன்சேகாவின் பங்கு மிகப்பெரியது. அப்படிப்பட்ட போரில் ஃபொன்சேகா வுடன் சேர்ந்து பணியாற்றிய ஒரு மனிதரின் பெயர் கோதபாய ராஜபக்ஷே - அப்போது லெஃப்டினண்ட் கர்னலாக இருந்தவர்.

இப்போது 15 ஆண்டுகளுக்குப் பிறகு, விதி அந்த இருவரையும் ஒன்றுசேர வைத்தது. மகிந்த ராஜபக்ஷே, தன் தம்பி கோத பாயவை புதிய பாதுகாப்புச் செயலராக ஆக்கியிருந்தார். 1992-ல் ராணுவத்திலிருந்து ஓய்வுபெற்ற கோதபாய அமெரிக்காவுக்குக் குடியேறி அந்த நாட்டின் குடியுரிமையையும் பெற்றிருந்தார். ஆனால், தன் அண்ணனின் வேண்டுகோளுக்கு இணங்கி மீண்டும் இலங்கை வந்த கோதபாயவும் ஃபொன்சேகாவும் ஒன்று சேர்ந்து, வரப்போகும் போருக்குத் தயாராகத் தொடங்கினர்.

குடியரசுத் தலைவர் மகிந்த ராஜபக்ஷே, பிரபாகரனை உயிருடனோ அல்லது பிணமாகவோ பிடிக்க விரும்பினார். அதனை கோதபாய-ஃபொன்சேகா ஜோடியிடம் தெரிவிக்கவும் செய்தார்.

ஜனவரி 2006-க்குள் ராணுவமும் விடுதலைப் புலிகளும் பல சிறு சண்டைகளில் ஈடுபட்டனர். நிலைமை மிகவும் மோசமாகி முழுதான போருக்கு மிக அருகில் வந்திருந்தது.

வன்முறை மிகவும் அதிகமாகியிருந்தது. ஒரு கிளேமோர் கண்ணிவெடித் தாக்குதலில் 150 ராணுவ வீரர்கள் கொல்லப்பட்டனர். கடற்புலிகளுக்கும் இலங்கைக் கடற்படைக்கும் இடையே சண்டைகள் நடந்திருந்தன. இரு பக்கத்திலும் உள்ள சிவிலியன் ஆதரவாளர்கள் கொல்லப்பட்டிருந்தனர். தமிழ்நெட் (tamilnet.com) என்ற அதிகம் படிக்கப்பட்ட புலிகள் ஆதரவு இணையத்தளத்தை நடத்திவந்த பத்திரிகையாளர் 'தாரகி' சிவராம், புலிகள் ஆதரவு நாடாளுமன்ற உறுப்பினர் ஜோசப் பரராஜசிங்கம் ஆகியோரும் கொல்லப்பட்டவர்களில் அடங்குவர்.

இந்த வன்முறைகளின் பின்னணியில் டோக்கியோ நிதி ஆதரவு மாநாட்டின் இணைத்தலைமை நாடுகள், இரு தரப்பையும் மீண்டும் பேச்சுவார்த்தையில் ஈடுபடுமாறு கேட்டுக்கொண்டன. இணைத்தலைமை, முக்கியமாக அமெரிக்கா, விடுதலைப் புலிகளின் வன்முறையை வெகுவாகக் கண்டித்தது. அமெரிக்க வெளியுறவுத் துறை அமைச்சகமும் இலங்கைக்கான அமெரிக்கத் தூதரும் விடுதலைப் புலிகளுக்குக் கடுமையான எச்சரிக்கையைத் தந்தனர். புலிகள் மீண்டும் போருக்கு வந்தால், இப்போது 'திறமையும் உறுதியும் அதிகமாகக் கொண்டிருக்கும்' இலங்கை ராணுவத்தை எதிர்கொள்ள வேண்டியிருக்கும் என்றனர்.

கடைசி நிமிடத்தில் இரு தரப்புக்கும் இணக்கத்தை ஏற்படுத்த, நார்வேயின் சிறப்புத் தூதர் எரிக் சோல்ஹீமும் விடுதலைப் புலிகளின் அரசியல் ஆலோசகர் ஆண்டன் பாலசிங்கமும் இலங்கைக்கு வந்தனர். எங்கு பேச்சு நடத்துவது என்பதிலேயே இரு தரப்புக்கும் மாறுபட்ட கருத்துக்கள் இருந்தன. ஆனால், தொடர்ந்த முயற்சிகளுக்குப் பிறகு, 7 பிப்ரவரி 2006 அன்று ஒரு ஒப்பந்தம் ஏற்பட்டது. பேச்சுவார்த்தை ஜெனீவாவில் பிப்ரவரி 22, 23 தேதிகளில் நடக்கும் என்று முடிவானது.

பேச்சுவார்த்தையின்போது 'எதிர்பார்த்ததற்கும் மேலாகவே' முன்னேற்றம் ஏற்பட்டதாகத் தகவல்கள் வெளியாகின. இரு

தரப்பும் வன்முறைகளைக் கட்டுப்படுத்திக்கொள்வதாகவும் அடுத்த கட்டப் பேச்சுவார்த்தைகள் ஏப்ரல் 19-21 தேதிகளில் நடைபெறும் என்றும் முடிவாகின.

ஆனால், விடுதலைப் புலிகள் தொடர்ந்து ராணுவத்தின்மீதான தாக்குதல்களை நிறுத்தவில்லை. ஏப்ரல் 11 அன்று நடந்த கண்ணி வெடித் தாக்குதலில் 10 கடற்படை வீரர்கள் கொல்லப்பட்டனர். அடுத்த நாள் வடகிழக்கில் நடந்த தொடர் குண்டுவெடிப்புகள் காரணமாக 16 பேர் கொல்லப்பட்டனர். திருகோணமலையில் நடந்த கண்ணிவெடித் தாக்குதலில் 2 காவலர்கள், வண்டியுடன் தகர்க்கப்பட்டனர். காய்கறிச் சந்தையில் நிகழ்ந்த ஒரு குண்டு வெடிப்பில் ஒரு ராணுவ வீரரும் பல குடிமக்களும் கொல்லப் பட்டனர்.

இதற்குப்பின், புலிகள் ஜெனீவா பேச்சுவார்த்தையை ஏப்ரல் 24-25 தேதிகளுக்கு மாற்றுமாறு கேட்டுக்கொண்டனர். இலங்கை அரசும் ஆரம்பத்தில் இதனை ஏற்றுக்கொண்டது. பேச்சு வார்த்தைக்குப்பின், ஏப்ரல் 16 அன்று புலிகளின் பிராந்தியத் தலைமையும் சர்வதேசப் பார்வையாளர்களும் ஒரு சிவிலியன் கப்பல் ஏறி பிரபாகரன் இருக்கும் இடத்துக்குச் செல்வார்கள் என்று முடிவானது. ஆனால் அந்தக் கப்பல் அரசுப் பகுதியைத் தாண்டிச் செல்லவேண்டும்.

திடீரென புலிகள் இந்தப் பயணத்தை ரத்துசெய்தனர். தாங்கள் செல்லும் சிவிலியன் கப்பலுக்கு அருகில் கடற்படைக் கப்பல் பாதுகாவலாக வருவதைத் தாம் விரும்பவில்லை என்றனர் புலிகள். ஆனால் இலங்கைக் கண்காணிப்புக் குழுவோ, புலிகள் இதனை முன்னதாக ஏற்றுக்கொண்டிருந்தனர் என்றனர். 'அது வும் ஒப்பந்தத்தின் ஒரு பகுதியாக இருந்தது. புலிகள் ஒப்பந்த ஷரத்துகளைக் கவனமாகப் படித்திருக்கவேண்டும். எங்களுக்கு வெறுப்பாக இருக்கிறது' என்றார் இலங்கைக் கண்காணிப்புக் குழுவின் தொடர்பாளர் ஹெலன் ஒலாஃப்ஸ்டாட்டிர்.

20 ஏப்ரல் 2006 அன்று விடுதலைப் புலிகள் அதிகாரபூர்வமாக பேச்சுவார்த்தையிலிருந்து விலகிக்கொள்வதாக அறிவித்தனர். பிரபாகரன் தன் பிராந்தியத் தலைவர்களுடன் தொடர்புகொள்ள முடியாதவகையில் இலங்கை அரசு நடந்துகொண்டதுதான் பேச்சுவார்த்தையின் முறிவுக்குக் காரணம் என்றனர் புலிகள். ஆனால் சர்வதேசச் சமுதாயமோ, புலிகள் வேண்டுமென்றே நாள்

39

கடத்தத்தான் இந்த வாதத்தை முன்வைக்கின்றனர்; அவர்களுக்கு ஜெனீவா அமைதிப் பேச்சில் நாட்டமில்லை என்றே முடிவு கட்டினர்.

நார்வே அமைதிக்குழுவால் ஒன்றும் செய்யமுடியவில்லை. இலங்கை எந்த நிமிடமும் வெடிக்கலாம் என்ற அசாதாரண சூழல் நிலவியது.

இதற்கிடையில் இலங்கை ராணுவத்துக்குக் கடும் அதிர்ச்சி ஒன்றைத் தருவதற்காக பிரபாகரனும் பொட்டு அம்மானும் திட்டம் தீட்டிக்கொண்டிருந்தனர்.

ராணுவத்தில் மிகவும் அபாயகரமான ஆசாமி ஃபொன்சேகா தான் என்பது பிரபாகரனுக்குப் புரிந்துபோனது.

எனவே, வழக்கம்போல, ஃபொன்சேகாவை ஒழித்துக்கட்டுவது என்ற முடிவை பிரபாகரன் எடுத்தார்.

26 ஏப்ரல் 2006 அன்று, சரத் ஃபொன்சேகாவை ஒழித்துக்கட்ட பெண் கரும்புலி - அதாவது தற்கொலைப் போராளி - ஒருவரை பிரபாகரன் அனுப்பிவைத்தார்.

புலிகளின் அனைத்துத் திட்டங்களையும் போலவே இதுவும் மிகவும் கவனமாகவும் கச்சிதமாகவும் தீட்டப்பட்டிருந்தது.

தற்கொலைப் போராளியின் பெயர் அனுஜா குகேந்திரராஜா என்று பின்னர் கண்டுபிடிக்கப்பட்டது. அவர், தான் ஒரு கர்ப் பிணி என்று பிறரை நம்பவைத்து, ராணுவத் தலைமையகத்துக்கு அருகில் இருந்த ராணுவ மருத்துவமனையில் உள்ள மருத்து வரைப் பார்க்கும்விதத்தில் மூன்று வாரங்களாக அங்கே வந்து சென்றுகொண்டிருந்தார். ஃபொன்சேகாவின் பழக்கவழக்கங் கள், அவர் அலுவலகத்திலிருந்து வீட்டுக்கும், வீட்டிலிருந்து அலுவலகத்துக்கும் எந்தப் பாதையில் செல்வார், எந்த நேரத்தில் செல்வார் போன்ற பலவற்றையும் அவர் நோட்டம் விட்டார்.

26 ஏப்ரல் அன்று ஃபொன்சேகா அலுவலகத்திலிருந்து மதிய உணவுக்காகக் கிளம்பினார். அப்போது அனுஜா அவரது காருக்கு அருகில் செல்ல முயன்றார். ஆனால் காருக்கு முன்னால் செல்லும் பாதுகாப்பு மோட்டார் சைக்கிளில் சென்றுகொண்டு இருந்த ராணுவ வீரர், அவரைக் காலால் எட்டி உதைத் திருக்கிறார்.

அதற்குமேல் ஃபொன்சேகா அருகில் செல்லமுடியாது என்பதால், தற்கொலைப் போராளி தன்னையே வெடித்துக்கொண்டார். ராணுவத் தளபதியின் காவல் வீரர்கள் எட்டு பேர் சம்பவம் நடந்த இடத்திலேயே கொல்லப்பட்டனர். ஃபொன்சேகாவும் ஏனைய 27 பேரும் கடும் காயம் அடைந்தனர். ஃபொன்சேகாவின் அடிவயிற்றில் உயிருக்கே ஆபத்தான வகையில் காயங்கள் ஏற்பட்டிருந்தன. ஆனால் அடுத்த மூன்று மாதத்தில் கொழும்பிலும் சிங்கப்பூரிலும் நடைபெற்ற பல அறுவை சிகிச்சைகளுக்குப்பின் ஃபொன்சேகா பிழைத்துக்கொண்டார்.

ராணுவத் தலைமையகத்திலேயே நடந்த தாக்குதலுக்குப்பின், போர்நிறுத்தம் என்ற பொய்யை ராஜபக்ஷே நம்பத் தயாராக இல்லை.

அவரைப் பொருத்தமட்டில், இனி தாக்குதலுக்குத் தடை ஏதும் இல்லை.

பழிவாங்கும்விதமாக, இலங்கை விமானப் படை விமானங்கள் கிழக்கிலும் வடக்கிலும் உள்ள புலிகள் பகுதியில் குண்டுகளை வீசின.

தோல்வியில் முடிந்த இந்தக் கொலை முயற்சியே, பிரபாகரனின் முடிவுக்கு ஆரம்பம். இலங்கை நான்காம் ஈழப்போருக்குள் நுழைவதற்கும் ஆரம்பம்.

கிழக்கு இலங்கையின் முக்கிய நெடுஞ்சாலைகள்

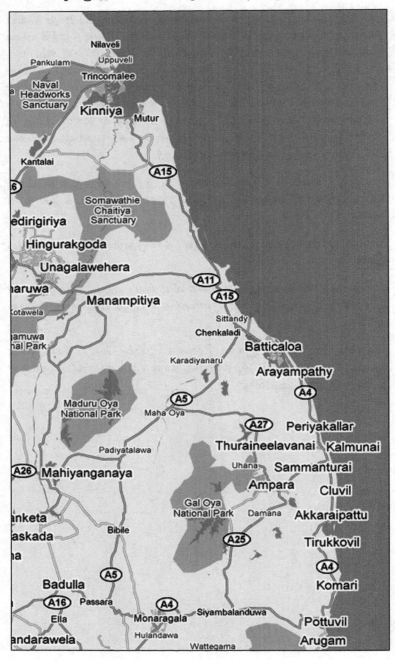

3

நான்காம் ஈழப்போர் தொடங்குகிறது

அமைதிப் பேச்சுவார்த்தை இப்போது கடும் சிக்கலில் மாட்டிக்கொண்டது. ஃபொன்சேகாவின்மீதான தாக்குதலுக்கு அடுத்த நாள் நான் கொழும்பு சென்று இறங்கினேன்.

இலங்கையின் தலைநகர் பதட்டத்தில் இருந்தது. கொழும்பின் முக்கியமான இடங்களில் எல்லாம் பாதுகாப்பு வெகுவாக அதிகரிக்கப்பட்டிருந்தது.

இலங்கை விமானப்படையின் கிஃபிர் ரக விமானங்கள் கிழக்கில் பல இடங்கள்மீது குண்டு மழைகளைப் பொழிந்தன. இரு தரப்புக்கும் இடையே போர் வெடிக்கலாம் என்றே தோன்றியது. ஆனால் பெரும்பாலான சண்டைகள் கிழக்கில் திருகோணமலை, சம்பூர் பகுதிகளில் மட்டுமே இருந்தன.

இரண்டு நாள்களுக்குப்பிறகு நானும் கேமராவை இயக்கும் சக ஊழியர் சுகுமாரும் சம்பூரைச் சென்றடைந்தோம். சண்டைகள் அதிகமாகலாம் என்ற பயத்தில் நூற்றுக்கணக்கான மக்கள் அந்த இடத்தைவிட்டு வெளியேறிக்கொண்டிருந்தனர். தொண்டு நிறுவனங்களான சர்வதேச செஞ்சிலுவைச் சங்கம், யூனிசெஃப், யு.என்.எஃப்.பி.ஏ போன்றோர் அகதிகளுக்கு உதவிசெய்ய விரைந்தனர். இலங்கை ராணுவமும் விடுதலைப் புலிகளும்

ஒருவரை ஒருவர் எதிர்கொண்டபடி, சண்டைக்கு ஆயத்தமாக நின்றுகொண்டிருந்தனர்.

சம்பூருக்குள் நுழைவதற்கு இரண்டு சோதனைச் சாவடிகளைத் தாண்டிச் செல்லவேண்டியிருந்தது. ஒன்று இலங்கை ராணுவத் துடையது. மற்றொன்று புலிகளுடையது.

எங்கு பார்த்தாலும் விமான குண்டுத்தாக்குதல் அடையாளங்கள் தென்பட்டன. சிதறிக்கிடந்த இடிபாடுகளை அகற்றும் வேலை யில் புலிகள் ஈடுபட்டிருந்தனர். அதேநேரம் பல போராளிகள் சண்டைபோடுவதற்குத் தயாராகிக்கொண்டிருந்தனர். புலிகள் சிலருடன் பேச்சுக்கொடுத்ததில், புலிகளின் திருகோணமலைப் பகுதி அரசியல் தலைவர் எஸ். எழிலன் என்பவருடன் பேசுமாறு சொன்னார்கள்.

எழிலனை மிகவும் கஷ்டப்பட்டுத் தேடி, உள்ளடங்கிய பகுதி ஒன்றில் கண்டுபிடித்தோம். ஆங்கிலம் புரிந்துகொண்டாலும், அவர் தமிழில்தான் பேசினார். நல்லவேளையாக, சுகுமாருக்குத் தமிழ் தெரிந்திருந்தது. நாங்கள் பேச ஆரம்பித்தபோது, எதிர் பார்த்தபடியே, சிவிலியன் சாவுகளுக்கு இலங்கை ராணுவத்தையும் விமானப்படையையுமே எழிலன் குற்றம் சாட்டினார். அமைதியை உடைக்க இலங்கை எடுத்துக்கொண்ட முயற்சிகள் என்னென்ன என்று ஒரு பெரும் பட்டியலையே வாசித்தார். கடந்த 16 மணிநேர குண்டுவீச்சில் மட்டும் 15 பேர் கொல்லப்பட்டுள்ளதாகவும் 25 பேர் காயமடைந்துள்ளதாகவும் தெரிவித்தார். இலங்கையின் வட கிழக்குப் பகுதியில் புலிகள் கட்டுப்பாட்டில் இருக்கும் அந்த இடத்தில் அதுவரை 600 ராக்கெட்டுகளும் சுமார் ஒரு டஜன் 500 பவுண்ட் குண்டுகளும் வீசப்பட்டுள்ளன என்றார்.

'பாதிக்கப்பட்ட அனைவருமே சிவிலியன்கள். எங்களுக்கு முன் கூட்டியே தகவல் கிடைத்ததால், மக்கள் அனைவரையும் எச்சரித் தோம். அவர்கள் பாதுகாப்பான இடங்களுக்குச் சென்று விட்டனர்' என்றார். எழிலன், சாதாரண சிவிலியன் உடையில், கையில் ஆயுதங்கள் ஏதும் இல்லாமல் இருந்தார். குண்டுவீச்சில் 26 வீடுகள் சேதம் அடைந்துள்ளன என்றும், முழுச் சேதம் எவ்வளவு என்று மதிப்பீடு நடந்துகொண்டிருக்கிறது என்றும் தெரிவித்தார். குண்டுவீசும் விமானங்கள், எறிகணைத் தாக்குதல் கள், பீரங்கித் தாக்குதல்கள் ஆகியவற்றைப் பயன்படுத்திய தற்காக இலங்கை அரசை அவர் கடுமையாகக் கண்டித்தார்.

ஆனால் இலங்கை ராணுவமோ, ஃபொன்சேகா தாக்கப் பட்டதைத் தொடர்ந்து, சுய பாதுகாப்புக்காக இந்தத் தாக்குதலில் ஈடுபட்டதாகத் தெரிவித்தது.

ஃபொன்சேகாமீதான தாக்குதலில் விடுதலைப் புலிகள் ஈடு படவே இல்லை என்று எழிலன் திட்டவட்டமாக மறுத்தார்.

இது புலிகளின் வழக்கமான பாணி. இதற்குமுன்னர் நடைபெற்ற பல்வேறு கொலைத் தாக்குதல்களிலும் தாங்கள் ஈடுபடவே இல்லை என்று புலிகள் திட்டவட்டமாக மறுத்துள்ளனர்.

பேட்டி நடக்கும் நேரம் முழுவதுமே, ஆயுதம் தாங்கிய போராளி கள் அங்கும் இங்கும் அலைந்தபடி இருந்தனர். தெருவுக்கு மறுபக்கம் பல இளைஞர்கள் கையில் பல்வேறு ஆயுதங்களுடன் சுற்றிக்கொண்டிருந்தனர். அதில் சிலர் சீருடை அணிந்திருந்தனர். சிலர் வெறும் லுங்கியில் இருந்தனர்.

பேட்டி முடியும்போது, 'இது போர்தான். மக்கள் குண்டு வீச்சிலும் பீரங்கித் தாக்குதலிலும் கொல்லப்படுகின்றனர். இனியும் இலங்கையில் அமைதி உள்ளது என்று யாரும் சொல்ல முடியாது' என்றார் எழிலன்.

அமைதி இல்லை என்பது உண்மைதான். ஆனால் போர் இன்னமும் ஆரம்பிக்கவில்லை.

ஆனால் அடுத்த மூன்று மாதத்துக்குள் போர் ஆரம்பித்துவிடும் என்று யாருமே நினைத்திருக்கமுடியாது.

போருக்கு நெருப்பு பற்றவைத்தது, தண்ணீர்!

21 ஜூலை 2006 அன்று கிழக்கு மாகாணத்தில் திருகோணமலை மாவட்டத்தில் உள்ள மாவிலாறு அணையின் மதகுகளை விடுதலைப் புலிகள் இழுத்து மூடினர்.

புவியியல்ரீதியில், இலங்கையின் இனங்களான சிங்களர், தமிழர், முஸ்லிம் ஆகிய மூவரும் இணைந்து வாழும் ஒரு பகுதியில்தான் மாவிலாறு இருக்கிறது. இந்த மூவரும் வசிக்கும் கிராமங்கள் அருகருகே இருப்பதால், இந்தப் பகுதியில் எது நடந்தாலும் அது மூன்று சமூகங்களையும் பாதிக்கும்.

ராணுவரீதியிலும் மாவிலாறு முக்கியத்துவம் வாய்ந்தது.

திருகோணமலை துறைமுகத்துக்கும் மூதூர் கடற்படை முகாமுக்கும் தேற்கே மாவிலாறு அமைந்துள்ளது. இந்தப் பகுதி தொடர்பாக அரசுப் படைகளுக்கும் விடுதலைப் புலிகளுக்கும் இடையே பல மோதல்கள் நிகழ்ந்துள்ளன. திருகோணமலையையும் மட்டக்கிளப்பையும் இணைக்கும் A-15 நெடுஞ்சாலை இந்தக் கரையோரமே செல்கிறது.

அணையை அடைத்ததால் அரசுக் கட்டுப்பாட்டில் உள்ள கிராமங்களுக்கு நீர் செல்வது நின்றுவிட்டது. இதனால், சுமார் 30,000 பேருக்குக் குடிதண்ணீர் கிடைக்கவில்லை. இந்த நீரை நம்பியிருந்த நெல் வயல்களும் பாதிக்கப்பட்டன.

ஆரம்பத்தில் அரசு, அமைதிப் பேச்சுவார்த்தையில் ஈடுபட்டு இருந்த இலங்கை கண்காணிப்புக் குழுவிடமிருந்து உதவியை எதிர்பார்த்தது. ஆனால் புலிகள் இணங்கி வரவில்லை.

வேறு ஏதும் வழி தெரியாததால், குடியரசுத் தலைவர் ராஜபக்ஷே, மோதிப் பார்த்துவிடுவது என்ற நிலைக்குத் தள்ளப்பட்டார்.

நீர் விநியோகம் என்பது அடிப்படை மனித உரிமை என்றும் அது எந்தப் பேச்சுவார்த்தையிலும் ஒரு பகடைக் காயாக ஆக்கப்படக் கூடாது என்றும் அறிவித்த ராஜபக்ஷே, புலிகளை எச்சரித்தார்: 'நீர் தருவதற்கு யாரேனும் எதேனும் கட்டுப்பாடுகளை விதித்தால், அரசு தன்னால் முடிந்த அனைத்தையும் செய்து தடைகளை எதிர்கொண்டு, மக்களது தேவைகளைப் பூர்த்திசெய்யும்.'

புலிகளிடமிருந்து மாவிலாறு அணையைக் கைப்பற்ற ஆபரேஷன் வாட்டர்ஷெட் நிகழ்த்தப்பட இருந்தது. அதிர்ஷ்டவசமாக, அந்தத் தாக்குதலுக்கு இரண்டு நாள்களுக்கு முன்னதாக, ஏப்ரல் மாதம் நடைபெற்ற தற்கொலைத் தாக்குதலில் ஏற்பட்ட காயங்களில் இருந்து முற்றிலுமாகக் குணமடைந்திருந்த சரத் ஃபொன்சேகா, சிங்கப்பூரிலிருந்து திரும்பிவந்திருந்தார்.

குடியரசுத் தலைவரைப் பொருத்தமட்டில், ஃபொன்சேகா திரும்பி வந்தது உளவியல்ரீதியில் மிகவும் வலு சேர்த்தது.

தேவைப்பட்டால் ஆயுதங்களைப் பயன்படுத்தி, மாவிலாறு மதகுகளைத் திறந்துவிடுமாறு ராணுவத்துக்கு ஆணையிட்டார்.

பேச்சுவார்த்தைகள் தோல்வியில் முடிவடையவே, விமானப் படைகள் 26 ஜூலை அன்று புலிகளின் பகுதியில் குண்டுகளை

வீசின. அதே நேரம் தரைப்படை தனது முயற்சிகளை ஆரம்பித்தது.

ஒரு தரைப்படை பட்டாலியனுடன் பல அதிரடி கமாண்டோக்களையும் ஜெனரல் ஃபொன்சேகா களத்தில் இறக்கினார்.

ஆபரேஷன் வாட்டர்ஷெட் ஆரம்பமானது.

கல்லாறு ராணுவ முகாமிலிருந்து இரண்டு கிலோமீட்டர் தள்ளி இருந்த மாவிலாறு அணைக்கட்டை நோக்கி இரு கம்பெனிகள் சென்றபோது, புலிகள் அவர்களை பீரங்கிகளால் தாக்கினர். தாக்குதலை எதிர்பார்த்திருந்த புலிகள் T வடிவ அகழிகளைக் கட்டி அதில் இருந்தபடி, முன்னேறிவரும் ராணுவத்தை நோக்கிக் குறிபார்த்துத் தாக்கத் தொடங்கினர்.

முதல் நாள் நிகழ்ந்த புலிகளின் கடுமையான தாக்குதலால் ஐந்து தரைப்படை வீரர்களும் இரு கமாண்டோ அதிகாரிகளும் பலியானார்கள். எனவே புலிகளின் குண்டுகள் தீரும்வரை படைகள் காத்திருந்தன. ஒரு நாள் கழித்து படைகள் மாவிலாறு அணையின் மேற்குக் கரையை அடைந்தன.

ஆனால் மதகின் கதவுகளை அடையும் வேலை, எதிர்பார்த்த அளவுக்கு எளிதாக இருக்கவில்லை. புலிகள் கடுமையாகச் சண்டையிட்டு, படைகளின் முன்னேற்றத்தைத் தடுத்தனர். எனவே படைகளுக்கு ஆதரவாக போர் விமானங்களும் பீரங்கிகளும் கொண்டுவரப்பட்டன. கூடவே புலிகள்மீது அழுத்தம் கொடுக்க வடக்கு, கிழக்கு பகுதிகளின் பல இடங்களில் விமானங்கள்மூலம் குண்டுகள் வீசப்பட்டன.

புலிகளும் படைகளை வேறு பக்கம் இழுக்க, வெவ்வேறு இடங்களில் தாக்குதலை ஆரம்பித்தனர். 1 ஆகஸ்ட் 2006 அன்று கல்லாறு வாய்க்கால் பகுதிக்கு வலுவூட்ட அனுப்பப்பட்ட 18 ராணுவ வீரர்கள் அடங்கிய வாகனம், கிளேமோர் கண்ணியில் மாட்டி வெடித்துச் சிதறியது.

மிகவும் தைரியமான, ஆனால் தோல்வியுற்ற ஒரு தாக்குதல் அன்று மதியம் நடைபெற்றது.

800 படை வீரர்கள் அடங்கிய கப்பல் ஒன்று வடக்கில் காங்கேசந்துறை துறைமுகத்தில் இருந்து கிளம்பி திருகோணமலையை நோக்கி வந்துகொண்டிருந்தது. இந்த வீரர்கள் விடுப்பில்

சென்றவர்கள். ஜெட்லைனர் என்ற அந்தக் கப்பல் அதற்கு முந்தைய மாதம்தான் இந்தோனேசியாவிலிருந்து வாடகைக்கு எடுக்கப்பட்டிருந்தது. கிட்டத்தட்ட இரு டஜன் கடற்புலிப் படகுகள் இந்தக் கப்பல்மீது தற்கொலைத் தாக்குதல் நடத்தின. உடனே கிஃபிர் போர் விமானங்களும் பீரங்கி பொருத்திய ஹெலிகாப்டர்களும் அந்த இடத்தைச் சுற்றி வளைத்தன. இலங்கைக் கடற்படையின் கப்பல்களும் எதையும் எதிர் கொள்ளத் தயாராக அங்கு சென்றன.

இறுதியில் இலங்கைக் கடற்படை, தங்களது வீரர்கள் அடங்கிய கப்பலைக் காப்பாற்றி துறைமுகத்துக்குள் கொண்டுவந்து சேர்த்தது. கடற்புலிகளின் மூன்று படகுகள் அழிக்கப்பட்டன. இரு படகுகள் சேதம் அடைந்தன. கடற்படை முகாமைச் சுற்றி இருந்த பகுதிகளிலிருந்து, புலிகள் பீரங்கிகள் கொண்டு தாக்கினர். அதில் நான்கு கடற்படை வீரர்கள் கொல்லப்பட்டனர்.

அடுத்த நாள், திருகோணமலையின் தெற்கில் உள்ள கட்டப் பறிச்சான், செல்வநகர், மகிந்தபுரா போன்ற பகுதிகளில் உள்ள ராணுவ முகாம்கள்மீது புலிகள் தாக்குதல் தொடுத்தனர். இதற்குப் பல மணி நேரங்கள் கழித்து, முஸ்லிம்கள் பெரும்பான்மையாக உள்ள கடலோர நகரான மூதூர்மீதும் புலிகள் தாக்குதல் தொடுத் தனர். ராணுவம் கடுமையாக எதிர்த்தபோதும், புலிகள் இந்த நகருக்குள் நுழைந்து பல அரசுக் கட்டடங்களைக் கைப்பற்றினர். ஆனால் ராணுவம் கடுமையான பதிலடி கொடுத்து, நகரை மீண்டும் கைப்பற்றியது. இந்தச் சண்டையில் பெருவாரியான மக்கள் உயிருக்கு பயந்து நகரை விட்டு ஓடவேண்டியிருந்தது.

இந்தச் சண்டையில் 10,000-க்கும் மேற்பட்டவர்கள் வீடுகளை இழந்ததாகவும், பல நூறு பேர் மூதூரிலிருந்து வெளியேறும் தெருக்களில் சிக்கியுள்ளதாகவும், உணவுக்கும் நீருக்கும் திண்டாடுவதாகவும் செஞ்சிலுவைச் சங்கம் தெரிவித்தது. பல ஆயிரம் பேர் நகருக்கு உள்ளேயே மாட்டியிருந்தனர். ஒரு பள்ளிக்கூடத்தில் பதுங்கியிருந்த மக்கள்மீது விழுந்த குண்டு, 15 பேரைக் கொன்றது என்றும் வெளியேறும் மக்கள் கூட்டம்மீது விழுந்த குண்டுகள் 20 பேரைக் கொன்றன என்றும் செஞ் சிலுவைச் சங்கம் தெரிவித்தது.

ஆகஸ்ட் 4 அன்று சண்டை மிகவும் கடுமையாக இருந்தது. பாதுகாப்பு மோசமாக இருந்த காரணத்தால் செஞ்சிலுவைச்

சங்கம் முதலான தொண்டு நிறுவனங்களும் அந்த ஊரை விட்டு அகன்றன. அன்றைக்கு, நகரை முழுமையாகக் கைப்பற்றி விட்டதாகவும், 200 புலிகளைக் கொன்றதாகவும் ராணுவம் அறிவித்தது. தாங்கள் 100 ராணுவத்தினரைக் கொன்றதாக புலிகள் அறிவித்தனர்.

மேலும் நான்கு நாள்களுக்கு சண்டை தொடர்ந்தது. இறுதியில் ஆகஸ்ட் 8 அன்று மாவிலாறு மதகுகள் திறக்கப்பட்டன. புலிகளுக்கு எதிரான போரில் இலங்கை ராணுவத்துக்கு முதல் வெற்றி கிடைத்தது. 'மனிதநேயக் காரணங்களுக்காக' நடை பெற்ற போர் என்றது ராணுவம்.

அடுத்த சில நாள்கள் ஆங்காங்கே சண்டை தொடர்ந்தது என்றாலும், தம் தரப்பில் கடுமையான உயிர்ச்சேதம் ஏற்பட்டதால் புலிகள் சண்டையை நிறுத்தவேண்டியதாயிற்று.

மாவிலாறு, மூதூர் பகுதிகளில் ஏற்பட்ட தோல்விகளுக்குப் பிறகு, புலிகள் தங்கள் கட்டுப்பாட்டில் இருந்த சம்பூர் பகுதியிலிருந்து திருகோணமலை கடற்படை முகாம்மீது தாக்குதல் நடத்த ஆரம்பித்தனர்.

கொட்டியார் விரிகுடாவின் மறுபக்கம் இருந்த சம்பூர், 22 பிப்ரவரி 2002 போர்நிறுத்த ஒப்பந்தம்வரை அரசின் கட்டுப் பாட்டில்தான் இருந்தது.

ஆனால் அமைதிக் காலத்தில் புலிகள் சம்பூரைச் சுற்றி முகாம் களை உருவாக்கியிருந்தனர். கொட்டியார் வளைகுடாவைத் தாண்டி உள்ள திருகோணமலையையும் சீனன் வளைகுடாவை யும் நீண்டதூர பீரங்கிகளைக் கொண்டு தாக்கச் சரியான இடம் சம்பூர்தான் என்பதாலேயே புலிகள் இந்த இடத்தைப் பிடித்தனர்.

ஏப்ரல் 2006-ல் நான் திருகோணமலைக்குப் போனபோது, சம்பூர் சென்றுதான் புலிகளின் பிராந்தியத் தலைவர் எழிலனைச் சந்திக்க வேண்டியிருந்தது. அங்கு புலிகள் முழு நிர்வாகக் கட்டமைப்பை உருவாக்கியிருந்தனர். காவல் நிலையம், நீதிமன்றம், வங்கி, வரி அலுவலகம் ஆகியவற்றுடன் ஒரு முழு அரச நிர்வாகம் போலவே சம்பூரில் அவர்கள் ஆட்சி செய்தனர்.

2002-லிருந்து 2006 வரை, ராணுவ முக்கியத்துவம் வாய்ந்த பகுதிகளை புலிகள் பிடித்திருப்பதையும், போர் என்று வந்தால்

அங்கிருந்தபடி புலிகள் திருகோணமலை துறைமுகத்தைத் தாக்கக்கூடும் என்பதையும் இலங்கைக் கடற்படை இலங்கை அரசுக்குத் தெரிவித்தபடியே இருந்தது. ஆனால் ராணுவத் தலைமை இந்த எச்சரிக்கைகளை அசட்டையாக விட்டுவிட்டது.

இப்போது மாவிலாறு ராணுவத்திடம் வீழ்ந்தபிறகு, புலிகள் சம்பூரில் இருந்தபடி, திருகோணமலை துறைமுகத்தை பீரங்கித் தாக்குதலுக்கு உட்படுத்த ஆரம்பித்தனர்.

உடனடியாக சம்பூரிலிருந்து புலிகளைத் துரத்தவேண்டும் என்பதைப் புரிந்துகொண்ட சரத் ஃபொன்சேகா, அங்குள்ள புலிகள் முகாம்களின்மீது தாக்குதல் தொடுக்க உத்தரவிட்டார்.

28 ஆகஸ்ட் 2006 அன்று சம்பூரையும் அதை அடுத்து இருக்கும் கட்டைப்பறிச்சான், தோப்பூர் பகுதிகளையும் கைப்பற்ற ராணுவம் தாக்குதலை ஆரம்பித்தது. பல நாள்கள் தொடர்ந்த பீரங்கித் தாக்குதல்கள், வான்வழி குண்டுவீச்சுகளை அடுத்து ராணுவம் மும்முனைப் போரை ஆரம்பித்தது.

இந்த மூன்று முனைத் தாக்குதல்களில் ஒன்று புலிகளை ஏமாற்றுவதற்காகத் தொடங்கப்பட்டது. ஒரு ராணுவக் குழு சம்பூரை நோக்கிச் செல்லாமல் சம்பூருக்கு எதிர்த்திசையில் சென்றது.

8-வது சிம்ஹா ரெஜிமெண்ட், 6-வது கஜபா ரெஜிமெண்ட் என்ற இரு தரைப்படை பட்டாலியன்கள் மோதலை முன்னெடுத்துச் சென்றன. அவர்களுக்கு ஆதரவாக டாஸ்க் ஃபோர்ஸூம் கூடச் சென்றது.

அடுத்து வரும் மாதங்களில் இதுபோன்ற டாஸ்க் ஃபோர்ஸ் படைகள், நான்காவது ஈழப்போரின் அனைத்துச் சண்டைகளிலும் முக்கிய இடம் பிடித்தன.

புலிகளுக்குத் தலைமை தாங்கியது, திருகோணமலை மாவட்ட புலிகள் தளபதி 'கர்னல்' சுவர்ணம் என்பவர்.

தரைப்படை முன்னேற ஆரம்பித்ததும் கடற்படை பீரங்கிப் படகுகள் இலக்கந்தை வழியாக கிழக்கு மூதூர் கரையைத் தாக்கின. புலிகள் பகுதிகள்மீது, கட்டைப்பறிச்சான், செல்வ நகர், தோப்பூர் பகுதிகளில் உள்ள ராணுவ முகாம்களிலிருந்து பீரங்கித் தாக்குதல்கள் தொடுக்கப்பட்டன.

அதே நேரம், திருகோணமலை துறைமுகத்தில் இருந்த கடற் படை முகாமிலிருந்தும் மங்கீஸ் பிரிட்ஜ் பகுதியில் இருந்த ராணுவ முகாமிலிருந்தும், கொட்டியார் விரிகுடா பகுதியில் இருந்த சம்பூர் கரையை நோக்கி எறிகணைத் தாக்குதலும் பீரங்கித் தாக்குதலும் நிகழ்த்தப்பட்டன.

விமானப்படையின் கிஃபிர், மிக் ரக விமானங்கள், புலிகளின் கட்டுப்பாட்டில் இருந்த கிழக்கு மூதூர், ஈச்சிலம்பற்று-வெருகல் பகுதிகளைத் தாக்கின.

எதிர்பாராத இந்தத் தாக்குதல்களால் அதிர்ச்சி அடைந்த புலிகள், ராணுவப் படைகளை தோப்பூர் பகுதியில் அதிகாலை நேரத்தில் எதிர்கொண்டனர். நாள் முழுவதும் கடுமையான சண்டை தொடர்ந்தது.

ஆகஸ்ட் 29 அதிகாலையில் போர் மூன்று முனைகளில் நடை பெற்றது. ஆனால் ஒருவராலும் மற்றவரை வெல்லமுடிய வில்லை. அந்த நிலையில் ராணுவம் டாங்குகளையும் கவச வாகனங்களையும் சண்டையில் இறக்கியது. மற்றொருபுறம் வானிலிருந்து குண்டுவீச்சும், கடல்பகுதியில் இருந்து பீரங்கிப் படகுகள் வழியான தாக்குதலும் தரைப்படைக்கு ஆதரவாகச் செயல்பட்டன.

பச்சானூர் என்ற இடத்தில், புலிகளின் தடுப்பு வியூகத்தில் முதலில் பிளவு ஏற்பட்டது. காட்டாறு ஒன்றின் அருகே, நன்கு பாதுகாக்கப்பட்ட ஒரு தடுப்பரணை புலிகள் அமைத்திருந்தனர். பல மணி நேரச் சண்டைக்குப் பிறகு, இந்த ஆற்றுக்குப் பின்னே இருந்தபடி, முன்னேறும் படைகள்மீது புலிகள் பீரங்கித் தாக்குதல் நடத்தினர். இரண்டாம் நாள், ராணுவத்தின் இழப்பு களைவிட புலிகளின் இழப்பு அதிகமாக இருந்தது. வயர்லெஸ் செய்திகளை இடைமறித்துக் கேட்கையில் புலிகள் தரப்பில் 20 பேர் கொல்லப்பட்டதும், அரசுத் தரப்பில் 6 வீரர்கள் கொல்லப் பட்டதும் தெரியவந்தது.

இரண்டு நாள்கள் கடுமையான சண்டைக்குப்பிறகு, ராணுவம் சற்றே சுதாரித்து, அதுவரையில் தாங்கள் கைப்பற்றியிருந்த பகுதிகளை முழுவதும் தம்வசமாக்கும் முயற்சியில் இறங்கியது. மேற்கொண்டு முன்னேறுவதற்குமுன், புதைத்து வைக்கப் பட்டிருக்கும் கண்ணி வெடிகளை அப்புறப்படுத்த வேண்டி யிருந்தது. புலிகளும் தங்கள் படைகளை வீணடிக்க விரும்ப

வில்லை. போராளிகளுக்கு வலு சேர்ப்பதற்காக புலிகள் அனுப்பிய படகு ஒன்றை இலக்கந்தை அருகில், கடற்படை குண்டுவீசி அழித்தது.

அடுத்த இரு நாள்களும் இரு பக்கத்திலும் விட்டு விட்டு பீரங்கித் தாக்குதல்கள் நடைபெற்றன. புலிகள் சம்பூரை விட்டுக் கொடுக்கத் தயாராக இல்லை. ராணுவமும் தங்களது முயற்சியில் பின்வாங்குவதாக இல்லை.

இடையில் ராணுவம் புதிய பிரச்னை ஒன்றைச் சந்திக்கவேண்டி யிருந்தது. சம்பூரைக் கைப்பற்ற மாபெரும் போர் நடைபெற உள்ளது என்பதை அறிந்துகொண்ட மக்கள், பீதியில் அங்கிருந்து வெளியேற முற்பட்டனர். பலர் ஆற்றைத் தாண்டி மட்டக்கிளப்பு மாவட்டத்தை அடைந்தனர். மாவட்ட நிர்வாகம், மிகவும் கஷ்டப்பட்டே, புதிதாக வரும் மக்களைக் குடியமர்த்தி, உணவளிக்கும் வேலையைச் செய்ய முற்பட்டது.

போர்முனையில், புலிகள் சற்றே பின்வாங்கினர். இதனால் ராணுவம் நன்கு முன்னேறியது. செப்டம்பர் 4 அன்று ராணுவம் சம்பூரில் முகாமிட்டது. புலிகள் தங்கள் தோல்வியை ஒப்புக் கொண்டனர். அந்த இடத்திலிருந்து தாங்கள் அனைவரும் வெளியேறிவிட்டதாக அறிவித்தனர்.

ஒன்பது நாள்கள் நடந்த கடுமையான போருக்குப்பின், 120 புலிகளும் 63 ராணுவத்தினரும் கொல்லப்பட்டபின், சம்பூர், ஃபௌல் பாயிண்ட், கட்டப்பறிச்சான் பகுதிகளை ராணுவம் மீண்டும் தங்கள் கைக்குள் கொண்டுவந்தது.

2002-ல் போர் நிறுத்த ஒப்பந்தம் கையெழுத்தானபிறகு பெரிய அளவில் நிலம் கைமாறியது இப்போதுதான்.

திருகோணமலைமீதான தாக்குதல் அபாயமும் இதனால் அகற்றப்பட்டது.

என்ன காரணத்தால் குடியரசுத் தலைவர் ராஜபக்ஷே, கிழக்கில் புலிகளுடன் யுத்தம் செய்ய முன்வந்தார்? ஏன் அந்தக் கட்டத்தில் அப்படி ஒரு முடிவை எடுத்தார்?

இரண்டு காரணங்கள் இருந்தன. ஒன்று ராணுவக் காரணம், மற்றொன்று அரசியல் காரணம்.

2006-ல், கிழக்குப் பகுதிகள் முற்றிலும் விடுதலைப் புலிகளின் கட்டுப்பாட்டில் இல்லை. கருணா, தன் 6,000 ஆதரவாளர்களுடன் புலிகள் அமைப்பில் இருந்து பிரிந்து சென்றிருந்தார். அதனால், ராணுவத்தால் புலிகளை எளிதாக எதிர்கொள்ள முடிந்தது.

ராணுவக் காரணம் ஒருபக்கம் இருக்க, உள்நாட்டு எதிர்பார்ப்புகளும் அப்போது (ஜூலை 2006) உலக அளவில் இருந்த நிலையும் சேர்ந்து ராஜபக்ஷேயின் முடிவைத் தீர்மானித்தன.

ஈழத்துக்கு எதிரான திட்டத்துடன் தேர்தலில் வெற்றிபெற்ற ராஜபக்ஷேவின் கூட்டணிக் கட்சிகளாக ஜனதா விமுக்தி பெரமுனவும் ஜாதிக ஹேலஉருமயவும் கடுமையான அழுத்தத்தைக் கொடுத்து, விடுதலைப் புலிகளை எதிர்கொள்ளுமாறு வற்புறுத்திவந்தன. அமைதி ஒப்பந்தம் கந்தலாகக் கிழிந்து கிடந்தது. கடந்த ஒரு வருடமாகவே புலிகள் ராணுவத்தின்மீது தாக்குதல்களை நடத்தியபடி இருந்தனர். பல சிவிலியன்களும் இதில் கொல்லப்பட்டனர். கொழும்பின் இதயத்தில், மிகவும் பாதுகாப்பான இடம் என்று அனைவரும் கருதிய ராணுவத் தலைமையகத்தின் உள்ளேயே ராணுவத் தளபதிமீது நடைபெற்ற தாக்குதல், அரசின்மீது மக்கள் கொண்டிருந்த நம்பிக்கையை முற்றிலும் அசைத்துவிட்டது.

இறுதியில் புலிகள் தரப்பிலிருந்து நிகழ்ந்த செயல் அனைவரையும் கொந்தளிக்கவைத்தது. மாவிலாறு தண்ணீர் பிரச்னை, 60,000 சிங்கள விவசாயிகளின் வாழ்க்கையை கேள்விக்கு உள்ளாக்கியது. அந்த நிலையில் குடியரசுத் தலைவர் ராஜபக்ஷேயால் ராணுவ நடவடிக்கையைக் கையில் எடுக்க முடிந்தது. இதனால் புலி எதிர்ப்பாளர்களையும் திருப்தி செய்யமுடிந்தது. தண்ணீர் வரத்தை மீண்டும் கொண்டுவருவதன்மூலம் விவசாயிகளின் தோழன், ஏழைகளின் காவலன் என்றும் தன்னைக் காட்டிக் கொள்ள முடிந்தது.

அங்கிருந்து அடுத்த மூன்றாண்டுகளுக்கு, மனித நேயக் காரணங்களைச் சுட்டிக்காட்டியே ராணுவத்தைப் பயன்படுத்துவது என்ற கொள்கையை ராஜபக்ஷே மேற்கொண்டார்.

உலக அளவிலும் கொழும்பு வலுவான நிலையில் இருந்தது. தொடர்ந்து அரசியல் எதிரிகளைக் கொலை செய்துவந்ததாலும் போர் நிறுத்த ஒப்பந்தத்தை மீறி நடந்துகொண்டதாலும்,

பிரபாகரன் சர்வதேச நாடுகளின் அதிருப்தியைச் சம்பாதித்திருந் தார். மே 2006-ல் கனடாவும் ஐரோப்பிய ஒன்றியமும் புலிகள் அமைப்பைத் தடை செய்திருந்தன.

எனவே, விடுதலைப் புலிகளைத் தாக்க இதுதான் சரியான சமயம் என்று ராஜபக்ஷே முடிவெடுத்தார். இதற்குமுன் அவ்வளவு சிறப் பாகப் பணியாற்றியிராத ராணுவம் இம்முறை குடியரசுத் தலைவரைக் கைவிடவில்லை.

1999-2000-க்குப் பிறகு இப்போதுதான் ராணுவம் புலிகளின் தாக்குதலை எதிர்கொண்டு நின்றது. ஆரம்பத்தில் சில தோல்விகள் இருந்தாலும் விடாமல் நின்று முன்னேறியது. இதற்கு முன்பெல்லாம், கொஞ்சம் கடுமையான தாக்குதல் இருந்தாலும் ராணுவம் தறிகெட்டுச் சிதறிவிடும். சண்டையிடும் மன உறுதியிலும் ராணுவத் தலைமையிலும் நல்ல மாற்றம் வந்திருந்ததை இது காட்டியது. தரைப்படைக்கும் விமானப் படைக்கும் இடையேயான ஒருங்கிணைப்பிலும் நல்ல முன் னேற்றம் இருந்தது. இதற்கு முந்தைய காலங்களில் இரு படைப் பிரிவுகளுக்கும் இடையே அவ்வளவு நல்ல ஒருங்கிணைப்பு இருந்ததில்லை.

மேலும், மாவிலாறு போரில் புலிகள் செய்த தவறுகளை ராணு வம் தனக்கு ஆதரவாக எடுத்துக்கொண்டது.

இலங்கை ராணுவத் தலைமையின் புதிய உறுதியையும் படை களின் திறனையும் பிரபாகரன் குறைத்து மதிப்பிட்டிருந்தார். புலிகளின் திட்டமிடுதலும் செயல்பாடும்கூட சிறப்பாக இருக்க வில்லை. கருணா பிரிந்துபோன காரணத்தால், போராளி களுக்குத் தலைமை தாங்குவோர், கிழக்குப் பகுதி பற்றி அதிகம் அறிந்திருக்கவில்லை. சரியான ஆள்பலம் இல்லாதபோதும் புலிகள் போரில் ஈடுபட்டிருந்தனர்.

மாவிலாறு, சம்பூர் வெற்றிகளுக்குப்பின் கொழும்பு அனுப்பிய செய்தி தெளிவாக இருந்தது. முந்தைய குடியரசுத் தலைவர் களைப்போல் அல்லாமல், ராஜபக்ஷே புலிகளை நேரடியாக எதிர்கொள்வதில் தயக்கம் காட்டமாட்டார்.

இலங்கை இப்போது முழுப் போரை நோக்கிச் செல்ல இருந் தது. ஆனால் இரு தரப்புமே போர் நிறுத்தத்தை ரத்து செய்வதாக வெளிப்படையாகச் சொல்லவில்லை.

மாவிலாறை மீட்டதும் சம்பூரைக் கைப்பற்றியதும் இலங்கை ராணுவத்துக்கு புது நம்பிக்கையை அளித்திருந்தன. குடியரசுத் தலைவரின் முழு ஆதரவுடன், சரத் ஃபொன்சேகா அடுத்து கிழக்கி லிருந்து புலிகளை முற்றிலுமாக துரத்தியடிக்கத் தீர்மானித்தார்.

ஃபொன்சேகாவும் அவரது தளபதிகளும் முழுமையான திட்டம் ஒன்றை வடிவமைக்க மூன்று மாதங்கள் எடுத்துக்கொண்டனர்.

டிசம்பர் 8 அன்று ராணுவம், மட்டக்கிளப்பு மாவட்டத்தில் புலிகளை எதிர்கொண்டது. இலங்கையின் கிழக்குக் கடற்கரை யில் வாகரை என்ற காயல் பகுதியில் உள்ள புலிகள் முகாமை அழிப்பதுதான் இந்தத் தாக்குதலின் நோக்கம்.

நாவலடி சந்திப்புக்கு வடக்கே வெருகல் ஆறு வரையிலான 50 கிலோமீட்டர் தூரம் முழுவதையும் கொண்டது வாகரை. அதன் கிழக்குப் பகுதி, வங்காள விரிகுடாவரை செல்கிறது. மேற்கில், வளமான விவசாய நிலங்களும் காடுகளும். மட்டக்கிளப்பு - திருகோணமலை A-15 நெடுஞ்சாலை வாகரை வழியாகத்தான் செல்கிறது. எனவே கிழக்கை புலிகளிடமிருந்து விடுவிக்க வாகரையைக் கைப்பற்றுவது முக்கியம் என்று தீர்மானித்தார் ஃபொன்சேகா.

திட்டமிடுவது எளிதுதான். செயல்படுத்துவதுதான் கடினம்.

மாவிலாறு, சம்பூர் தோல்விகளுக்குப்பிறகு புலிகள் தெற்கு நோக்கிச் சென்று, வாகரையின் பாதுகாப்பைப் பலப்படுத்தும் விதமாகப் பல முகாம்களை அமைத்திருந்தனர். வாகரைக்குச் செல்லும் வழியில் கஜுவத்தை தொடங்கி உப்பாறு வரையில் குறைந்தது 25 முகாம்கள் இருந்தன. பனிச்சங்கேனி பாலம் வரை, கிழக்கு-மேற்காக 3-6 கிலோமீட்டர் நீளம் கொண்ட மூன்று தடுப்பரண்களையும் புலிகள் நிறுவியிருந்தனர்.

ஆனாலும், இவற்றையெல்லாம் கண்டு ஃபொன்சேகா கலங்க வில்லை. புலிகளுடன் பலமுறை பொருதியிருந்த ஃபொன்சேகா புதிய திட்டம் ஒன்றைத் தீட்டினார். எதிரியின் வலுவான இடத்தில் எதிர்கொள்ளுதல்தான் அந்தத் திட்டம். மட்டக் கிளப்பில் புலிகளின் வலுவான பகுதி என்பது வாகரைதான்.

மே 2009-ல் ஃபொன்சேகா என்னிடம் இந்த உத்தி குறித்து விளக்கமாகப் பேசினார். ‘பொதுவான ராணுவ உத்திகளில்,

எதிரியின் பலவீனமான பகுதியைக் குறிவைத்துத் தாக்க வேண்டும் என்றே சொல்வார்கள். ஆனால் விடுதலைப் புலி களின் அமைப்பை நன்கு அறிந்திருந்த நான், போரின் ஆரம்பத் திலேயே அவர்களது வலுவான பகுதியைக் குறிவைத்துத் தாக்க முற்பட்டேன். அதில் வெற்றி கண்டால், என் வேலையில் 50% முடிந்துவிடும். ஏனெனில் புலிகளிடம் மாற்று ஏற்பாடுகள் என்று ஏதும் இல்லை என்பதை நான் அறிவேன்' என்றார்.

மேலும், புலிகள் ஒரு நேரத்தில் ஒரு முனையில் மட்டுமே சண்டை போடக்கூடியவர்கள் என்பதையும் ஃபொன்சேகா அறிந் திருந்தார். எனவே மரபுசார்ந்த முறையில் போர் புரிவதிலிருந்து மாற முடிவுசெய்தார்.

இவ்வளவு கடுமையான தடுப்பரண்களை எதிர்கொள்ள ஜெனரல் ஃபொன்சேகா ஏகப்பட்ட டிவிஷன்களைக் களத்தில் இறக்கவேண்டும். புலிகளைத் தோற்கடித்து, அவர்களை முற்றிலும் அகற்றி, அந்த இடங்களைக் கைப்பற்ற இந்தப் படைகளுக்குப் பல மாதங்கள் பிடிக்கும். எனவே இந்த வழக்க மான முறைக்கு பதிலாக, ராணுவம் சிறு சிறு குழுக்களாகப் பிரிந்து ஒரே நேரத்தில் பல இடங்களில் சிறு சிறு தாக்குதல்களை நடத்தும். இவ்வாறு பிறந்ததுதான் இலங்கை ராணுவத்துக்கும், ஏன் புலிகளுக்குமேகூட, முற்றிலும் புதிதான ஒரு போர்முறை!

அப்போது உருவானதுதான் ஃபொன்சேகாவின் பிரபலமான 8-பேர் குழு.

டாஸ்க் ஃபோர்ஸ் வீரர்களைக் கொண்ட எட்டு பேர் குழுக்கள் பல உருவாக்கப்பட்டு, இவை முன்னேறித் தாக்கும் முதன்மைப் போர்க் குழுக்களாகச் செயல்பட்டன. இவர்களது வேலை முன்னோக்கிச் சென்று முடிந்த அளவு புலிகளின் போராளி களையும் ஆயுதங்களையும் தாக்கி அழிக்கவேண்டும். உடனே பின்னோக்கி மீண்டும் தங்கள் முகாம்களுக்கு வந்துவிட வேண்டும். இப்படிப்பட்ட பல குழுக்கள் உருவாக்கப்பட்டு, புலிகளின் பகுதிகளுக்குள் ஊடுருவிச் சென்று தாக்குமாறு பணிக்கப்பட்டன. அப்படித் திரும்ப வரும் குழுக்களிடமிருந்து புலிகளின் பலம், போராளிகளின் எண்ணிக்கை, தடுப்பரண்களின் தன்மை போன்ற பல விவரங்களும் சேகரிக்கப்பட்டன. ஆக, முக்கியமான மோதல் நிகழ்வதற்கு முன்னமேயே ராணுவத் திடம் போதிய அளவு தகவல்கள் இருந்தன.

56

அத்துடன், தாக்குதல் நடக்க இருந்த பகுதியில் பெரும் எண்ணிக்கையில் இருந்த சிவிலியன்களையும் ஃபொன்சேகா கணக்கில் எடுக்கவேண்டியிருந்தது.

எனவே சிவிலியன்களை பத்திரமாக அரசுத் தரப்புப் பகுதிக்குக் கொண்டுவர ஓர் உத்தி கையாளப்பட்டது. தொலை தூரத் தாக்குதல் குழுக்கள், பல இடங்களில் திடீர்த் தாக்குதலை மேற்கொள்வர். அந்தத் தாக்குதலை எதிர்கொள்ள போராளி கள் பல முனைகளுக்கும் செல்லும்போது, மக்கள் ஓடித் தப்பித்து, அரசுப் பகுதிகளுக்குச் சென்றுவிடுவார்கள். போராளிகள் ஒரே நேரத்தில் பல இடங்களுக்கும் செல்ல வேண்டி இருந்ததால், மக்களை வற்புறுத்தி நிறுத்திவைக்க முடியாமல் போனது.

இவ்வாறு இரு மாதங்களுக்கு 8-பேர் ஆழ ஊடுருவும் குழுக் களும் தொலை தூரத் தாக்குதல் குழுக்களும் மட்டுமே சண்டை யில் ஈடுபட்டன. அதன்பிறகே, 4 டிசம்பர் 2006 அன்று ராணுவம் மரபார்ந்த சண்டையில் ஈடுபடத் தொடங்கியது. மூன்று முனைகளில் தாக்கிய ராணுவம், திருகோணமடு காட்டுக்குள் 15 கிலோமீட்டர் நிலப்பரப்பைக் கைப்பற்றியது. புலிகளின் மூன்று முகாம்கள் முற்றிலும் அழிக்கப்பட்டன.

அடுத்த ஐந்து நாள்களில் மூன்று திசைகளிலிருந்து அடுத்தடுத்து தாக்குதல்கள் நிகழ்த்தப்பட்டன. திருகோணமடு பகுதியிலிருந்து தாக்கிய ஒரு டாஸ்க் ஃபோர்ஸ் குழு, புலிகள் பகுதியில் 12 கிலோமீட்டர் முன்னேறி, தோணிதாட்டமடு பகுதியில் இருந்த புலிகளின் முகாமை முற்றிலுமாக அழித்தது. புலிகளின் இரு பதுங்கு குழிகளும் அழிக்கப்பட்டன.

10 டிசம்பர் அன்று முதலாம் கட்ட ஒருங்கிணைந்த ராணுவத் தாக்குதல்கள் முடிவுற்றபோது புதிதாகக் கைப்பற்ற பகுதிகளில், தரைப்படையினர் சிறு சிறு குழுக்களாகப் பரவி, ராணுவத்தின் பிடியை வலுப்படுத்தினர். 21,000-க்கும் மேற்பட்ட சிவிலியன் கள் அரசுப் பகுதிக்கு வந்தது ராணுவத்துக்கு மேலும் ஊக்கத்தைக் கொடுத்தது.

போர்ப்பரப்பில் சண்டை வலுக்கும் அதே நேரம், ஊடகப் பரப்பிலும் இலங்கை அரசுக்கும் புலிகளுக்கும் இடையே சண்டை மூண்டது.

அப்போது, ராணுவ நடவடிக்கைகள் தொடர்பான தகவல்கள் அனைத்தையும் ஊடகங்களுக்குத் தரும் வேலை பிரிகேடியர் பிரசாத் சமரசிங்கே என்பவருடையதாக இருந்தது. அவருக்குக் கிடைக்கும் தகவல்களை எல்லாம் அவர் உடனுக்குடன் பத்திரிகையாளர்களிடம் பகிர்ந்துகொண்டார். ஆனால் பிற ஆசியப் படைகளைப் போலவே, இலங்கை ராணுவமும் ஊடகங்களின் எதிர்பார்ப்பைப் புரிந்துகொள்ளவில்லை. தகவல் போருக்குத் தேவையான வளங்களை அவர்கள் சேர்த்து வைத்திருக்கவில்லை.

மாறாக, புலிகள் தரப்பில், தமிழ்நெட் (tamilnet.com) என்னும் இணையத்தளத்தை மிகவும் திறமைவாய்ந்த, நன்கு படித்திருந்த தர்மரத்தினம் என்ற தாரகி சிவராம் நடத்திவந்தார். தமிழ்நெட், புலிகளின் தலைமையுடன் நெருங்கிய தொடர்பு கொண்டிருந்தது. தமிழ்நெட்டின் பத்திரிகையாளர்கள் இலங்கை முழுவதிலும் பல தொடர்புகளை வைத்திருந்தனர்.

இதனால், அந்தக் கட்டத்தில் தமிழ்நெட்டும், அதன் காரணமாக விடுதலைப் புலிகளுமே, ஊடக வெளியில் தொடர்ந்து வெற்றி பெற்றவண்ணம் இருந்தனர்.

டிசம்பர் 2006-ல், கிழக்கில் விடுதலைப் புலிகள் பின்னடைவில் இருக்கும்போது, தனது வெற்றிகளைப் பற்றி ராணுவம் வாயையே திறக்கவில்லை. ஆனால் புலிகளோ தமிழ்நெட் வாயிலாக, சண்டை நடக்கும் இடத்து நிகழ்வுகளை விளக்கமாக எடுத்துவைத்தனர். 19 டிசம்பர் 2006 அன்று 'வாகரையில் மக்கள் படும் துன்பம் அதிகரித்துள்ளது' என்ற தலைப்பில் வெளியான இந்த தமிழ்நெட் செய்தியைப் பாருங்கள்:

வாகரையைச் சுற்றியுள்ள கிராமங்களான கதிரவெளி, வம்மி வெட்டுவான், பால்சேனை போன்ற பகுதிகளில் பள்ளிக்கூடங் களிலும் சுற்றியுள்ள வீடுகளிலும் ஏற்படுத்தப்பட்டுள்ள தாற்காலிக அகதி முகாம்களில் 20,000-க்கும் அதிகமான சிவிலியன்கள் வசிக்கிறார்கள். உணவுக்கும் பிற தேவைகளுக்கும் கடும் பற்றாக்குறை ஏற்பட்டுள்ளது என்று தொண்டு நிறுவன அதிகாரி ஒருவர் தமிழ்நெட்டுக்குத் தெரிவித்தார். முதியோரால் பல கிலோமீட்டர்கள் நடக்கமுடியாத நிலை என்பதால், வாகரையில் உள்ள பல குடும்பங்கள் தம் வீட்டின் மூத்தோரை அப்படியே விட்டுவிட்டு ஓடவேண்டியிருந்தது.

58

இலங்கை அரசு, ராணுவத் தாக்குதல்களை மேற்கொண்டு, தமிழர்களை வாகரையிலிருந்து வெளியேற்றுவதை சர்வதேச சமுதாயம் நேரடியாகவோ மறைமுகமாகவோ ஆதரிப்பதையும் வாய்மூடி மௌனமாக இருப்பதையும் தமிழர்கள் கடுமையாகக் கண்டித்துள்ளனர்.

இலங்கை ராணுவம் கஜுவத்தை முகாமிலிருந்து கதிரவெளிமீது மேற்கொண்ட பீரங்கித் தாக்குதலில் திங்கள்கிழமை இரவு 9.05 மணிக்கு ஏழு சிவிலியன் வீடுகள் நாசமாக்கப்பட்டன.

பதிலுக்கு கஜுவத்தை முகாமை விடுதலைப் புலிகள் தாக்கியதில் ஐந்து இலங்கை ராணுவ வீரர்கள் காயமடைந்தனர். காயமடைந்த வீரர்கள் எஸ்.எம்.குமரசிரி (42), கே.விஜசிங்க (33), எம்.ராஜகருண (36), எம்.கே.ஹெராத் (26) மற்றும் எஸ்.எல்.குமாரதாச (31) ஆகியோர் பொலனறுவ மருத்துவமனையில் சேர்க்கப்பட்டிருப்ப தாக இலங்கை ராணுவத்தின் வலைச்சேனை பிரிகேட் தலைமை யகத்திலிருந்து கிடைத்த தகவல் தெரிவிக்கிறது.

பள்ளிகளிலும் வாகரை மருத்துவமனையிலும் விட்டுச் செல்லப்பட்டு உள்ள வயதானவர்களைப் பார்த்துக்கொள்ள ஆட்கள் தேவை என்று தமிழர் புனர்வாழ்வுக் கழக அலுவலர் எஸ்.மூர்த்தி தெரிவித்தார்.

மாறாக, அவர்கள் தரப்பு செய்திகளைச் சொல்லவோ, அல்லது தமிழ்நெட்டில் வந்துள்ள செய்திகளை மறுக்கவோ பாதுகாப்பு அமைச்சகத்திடமும் ராணுவத்திடமும் தனியான இணையத் தளமோ தகவல் தொடர்பு அலுவலகமோ இல்லை.

ஆனால் ஆறே மாதத்தில் நிலைமை முழுமையாக மாற்றம் அடைந்தது. இலங்கை பாதுகாப்பு அமைச்சகம், 'தேசப் பாது காப்புக்கான ஊடக மையம்' என்ற அமைப்பை நிறுவியது.

இப்போது மீண்டும் போருக்கு வருவோம். டிசம்பர் 2006-ல், இலங்கை ராணுவம், 300 புலிகளையும் ஓரிரு தலைவர்களையும் கொன்றதாகத் தெரிவித்தது. டாஸ்க் ஃபோர்ஸைப் பயன்படுத்தி யதே இந்த அளவு வெற்றிக்குக் காரணம் என்று தளபதிகள் கருத்து தெரிவித்தனர். 1, 2, 3 டாஸ்க் ஃபோர்ஸைச் சேர்ந்த வீரர்கள் ராணுவத்துக்காகச் சிறப்பாகப் பணியாற்றியிருந்தனர். ஆனால் அவர்களது வேலை பாதிதான் முடிந்திருந்தது.

புலிகள் தங்கள் பீரங்கிகளை வாகரை பொது மருத்துவமனைக்கு அருகில் வைத்திருந்தனர். அங்கிருந்த பீரங்கிகள் நிற்காமல்

வெடித்துக்கொண்டிருந்தன. ஆனால் சிவிலியன் பகுதிகளுக்கு அருகிலும் மருத்துவமனைக்குப் பக்கத்திலும் இருப்பதால் இலங்கை ராணுவத்தால் திருப்பித் தாக்க முடியவில்லை. எனவே அடுத்த 15 நாள்களுக்கு கிழக்குப் போர் முனையில் அமைதி நீடித்தது.

மட்டக்கிளப்பில் தாக்குதலை மீண்டும் ஆரம்பிக்க ராணுவம் திட்ட மிடும் அதே நேரம், ஒரு உயர்மட்ட சிறப்பு காவலர் குழு, 4 ஜனவரி 2007 அன்று, அருகில் இருந்த மாவட்டமான அம்பாறையில் கஞ்சிகுடிச்சி ஆறு பகுதியில் மாபெரும் தாக்குதலில் இறங்கியது.

இந்த இடம் புலிகளுக்கு மிகவும் முக்கியமான பகுதியாக இருந் தது. இங்கு புலிகள் சுமார் ஒரு டஜன் முகாம்களை அமைத்து புதிய போராளிகளை வேலைக்குச் சேர்த்து அவர்களுக்குப் பயிற்சி அளித்துவந்தனர். அத்துடன் கனரகத் தளவாடங்களை யும் ஆயுதங்களையும் சேர்த்து வைத்திருந்தனர்.

இந்த இடத்தைத் தாக்கிய போலீஸ் கமாண்டோக்கள் ஏகப்பட்ட ஆயுதங்கள், தளவாடங்கள், பிணப்பெட்டிகள், கண்ணி வெடி கள், செயற்கைக்கோள் மற்றும் ரேடியோ ரிசீவர்கள், ஜி.பி.எஸ் கருவிகள், மின்சார ஜெனரேட்டர்கள், ‘சேவ் தி சில்ட்ரன்’ என்ற தொண்டு நிறுவனத்தின் பெயர் பொறித்திருந்த படகுகள், UNHCR என்ற ஐ.நா அமைப்பின் படம் பொறித்திருந்த கூடாரங் கள், டச்சு தொண்டு நிறுவனமான ZOA அகதிகள் சேவை அமைப்பு தானமாகக் கொடுத்திருந்த மருத்துவமனை ஆகிய வற்றைக் கைப்பற்றினர்.

இந்தத் தாக்குதலுக்கு ‘நியதி ஜெயா’ (வெற்றி நிச்சயம்) என்று பெயர் கொடுக்கப்பட்டிருந்தது. இதை காவலர்கள் முன்னின்று நடத்தியது மிகவும் முக்கியத்துவம் வாய்ந்தது. இங்குதான் 1990-ல், விடுதலைப் புலிகள், தங்களிடம் சரணடைந்திருந்த 640 காவலர்களை மூர்க்கமாகக் கொன்றிருந்தனர்.

மறுபக்கம் மட்டக்கிளப்பில், மீதம் உள்ள விடுதலைப் புலிகளை கிடுக்கிப்பிடி அமைப்பில் ராணுவம் நசுக்க ஆரம்பித்திருந்தது. நான்கு நாள்கள் நடந்த கடுமையான போருக்குப் பிறகு வாகரை நகர் ராணுவத்தின் பிடியில் விழுந்தது.

போரில் தோல்வியுற்ற போராளிகள் ஆயுதங்களைக் கீழே போட்டுவிட்டு தொப்பிகலை காட்டுக்குள் ஓடி ஒளிய

ஆரம்பித்தனர். புலிகளின் தளபதிகள் சுவர்ணமும் நாகேஷும் ராணுவத்தின் பிடியிலிருந்து தப்பிவிட்டனர்.

இனி ராணுவத்தைத் தடுக்க யாரும் இல்லை.

கடந்த 15 ஆண்டுகளாக புலிகளின் பிடியில் இருந்த A-5 நெடுஞ்சாலையை ஏப்ரல் 2007-ல் ராணுவம் கைப்பற்றியது.

கிழக்கில் புலிகளின் கையில் இருந்த நிலப்பகுதி விரைவாகச் சுருங்கத் தொடங்கியிருந்தது. தொப்பிகலை காட்டில் வெறும் 140 சதுர கிலோமீட்டரே அவர்களது கையில் இருந்தது.

ஜூன் 2007-ல் ராணுவம் தொப்பிகலை காட்டின் பாரன்ஸ்கப் பகுதியை அடைந்தது. ஜூன் 11 அன்று, மட்டக்கிளப்புப் பகுதி யில் புலிகளின் ஆதார இடமான பெய்ரூட் முகாம், 2-வது கமாண்டோ ரெஜிமெண்டால் அழிக்கப்பட்டது. அதற்கு முதல் நாள், வடக்கு பங்குடவேலி, தெற்கு நாரகமுல்லை பகுதிகளில் இருந்த புலிகளின் முகாம்களை படைகள் கைப்பற்றியிருந்தன.

ராணுவத்தின் 2-வது, 3-வது கமாண்டோ ரெஜிமெண்டுகள், கெமுனு வாட்ச் பிரிவின் 6-வது, 7-வது, 8-வது, 9-வது பட்டாலியன்கள், 1-வது சிம்ஹா ரெஜிமெண்ட், 10-வது கஜபா ரெஜிமெண்ட், ஒரு எஞ்சினியர் ரெஜிமெண்ட், ஒரு கவச வாகன மற்றும் பீரங்கி ரெஜிமெண்ட் ஆகியவை தொப்பிகலை வெற்றியில் பங்கெடுத்தன.

14 வருடங்கள் புலிகள் கட்டுப்பாட்டில் இருந்த தொப்பிகலை மீண்டும் அரசுத் தரப்புக்குக் கிடைத்தது.

ஆக, மாவிலாறு அணையை விடுவிக்க என்று ஜூன் 2006-ல் ஆரம்பிக்கப்பட்ட ஆபரேஷன் வாட்டர்ஷெட் நிகழ்ந்து ஒரு ஆண்டு முடிவதற்குள்ளாக, நடக்கவே நடக்காது என்று பலரும் நினைத்திருந்த ஒன்று நடந்துவிட்டது. கிழக்கிலிருந்து விடு தலைப் புலிகள் முற்றிலுமாக வெளியேற்றப்பட்டனர்.

குடியரசுத் தலைவர் ராஜபக்ஷேயின் துணிகரமான சூதாட்டம் வெற்றியில் முடிந்தது. அதற்குப் பல காரணங்கள் உள்ளன என் றாலும், மிக முக்கியமான காரணம் ஃபொன்சேகா-கோதபாய கூட்டணி.

4 அதிரடிக் கூட்டணி

நவம்பர் 2005 குடியரசுத் தலைவர் தேர்தலில் மகிந்த ராஜபக்ஷே ஜெயித்ததைக் கொண்டாட, அவரது தம்பி கோதபாய, அமெரிக்காவின் லாஸ் ஏஞ்சல்ஸ் நகரில் இருந்து கொழும்பு வந்திருந்தார்.

1992-ல் கோதபாய அமெரிக்காவுக்குக் குடியேறி, ஒரு புதிய வாழ்க்கையைத் தொடங்கும் முயற்சியில் இருந்தார். லாஸ் ஏஞ்சல்ஸ் நகரில் ஒரு சட்டக் கல்லூரியில் தகவல் தொழில்நுட்ப வல்லுனராக வேலைக்குச் சேர்ந்தார். இலங்கையில் இருந்த போது கோதபாய ராணுவத்தில் பணியாற்றியிருந்தார். ராணுவப் பணியில் 20 ஆண்டுகள் இருந்தபிறகு லெஃப்டினண்ட் கர்னல் பதவியிலிருந்து விலகினார். அந்த வாழ்வை மறந்துவிட்டு, அமெரிக்காவில் நிம்மதியாக செட்டில் ஆகிவிடலாம் என்று அவர் முடிவெடுத்திருந்தார்.

இனி அமெரிக்காதான் அவரது நிரந்தர வீடு. அல்லது அப்படித் தான் என்று அவர் நினைத்திருந்தார். ஆனால் மகிந்த ராஜபக்ஷே வேறுவிதமாக யோசித்தார்.

விடுதலைப் புலிகளுக்கு எதிரான கொள்கையை முன்வைத்து தேர்தலில் ஜெயித்திருந்த மகிந்த, பதவிக்கு வந்தவுடனேயே, புலிகளை அழித்துவிடுவது என்ற முடிவுக்கு வந்திருந்தார்.

ஆனால் அதைச் செயல்படுத்த, அவரது தம்பியின் உதவி வேண்டும்.

குடியரசுத் தலைவராகப் பதவியேற்ற உடனேயே, மகிந்த ராஜபக்ஷே தன் தம்பியிடம் பேசினார். 'நீ போகமுடியாது. இங்கேயே இரு. நீ பாதுகாப்புத் துறைச் செயலராகப் பதவி ஏற்கவேண்டும்.' (தி ஹிந்து நேர்முகம், 7 ஜூலை 2009)

அந்த விநாடியே, எந்த எதிர்ப்பையும் காட்டாமல் கோதபாய ராஜபக்ஷே அமெரிக்கா திரும்பும் முடிவைக் கைவிட்டார். நான்காம் ஈழப்போர் நடக்கும் சமயத்தில் மிக மிக முக்கியமான ஒரு பொறுப்பில் அவர் இருந்தார்.

இதற்குமுன் கோதபாயவுக்கு எந்தவித நிர்வாக அனுபவமும் கிடையாது. ஆனால் ராணுவத்தில் பணியாற்றியிருந்த காரணத் தால், வேலை என்ன என்பது அவருக்கு நன்றாகவே தெரிந் திருந்தது.

மே 1972-ல் இரண்டாம் நிலை லெஃப்டினண்டாக வேலைக்குச் சேர்ந்த கோதபாய, சிறிது சிறிதாகப் பணியில் முன்னேறி, 1980-களில் 1-வது கஜபா ரெஜிமெண்டின் தளபதியாக உயர்ந்தார்.

அவரது சக வீரர்களைப் போலவே, அவருக்கும் புலிகளுடன் நேரடியாகச் சண்டை போட்டுப் பழக்கம் இருந்தது. 1987-ல் விடுதலைப் புலிகளிடமிருந்து வடமாராச்சியைக் கைப்பற்றும் ஆபரேஷன் லிபரேஷனின்போது, ஒரு பட்டாலியனுக்கு கோதபாய தலைமை தாங்கினார். பின்னர் ஆபரேஷன் ஸ்ட்ரைக் ஹார்ட், ஆபரேஷன் திரிவித பலயா போன்றவற்றில் ஈடுபட்டார்.

ஓய்வுபெறுவதற்கு இரு வருடங்களுக்குமுன், கோடேலவாலா ராணுவ அகாடெமியில் பயிற்சியாளராக வேலை செய்தார். இங்குதான் இளம் ராணுவ அதிகாரிகளுக்குப் பயிற்சி தருகி றார்கள்.

போர்முனையில் கோதபாய இருந்தபோது அவரோடு நெருங்கிப் பணியாற்றிய ஒரு லெஃப்டினண்ட் கர்னல் இருந்தார்.

அவரது பெயர்தான் சரத் ஃபொன்சேகா.

ஜூன் 1971-ல் 1-வது சிம்ஹா ரெஜிமெண்டில் வேலைக்குச் சேர்ந்த ஃபொன்சேகா, தனது தைரியமான போக்காலும்

வித்தியாசமான தலைமைப் பண்பாலும் ராணுவத்தில் தனி முத்திரை பதித்தார்.

1995-ல், ஆபரேஷன் ரிவிரேசாவின்போது பிரிகேடியராக இருந்த ஃபொன்சேகா, யாழ்ப்பாணத்தைப் புலிகளிடமிருந்து கைப்பற்று வதில் முக்கியப் பங்கு வகித்தார்.

இளம் அதிகாரியாக இருந்த காலகட்டத்திலேயே, முந்தைய மூன்று ஈழப்போர்களிலும் தனது தைரியம், திட்டமிடும் திறன், வலுவான தலைமை ஆகியவற்றை ஃபொன்சேகா காட்டி யிருந்தார். ஆபரேஷன் யாழ்தேவியின்போது காயமடைந்த ஃபொன்சேகா, இரு முறை யாழ்ப்பாணத்தின் ராணுவத் தலைமையகத் தலைவராக நியமிக்கப்பட்டார். அதுதான் வடக்குப் பகுதியிலேயே மிகப் பெரிய ராணுவப் பதவி.

2005-ல் ராஜபக்ஷே ஆட்சி தொடங்கியதுமே, அப்போது சீஃப் ஆஃப் ஸ்டாஃப் பதவியில் இருந்த ஃபொன்சேகா, ராணுவத் தலைமைத் தளபதி பதவிக்கான பட்டியலில் முன்னிலையில் இருந்தார்.

விதிவசத்தால், ஃபொன்சேகாவும் கோதபாயவும் இணைய வேண்டி வந்தது. ஃபொன்சேகா அந்தக் கட்டத்தில் தனது ராணுவ வாழ்க்கையில் மிக உச்சத்தில் இருந்தார். கோதபாய வுக்கோ குடியரசுத் தலைவரின் நேரடி ஆதரவு இருந்தது. இருவரும் சேர்ந்து விடுதலைப் புலிகளை எதிர்கொள்வார்கள்.

எனவே, கோதபாய செய்த முதல் காரியமே, ஃபொன்சேகாவை ராணுவத் தலைமைத் தளபதியாக நியமித்ததுதான்.

இருவருமே முற்றிலும் மாறுபட்ட குணாதிசயம் கொண்டவர் கள், ஆனாலும் நன்கு இணைந்து பணியாற்றக்கூடியவர்கள்.

கோதபாய முரடர். தன் முடிவை மாற்றிக்கொள்ளாதவர். சமரசமே செய்துகொள்ளாதவர். சில வார்த்தைகளுக்குமேல் பேசமாட்டார். அவருக்கு நண்பர்கள் என்பதே கிடையாது. ஆனால் தெளிவான சிந்தனை கொண்டவர்.

ஃபொன்சேகா லொடலொடவென்று பேசுபவர். எளிதில் உணர்ச்சிவசப்படுபவர். செயலிலும் சொல்லிலும் பயமற்றவர். தன் செய்கைகளையே உதாரணமாகக் கொண்டு முன்னின்று வழிநடத்துபவர்.

இருவரும் ஒரு விஷயத்தில் உறுதியுடனும் ஒற்றுமையுடனும் இருந்தனர். புலிகளை ராணுவரீதியில் அழிக்கவேண்டும்.

புலிகளைக் கண்டிப்பதிலோ, அல்லது தமிழ்நாட்டில் அல்லது மேற்கத்திய நாடுகளில் உள்ள புலிகளின் ஆதரவாளர்களைக் கண்டிப்பதிலோ இருவரும் நாசூக்கு பார்த்ததே இல்லை.

அமெரிக்க அதிபர் ஜார்ஜ் புஷ் போலப் பேசுகிறார் என்று கோதபாயமீது குற்றம் சாட்டப்பட்டது. 'ஒன்று நீங்கள் எங்களுக்கு ஆதரவாக இருக்கிறீர்கள், அல்லது எங்களுக்கு எதிராக' என்று புஷ் சொன்னதையே கோதபாயவும் எதிரொலித் தார். நயமாகப் பேசுவதைப் பற்றி அவர் என்றுமே கவலைப் பட்டதில்லை.

அவர் தனது வேலையில் மிகவும் கருத்துடன் இருந்தார். புலி களை அழிக்கவேண்டும் என்ற வேலையில் ஈடுபட்டிருக்கும் போது ஊடகங்கள், தொண்டு நிறுவனங்கள் அல்லது மேற்கு நாடுகளின் அரசுகள் என்று யாராக இருந்தாலும் அவர்களது வெறுப்பைச் சம்பாதிப்பதைப் பற்றி அவர் கவலைப்படவே இல்லை.

எதிரியைக் களத்தில் தோற்கடிப்பதை மட்டும் அவர் தனது பணியாகக் கொள்ளவில்லை. எதிரியின் ஆதரவுப் பின்புலத்தை யும் முற்றிலும் அழிக்க முற்பட்டார். எதிரிகளின் சிந்தனைக் கருத்தாக்கத்துக்கு ஆட்பட்டு அவர்களுக்கு உதவியவர்களையும், எதிரியின் பயமுறுத்தலுக்கு பயந்து அவர்களுக்கு உதவியவர் களையும் அவர் வேறுபடுத்திப் பார்க்க விரும்பவில்லை. இரு குழுவினருக்கும் ஒரேமாதிரியான தண்டனையை அளித்தார்.

சிவிலியன்கள் திடீர் திடீரெனக் காணாமல் போவதையும் சட்டத்துக்குப் புறம்பான கொலைகளையும் எதிர்ப்பவர்களை கோதபாய கண்டுகொள்ளவில்லை. அவர்களை மனித உரிமை அமைப்புகள் என்றே அவர் கருதவில்லை. அவர்களை தேசத் துரோகிகள் அல்லது விடுதலைப் புலிகளின் ஆதரவாளர்கள் என்றே கருதினார். பத்திரிகையாளர்களை அவர் பலமுறை மிரட்டியுள்ளார் என்று அவர்மீது குற்றம் சாட்டப்பட்டது.

நான் அவரை இருமுறை பேட்டி கண்டபோதும், தான் ஒரு போதும் பத்திரிகையாளர்களையோ மனித உரிமை ஆர்வலர் களையோ மிரட்டியதில்லை என்றார் கோதபாய. தான்

அவர்களுக்கு எதிரானவன் அல்லன் என்றும் சொன்னார். 'நீங்கள் நினைப்பதுபோல நான் ஊடகங்களுக்கோ அல்லது லிபரல் ஆசாமிகளுக்கோ எதிரானவன் அல்லன். ஆனால், பத்திரிகை யாளர்கள் வேடத்தில் பயங்கரவாதிகளுக்குத் துணைபோகும் ஆட்களுக்கு எதிராகவே நான் இருக்கிறேன். நான் நிச்சயம் அவர்களுக்கு எதிராக நடவடிக்கை எடுத்திருக்கிறேன். ஆனால் என்னை மீடியாவின் எதிரி என்று சித்திரிப்பது நியாயமே அல்ல' என்றார்.

இந்த விளக்கத்துக்குப் பிறகும்கூட, நான்காம் ஈழப்போர் முடிந்தபிறகும்கூட, கோதபாயவுக்கும் பத்திரிகையாளர்களுக் கும் இடையே உள்ள உறவு சுமுகமாக இல்லை.

போரின்போது பத்திரிகையாளர்களிடம் கோதபாய காட்டிய வெறுப்பு, அவர் மேற்கு நாடுகளின் அரசுகள்மீது காட்டிய வெறுப்புக்கு ஒப்பானது. அந்த நாடுகள் கடைசி நிமிடம்வரை போரை நிறுத்தச் சொல்லி வற்புறுத்தி வந்தன.

இதனால் கடும் கோபம் அடைந்த கோதபாய, மேற்கு நாடு களைக் கடுமையாகச் சாடி எனக்கு ஒரு பேட்டி அளித்தார். 'சிவிலி யன் சாவுகளைப் பொருத்தமட்டில், அனைத்து மேற்கத்திய நாடுகளின் ராணுவங்களுடனும் ஒப்பிடும்போது இலங்கை ராணுவம் சிறப்பாகவே நடந்துகொண்டுள்ளது. போரின் ஆரம்பம் முதற்கொண்டே சிவிலியன்களின் உயிர்மீது நாங்கள் கருத்தாகவே இருந்துள்ளோம். எங்கள் ராணுவத்தை போர்க் குற்ற நீதிமன்றத்துக்கு எடுத்துச்செல்வதற்குமுன், முதலில் நீங்கள் அமெரிக்க ராணுவத்தை, பிரிட்டன் ராணுவத்தை, அந்த நாடுகளின் தலைவர்களை இழுத்துச் செல்லவேண்டும். ஐநா சபையோ மனித உரிமை அமைப்புகளோ முதலில் அதனைச் செய்யவேண்டும். பிறகு எங்களை விசாரிப்பதைப் பற்றிக் கவனிக்கலாம்.'

போர் முடிந்தபிறகு பல ஐரோப்பிய நாடுகளிலும், இலங்கை ராணுவத்தையும் விடுதலைப் புலிகளையும் போர்க் குற்றங் களுக்காக விசாரிக்கவேண்டும் என்ற வாதம் வலுவாக உரு வாகிக்கொண்டிருந்தது. பல ஐரோப்பிய நாடுகளும் ஐநா சபையின் மனித உரிமைக் குழுவில் இது தொடர்பாக தீர்மானம் ஒன்றைக் கொண்டுவரும் முயற்சியில் இறங்கியிருந்தனர். இதனால்தான் கோதபாய இவ்வளவு காட்டமாக எதிர்வினை அளித்தார்.

சரத் ஃபொன்சேகாவும் காட்டமாகவே இருந்தார்.

டிசம்பர் 2008-ல் அரசு செய்தித்தாளான சண்டே அப்சர்வர் பத்திரிகைக்கு நீண்ட பேட்டி ஒன்றை அளித்தார். அதில், தமிழ் நாட்டின் அரசியல்வாதிகளை ஃபொன்சேகா கடுமையாகத் தாக்கினார். தமிழக அரசியல்வாதிகள், புது தில்லி அரசை வற்புறுத்தி, அதன்மூலமாக இலங்கை ராணுவம் விடுதலைப் புலிகளுக்கு எதிராக நடத்தும் போரை நிறுத்த முயற்சிசெய்தனர். 'விடுதலைப் புலிகள் அழிக்கப்பட்டால் (தமிழகத்தின்) அரசியல் கோமாளிகளான நெடுமாறன், வைகோ, மற்றும் பிற புலி ஆதரவாளர்களுக்கு புலிகளிடமிருந்து கிடைக்கும் பணப் பட்டுவாடா நின்றுவிடும்' என்றார் ஃபொன்சேகா.

விடுதலைப் புலிகளின் நெடுநாளைய தீவிர ஆதரவாளரான வைகோ, இந்தியா இலங்கையில் தலையிடவேண்டும் என்று ஆவேசத்துடன் உரத்த குரல் எழுப்பியபடி இருந்தார்.

தமிழகத்தில் நடைபெறும் போராட்டங்களால் இந்திய அரசின் கொள்கைகளில் மாற்றம் வருமா என்ற கேள்விக்கு ஃபொன் சேகா பதில் அளித்தார்: ' இலங்கையில் போர் நிறுத்தம் ஏற்படு வதை இந்திய அரசு விரும்பவில்லை என்றே நான் நம்புகிறேன். அவர்கள் விடுதலைப் புலிகளை தடைசெய்யப்பட்ட இயக்கமாகவே பட்டியலிட்டுள்ளனர். பிரபாகரனை குற்றவாளி என்று அறிவித்து மரண தண்டனையும் அளித்துள்ளனர். மும்பை தீவிரவாதத் தாக்குதலுக்குப் பிறகு பிரதமர் மன்மோகன் சிங்குக்கு ஏகப்பட்ட பிரச்னைகள் உள்ளன. அவர்கள் புலிகளுக்கு எதிரானவர்கள். எனவே புலிகளுக்கு ஆதரவாக ஒன்றும் நடக்கப் போவதில்லை.'

எதிர்பார்த்ததுபோலவே, ஃபொன்சேகாவின் பேட்டி தமிழகத் தலைவர்களுக்குக் கோபமூட்டியது.

ஆனால் இறுதியில் ஃபொன்சேகாவே வெற்றிபெற்றார்.

வைகோவும் அவரைப் போன்றவர்களும் மே 2009-ல் நடைபெற இருந்த பொதுத்தேர்தலில் அதிக இடங்களைப் பெறுவதற்காக, விடுதலைப் புலிகளுக்கான ஆதரவை பகிரங்கமாகத் தெரிவித் தனர். ஆனால் அவர்கள் அனைவருமே தேர்தலில் படுதோல்வி அடைந்தனர்.

67

எந்தவித அரசியல் சூழலும் ஃபொன்சேகாவை பாதிக்க வில்லை. பிரபாகரன் கொல்லப்பட்ட மூன்று நாள்களுக்குப் பிறகு என்னிடம் பேட்டி அளித்த ஃபொன்சேகா, சில மேற் கத்திய நாடுகள் கடைசி நிமிடம்வரை புலிகளின் தலைமையைக் காப்பாற்ற, போர் நிறுத்தத்தை வற்புறுத்தின என்ற தகவலைப் பகிர்ந்துகொண்டார். 'சிவிலியன்களைக் காப்பதற்காக போர் நிறுத்தம் தேவை என்று அவர்கள் சொன்னார்கள். ஆனால் அந்த நேரத்தில் போர் நிறுத்தம் சிவிலியன்களை அல்ல, சில பயங்கரவாதிகளை மட்டுமே காப்பாற்றும் என்பது எந்த முட்டாளுக்கும்கூடத் தெரிந்திருக்கும்' என்றார் அவர்.

புலிகளின் அரசியல் பிரிவுத் தலைவர் நடேசன், அமைதிக் குழுத் தலைவர் புலித்தேவன் ஆகியோர் படைகளிடம் சரணடைய வந்தபோது இரக்கமின்றி சுட்டுத் தள்ளப்பட்டனர் என்ற குற்றச்சாட்டுக்கு பதில் அளித்த ஃபொன்சேகா, 'கடைசி 300-400 மீட்டர் தூரம் இருக்கும்போது நாங்கள் அவர்களைச் சுற்றி வளைத்தோம். ஒரு மூலைக்குத் தள்ளினோம். நடேசனும் புலித்தேவனும் அங்கே கொல்லப்பட்டனர். அவர்களை நோக்கிச் சுடுவதற்கு 10 நிமிடங்கள் முன்னதாக, நடேசன் சரணடைய விரும்புவதாக பாதுகாப்புச் செயலரிடம் யாரோ பேசியுள்ளனர். ஆனால் 10 நிமிடங்களுக்குள்ளாக அவரது கொல்லப்பட்ட உடல் கண்டுபிடிக்கப்பட்டது' என்றார்.

அதிர்ஷ்டவசமாக, கோதபாயவையும் ஃபொன்சேகாவையும் குடியரசுத் தலைவர் ராஜபக்ஷே முற்றிலுமாக ஆதரித்தார். ஆனால் பொதுவில் பேசும்போது விடுதலைப் புலிகளுடன் ஒரு சமரச ஒப்பந்தத்துக்கு வருவதையே விரும்புவதாகவும் பேச்சு வார்த்தை மூலம் அதனை எட்ட விரும்புவதாகவும் தெரிவித்தார்.

ஆனால் விடுதலைப் புலிகளுடன் சண்டை போடுவது என்பது எளிதாக இல்லை.

இதற்குமுன், விடுதலைப் புலிகள் தங்களது வலுவான பகுதி களில் இருந்தபடி எத்தனையோ தாக்குதல்களைச் சமாளித் திருந்தனர். பலமுறை இலங்கை ராணுவத்துக்குச் சரியான பதிலடி கொடுத்து, தோல்விகளைத் தழுவச் செய்திருந்தனர்.

2006 காலகட்டத்தில், இலங்கை ராணுவத்திடம் தன்னம்பிக்கை என்பது சிறிதளவும் இல்லை என்பதை தனது பரந்த அனுபவம்

காரணமாக ஃபொன்சேகா உணர்ந்திருந்தார். இத்தனைக்கும், இடையிடையே ராணுவம் பல முக்கியமான வெற்றிகளைப் பெற்றிருந்தது.

அதே நேரம், அதீத தன்னம்பிக்கை காரணமாகவும், நீண்ட போரைப் புரியும் மனோதிடம் இலங்கை அரசிடம் இல்லை என்ற நம்பிக்கையாலும், புலிகள் அசட்டையாக உள்ளனர் என்பதையும் ஃபொன்சேகா உணர்ந்திருந்தார்.

ராணுவத் தலைமைத் தளபதியானபிறகு ஃபொன்சேகா ராணுவத்தினரின் சில எண்ணங்களை மாற்றவேண்டியிருந்தது. பதவியேற்ற இரண்டு மாதங்களுக்குள்ளாக, ஃபொன்சேகா தனது தொலைநோக்குப் பார்வையை ராணுவத்தின்மீது திணிக்க ஆரம்பித்தார். நீண்ட போர் புரிவதற்கு, ஆள்பலம் நிறையத் தேவைப்படும் என்பதை அவர் உணர்ந்திருந்தார். எனவே புதிய வீரர்களைச் சேர்க்கும் பணியில் இறங்கினார். நிறைய ஆயுதங் கள் வேண்டும் என்று கேட்டார். வீரர்களுக்கும் அதிகாரி களுக்கும் சிறப்பான பயிற்சிகள் வேண்டும் என்று கேட்டார். குடியரசுத் தலைவரும் பாதுகாப்புச் செயலரும் உடனடியாக ஒப்புக்கொண்டனர்.

2007-ல், 40,000 புதிய வீரர்கள் படையில் சேர்க்கப்பட்டனர். உலகெங்கும் சென்று பல நாடுகளிலும் ஆயுதங்கள் வாங்க பேரம் பேசப்பட்டது. செக், ஸ்லோவாக்கியா, உக்ரைன், சீனா, ரஷ்யா, பாகிஸ்தான், ஏன் அமெரிக்காவேகூட இலங்கைக்கு நிறைய ஆயுதங்களை விற்றன.

2006-ன் ஆரம்பத்தில், விடுதலைப் புலிகளைத் தோற்கடிக்க என்று தனக்கு மூன்று ஆண்டுகள் கெடு விதித்துக்கொண்டார் ஃபொன்சேகா.

நான்காம் ஈழப்போரின் முடிவுக்குப்பின் ஃபொன்சேகா என் னிடம் இதைப்பற்றிப் பேசினார். 'விடுதலைப் புலிகளை அழிக்க 3 ஆண்டுகள் கெடு வைத்துக்கொண்டேன். ஆனால் பலரது மனங்களை மாற்றவேண்டியிருந்தது. ராணுவத்தை மொத்தமாக உலுக்கவேண்டியிருந்தது. நான் பதவி ஏற்றுக்கொண்டபோது பல அதிகாரிகளின் மனநிலை சரியாக இல்லாததைக் கவனித் தேன். முந்தைய மூன்று ஈழப்போர்களைப் போலவே இந்தப் போரிலும் நாம் வெற்றிபெறப்போவதில்லை என்றே அவர்கள் நினைத்தனர். ஆனால், சரியான போர்த்திட்டம், எல்லா நிலை

69

களிலும் சரியான அதிகாரிகள் நியமனம் ஆகியவற்றைக்கொண்டு விடுதலைப் புலிகளைத் தோற்கடிக்கமுடியும் என்று நான் நம்பினேன். எனவே ஒவ்வொரு நிலைக்குமான அதிகாரிகளை நானே தேர்ந்தெடுத்தேன். சீனியாரிட்டியின்படி அல்ல, திறமை யின் அடிப்படையில். அவர்களை நானே என் கையால் தேர்ந் தெடுத்தேன். அவர்கள்மீது முழு நம்பிக்கை வைத்தேன். அவர்கள் எப்படிச் செயல்பட்டனர் என்பதை நீங்களே பார்த் தீர்கள்!'

ஃபொன்சேகா தரைப்படையை விரிவாக்கி, போருக்குத் தயார்படுத்திக்கொண்டிருந்தார் என்றால், கோதபாய விமானப் படையையும் கடற்படையையும் ஒழுங்குசெய்வதில் இறங்கி னார். தரைப்படையில் அவர் வேலை செய்திருந்தபோதும், முப்படைகளும் ஒன்றாக இயங்கினால் ஒழிய வெற்றி சாத் தியமே இல்லை என்பதை கோதபாய உணர்ந்திருந்தார்.

அதிர்ஷ்டவசமாக, இலங்கைக் கடற்படைக்கும் விமானப் படைக்கும் தலைவர்களாக இருந்த வைஸ் அட்மிரல் வசந்த கரனகோடாவும் ஏர் சீஃப் மார்ஷல் ரோஷன் குணதிலகவும் ஃபொன்சேகாவைப்போன்றே, பழைய சுழலில் சிக்கிக் கொள்ளாமல் முன்னோக்கிச் செல்வதில் குறியாக இருந்தனர்.

மகிந்த ராஜபக்ஷே பதவி ஏற்றபோதே கடற்படைத் தலைமைத் தளபதியாக இருந்த அட்மிரல் கரனகோடா, வெறும் அலங் காரத்துக்கு என்று இருந்த கடற்படையை நான்காம் ஈழப்போரின் போது வலுவான ஒரு சக்தியாக மாற்றிய சாதனையைப் புரிந் தவர். கரனகோடாவின் தலைமையில் இலங்கைக் கடற்படை, விடுதலைப் புலிகளின் மிக முக்கியமான அங்கமான கடற்புலி களை வலுவாக எதிர்கொண்டு நசுக்கியது.

வெறும் போக்குவரத்து சாதனமாக மட்டுமே பயன்பட்ட விமானப்படையும்கூட ஏர் மார்ஷல் குணதிலகவின் தலைமை யில் வலுவான தாக்குதல் படையாக மாறியது. 1960-களில் விமானப்படைத் தலைவராக இருந்த ஹாரி குணதிலகவின் மகன்தான் ரோஷன் குணதிலக. இவர் விமானப்படைக்காக புதிய கருவிகள் பலவற்றை வாங்கினார். புலிகளின் பகுதியில் ஆழ ஊடுருவித் தாக்குதல் செய்ய ஆணையிட்டார். ராணுவ வீரர்கள் காயமடைந்தபோது அவர்களை வேறு இடத்துக்கு மாற்றுவதற்கு விமானங்களை அனுப்பினார்.

தனது தம்பியே பாதுகாப்புச் செயலராகவும் மூன்று திறமை வாய்ந்த தளபதிகள் முப்படைகளின் தலைவர்களாகவும் இருப்பதற்கு, மகிந்த ராஜபக்ஷே நிச்சயம் அதிர்ஷ்டம் செய்திருக்க வேண்டும்.

கோதபாய-ஃபொன்சேகா-கரனகோடா-குணதிலக கூட்டணி, விடுதலைப் புலிகள் எதிர்பார்த்ததற்கும் மேலாக அபாயகர மானதாக இருந்தது.

★

கிழக்கு மாகாணம் விடுவிக்கப்பட்ட ஒரு வாரத்துக்குப் பிறகு, 19 ஜுலை 2007 அன்று, கொழும்பு விடுதலை சதுக்கத்தில் குடியரசுத் தலைவர் மகிந்த ராஜபக்ஷே வெற்றிக் கொண்டாட்டத்தில் கலந்துகொண்டார். பண்டைய புத்த வழக்கத்தின்படி வெற்றியைக் கொண்டாடும்வகையில் தரைப்படைத் தளபதி சரத் ஃபொன்சேகா கிழக்கு மாகாணத்தை வென்ற தகவல் பொறித்த பேழையை ராஜபக்ஷேயிடம் அளித்தார். பீரங்கிகள் 21 குண்டுகளை வெடித்து, வெற்றியைக் கொண்டாடின.

வெற்றிக் கொண்டாட்டங்களைவிட, ராஜபக்ஷேவின் பேச்சுதான் அனைவரின் கவனத்தையும் கவர்ந்தது.

> இலங்கையைத் தவிர வேறெந்த நாட்டிலும் ஓர் ஒப்பந்தத்தின் மூலம் பெரும் பகுதி நிலத்தின் கட்டுப்பாடு பயங்கரவாதிகளிடம் அளிக்கப்பட்ட குற்றச் செயல் நடைபெற்றதில்லை. ஈழம் என்ற பயங்கரவாதிகளின் கனவு இன்று அடியோடு நொறுக்கப்பட்டுள்ளது. புலிகள் கட்டுப்பாட்டில் உள்ள பகுதி என்ற மாயை இப்போது தகர்க்கப்பட்டுள்ளது. இதுதான் தொப்பிகலையைக் கைப்பற்றிய நமது வீரர்கள் உலகுக்கு உரத்துச் சொல்லும் செய்தி.
>
> கிழக்கின் மக்களை விடுவிக்கும் நம் ராணுவ வீரர்களின் இந்த தைரியமான செயலை இந்தப் புனித பூமி என்றென்றும் போற்றிப் பாதுகாக்கும்; மதிக்கும். கடந்த இருபது ஆண்டுகளாக கிழக்கின் மக்கள் கொடூரமான வன்முறை பயங்கரவாதத்தின் பிடியில் மாட்டியிருந்தனர். எனவே இந்த விடுதலை என்பது அடுத்துவரும் பல தலைமுறை மக்களையும் எழுச்சியுறச் செய்யும்.
>
> பயங்கரவாதிகளுக்கு எதிரான இந்தப் போர், மக்களுக்குக் குறைந்த அளவு பாதிப்பும், படையினருக்கு மிகக் குறைந்த அளவு பாதிப்பும்

இருக்கும்வண்ணம் நிகழ்த்தப்பட்டுள்ளது. இது இந்த உலகில் பயங்கரவாதத்துக்கு எதிராக நடைபெறும் அனைத்துப் போர்களுக்கும் நல்ல உதாரணமாக அமையும்.

இந்த வெற்றியை சிலர் குறை கூறுகிறார்கள். பெரும்பான்மை இனம், சிறுபான்மை இனத்தை நசுக்குகிறது என்கிறார்கள். பெரும்பான்மை? சிறுபான்மை? நான் இந்த விளக்கத்தை ஏற்க மறுக்கிறேன். நாம் அனைவரும் ஒரே இலங்கை தேசம்.

இனியாவது விடுதலைப் புலிகள் ஓர் உண்மையை உணரட்டும்! துப்பாக்கிகள், வெடிகுண்டுகள், சயனைட் குப்பிகளைக் கொண்டு தமிழ் மக்களுக்கு எந்தவித விடுதலையையும் அளிக்கமுடியாது!

வெற்றி எக்களிப்பை நம்மால் புரிந்துகொள்ளமுடிகிறது. 1983 முதலாகவே, கிழக்கில் அரசின் கட்டுப்பாடு மிகவும் ஆட்டம் கண்டிருந்தது. எனவே ராஜபக்ஷேவுக்கு அந்தத் தருணத்தின் வரலாற்று முக்கியத்துவம் புரிந்திருந்தது. எனவே பெரும் வசனங்களை அள்ளி வீசினார். அத்தனை கொண்டாட்டங்களுக்கும் பின்புறம், வடக்கில் போரைத் தொடங்குவதற்கான ஆயத்தங்களை இலங்கை ராணுவம் மேற்கொண்டிருந்தது.

பிரபாகரனுக்கும் இந்தத் தகவல் நிச்சயம் தெரிந்திருக்கும். எனவே, புலிகள் கிழக்கிலிருந்து பின்வாங்கிக்கொண்டிருக்கும் அதே நேரம், அரசுக்கு அதிர்ச்சி வைத்தியம் தர அவர் தயாரானார்.

அது விமானத் தாக்குதல் வழியாக நடைபெற்றது.

உலகின் எந்த ஒரு பயங்கரவாதக் குழுவும் இந்த மாதிரி தைரியமான ஒரு தாக்குதலை திட்டமிட்டு, செயல்படுத்திக் காட்டியிருக்கமுடியாது.

விடுதலைப் புலிகளின் தமிழ் ஈழ விமானப் படையின் முதல் தாக்குதல் 27 மார்ச் 2007 அன்று நடைபெற்றது.

வடக்கில் உள்ள ஒரு காட்டில் இருந்த விமான ஓடுதளத்தில் இருந்து புறப்பட்ட ஒரு விமானம், கிழக்கு நோக்கிப் பறந்து வந்தது. அது தன் இலக்கை அடையும்வரை கண்டுபிடிக்கப் படவேயில்லை என்பது ஆச்சரியமே! அதன் இலக்கு, தலைநகரின் வடக்குப் பகுதியில் இருந்த கட்டுநாயகே விமானப் படைத் தளம்.

இலங்கை விமானப்படையின் அதிகாரபூர்வ செய்தித்தொடர் பாளர் அளித்த தகவலின்படி, அந்த இலகு ரக விமானம் காலை 12.45 மணிக்கு உள்ளே நுழைந்து, விமானங்கள் இருக்கும் இடத் தில் இரண்டு குண்டுகளை எறிந்தது. அதில் 3 விமானப்படை வீரர்கள் கொல்லப்பட்டனர். 15 பேர் காயமடைந்தனர்.

ஆனால் விடுதலைப் புலிகளோ, இரண்டு விமானங்கள் தாக்கு தலில் ஈடுபட்டு, நான்கு குண்டுகளைச் சரியாக இலக்கின்மீது வீசியதாகத் தெரிவித்தனர்.

பின்னர் அதேநாள், தமிழ்நெட் இணையத்தளத்தில் புலிகளின் விமானங்களின் பல படங்கள் வெளியாகின.

நல்ல வெளிச்சத்தில் எடுக்கப்பட்டிருந்த இரண்டு படங்களில் 7 புலிப் விமானிகள் நீல வண்ணச் சீருடை அணிந்து பிரபாகர னுடன் காணப்பட்டனர். மூன்று படங்களில் விமானங்களுக்கு அடியில் கட்டப்பட்டிருந்த நான்கு வெடிகுண்டுகள் காண்பிக்கப் பட்டன. குண்டுவீச்சுத் தாக்குதலுக்கு முன்னதாக இந்தப் படங்கள் எடுக்கப்பட்டிருக்கவேண்டும்.

குண்டுகளின் வடிவத்தையும் வால் பகுதியையும் பார்க்கும் போது அவை உள்ளூரில் தயாரிக்கப்பட்டிருக்கவேண்டும் என்று தெரிந்தது. ஆறாவது படத்தில் நான்கு இருக்கைகள் கொண்ட விமானத்தில் திறந்த காக்பிட்டில் இரு விமான ஓட்டிகள் உட்கார்ந்திருப்பது காண்பிக்கப்பட்டது.

கிழக்கில் ராணுவம் புலிகளை விரட்டிக்கொண்டிருந்த நிலை யில் 26 மார்ச் அன்று விமானத் தாக்குதல் நடைபெற்றது. சரிந்து கொண்டிருக்கும் புலிகளின் உணர்வெழுச்சியைக் கூட்டுவதற் கும், புலிகளால் யாரும் எதிர்பாராதவற்றைச் சாதித்துக்காட்ட முடியும் என்பதை உலகுக்கு உணர்த்தும் வண்ணமும் இந்தத் தாக்குதல் நடைபெற்றது.

விமானத் தாக்குதல் தொடர்பாகப் பேசும்போது புலிகளின் செய்தித்தொடர்பாளர் ராசையா இளந்திரையன், 'இது முன்னெச்சரிக்கைத் தாக்குதல் மட்டுமல்ல; இலங்கை ராணுவம் நடத்தும் இன அழிப்புக் குண்டுவீச்சுகளிலிருந்து தமிழர்களைக் காப்பதற்குமான முயற்சியும் ஆகும்' என்றார்.

புலிகளின் விமானத் தாக்குதல் எத்தகையது என்பது பற்றி இந்தியாவின் இரு முக்கியமான நிபுணர்கள் தங்கள் கருத்து

களைத் தெரிவித்தனர். ஒருவர் பி.ராமன். ரா உளவு அமைப்பில் இருந்து ஓய்வுபெற்ற அதிகாரி. தீவிரவாத எதிர்ப்பு நடவடிக்கையில் நிபுணர். மற்றொருவர் ஓய்வுபெற்ற கர்னல் ஆர்.ஹரிஹரன். 1987-1990 காலகட்டத்தில் இந்திய அமைதிப்படை இலங்கையில் பணியாற்றிய காலத்தில் அதன் உளவுத்துறையில் பணியாற்றியவர்.

ரீடிஃப்.காம் இணையத்தளத்தில் ராமன் எழுதினார்: 'இந்த விமானத் தாக்குதல் வெறும் பழிவாங்கும் நடவடிக்கை மட்டும் அல்ல. இலங்கை ராணுவம் வடக்கில் புலிகளின் கட்டுப்பாட்டில் இருக்கும் பகுதிகளை விடுவிப்பதற்காகத் தொடங்க உள்ள தாக்குதலைத் தடுப்பதற்காக நிகழ்த்தப்பட்ட ஒன்றும்கூட. இலங்கை ராணுவத்தின் வடக்கு மாகாணத் தாக்குதலைத் திட்டமிடுதலில் உதவுவதற்காக, பாகிஸ்தானின் தீவிரவாத எதிர்ப்பு நடவடிக்கை நிபுணர்கள் சிலரும் விமானப்படை அதிகாரிகள் சிலரும் கொழும்புக்கு சமீபத்தில்தான் வந்துள்ளனர். நவம்பர் 2005-ல் பதவிக்கு வந்த குடியரசுத் தலைவர் மகிந்த ராஜபக்ஷே, பாகிஸ்தானின் உதவியுடன் புலிகளுக்கு எதிராகத் தொடங்கியுள்ள போர் புதிய கட்டத்தை நெருங்கியுள்ளது.'

கர்னல் ஹரிஹரன் ஓர் ஆய்வுக் கட்டுரையில் இவ்வாறு எழுதினார்:

> தாக்குதலின் நோக்கங்கள்: சமீபத்தில் பல தோல்விகளைச் சந்தித்து, நிறைய போராளிகளையும் ஏகப்பட்ட ஆயுதங்களையும் இழந்திருந்தாலும், விடுதலைப் புலிகள் இப்போதும் வலுவான ஓர் அமைப்புதான் என்பதை நிரூபிப்பது. இப்போது நடக்கும் போரில், இலங்கைக் கடற்படை தங்கள்மீது செலுத்தும் கெடுபிடிகளை கடற்புலிகளால் எதிர்கொள்ள முடியவில்லை. கிழக்கில் பல வலுவான இடங்களிலிருந்து புலிகளை இலங்கை ராணுவம் வெளியேற்றிவிட்டது. ராணுவம் இப்போது மன்னார்-வவுனியா பகுதியிலும் யாழ்ப்பாணத்திலும் இருந்து புலிகள்மீதான தாக்குதலில் இறங்கத் தயாராகிவிட்டனர். இந்தக் காரணங்களால் புலிகளின் தலைமை, உள்நாட்டு, வெளிநாட்டு வாழ் தமிழர்களிடையே இழந்துள்ள தங்களது பெருமையை மீண்டும் பெற ஏதேனும் சாகசச் செயலில் இறங்கவேண்டியிருந்துள்ளது. எனவே அதிர்ச்சி அளிக்கும் விமானத் தாக்குதல் மூலம் தங்களது நோக்கத்தை நிறைவேற்ற அவர்கள் முடிவெடுத்திருக்கின்றனர்.

விமானத் தாக்குதலில் விளைவு: புலிகளின் விமானத் தாக்குதல் குறைவான நாசத்தையே விளைவித்திருந்தாலும், மிகவும் கடினமான நிலையிலும்கூட புலிகளின் திறன் எப்படி உள்ளது என்பதைக் காட்டுகிறது. வீழ்ந்துகிடக்கும் போராளிகளின் உணர்வு இந்தத் தாக்குதலால் ஓங்கியிருக்கும். அதே நேரம், இலங்கை ராணுவத்தின் திட்டமிடும் அதிகாரிகள், புலிகளின் திறமையைக் குறைத்து மதிப்பிடுதல் கூடாது. தங்களால் விமானத்தில் ஆயுதங் களை ஏற்றி, பறந்துவந்து தாக்கமுடியும் என்பதை புலிகள் நிரூபித்துள்ளனர். எனவே திட்டமிடுவோர் இதனையும் கருத்தில் கொண்டு தரைப்படை, விமானப்படை வியூகங்களை சரியான முறையில் அமைத்திடல் வேண்டும்.

கர்னல் ஹரிஹரன் சரியாகவே சொல்லியிருந்தார். உலகமே இந்த விமானத் தாக்குதலைக் கண்டு அதிசயித்துப்போனது.

பிபிசி இவ்வாறு எழுதியது: 'அவர்களது நோக்கங்களைப் பற்றியோ முறைகளைப் பற்றியோ நீங்கள் என்ன வேண்டு மானாலும் சொல்லலாம். ஆனால் விடுதலைப் புலிகள் எப் போதுமே புதுமைகளைக் கையாண்டுள்ளனர் என்பதை ஏற்கத் தான் வேண்டும். அவர்கள் பயன்படுத்திய தொழில்நுட்பம் மிகவும் ஆரம்பநிலை என்றாலும் மிகவும் பயனுள்ளதாக இருந்தது என்று நிபுணர்கள் சொல்கிறார்கள். தற்கொலைப் போராளிகள் என்ற கருத்தை அவர்கள்தான் திருத்தி அமைத்து கடும் விளைவுகளை ஏற்படுத்தினர். வேறு எந்த பயங்கரவாத இயக்கம்தான் கடற்படை வைத்துள்ளது? கடற்புலிகள் என்று பெயர்கொண்ட அவர்களது கடற்படையில் பீரங்கிகள் பொருத்தப்பட்ட படகுகள் உள்ளன. இலங்கை அரசு ஏற் கெனவே கொண்டிருந்த சந்தேகம் இப்போது உறுதியாகி யுள்ளது. அவர்களிடம் இப்போது விமானத் தாக்குதல் திறனும் உண்டு.'

விடுதலைப் புலிகளை கவனமாகப் பார்த்துவருபவரும், புலிகள் பற்றி இரண்டு புத்தகங்களை எழுதியவருமான எம்.ஆர். நாராயண் ஸ்வாமி இவ்வாறு சொன்னார்: '1983-ல், வேலுப் பிள்ளை பிரபாகரன், யாழ் பல்கலைக்கழகத்துக்கு அருகில் ராணுவத்தினர்மீது தாக்குதல் தொடுக்க வசதியாக ஓர் இடத்தை, ஒரு சைக்கிளில் ஏறிச் சென்று பார்வையிடச் சென்றார். அப்போது சிலருக்கு மட்டுமே அவரைத் தெரிந்திருந்தது. இன்னும் குறைந்த எண்ணிக்கையினரே தமிழ்ப் புலிகள் என்ற

பெயரைக் கேள்விப்பட்டிருந்தனர். கால் நூற்றாண்டுக்குப்பின் அதே மனிதர் - இப்போது சரித்திர நாயகர் - தமிழர்களின் அபரிமிதமான திறமையைப் பயன்படுத்தி இரு இலகு ரக விமானங்களை குண்டுவீசும் விமானங்களாக மாற்றி, இலங்கை யின் இதயத்துக்குள்ளேயே நுழைந்து, எதிரியின் விமானப்படை முகாமைத் தாக்கியுள்ளார்.'

இலங்கை ராணுவம் வெட்கத்தில் ஆழ்ந்தது. ஆனால் அதன் செய்தித்தொடர்பாளர் மிடுக்காக முகத்தை வைத்துக் கொண்டிருந்தார். பிரிகேடியர் பிரசாத் சமரசிங்கே சொன்னார்: 'இது ஒன்றும் புதிதல்ல. இரண்டு மூன்று வருடங்களுக்கு முன்பே அவர்கள் ஒரு விமான ஓடுதளத்தைக் கட்டி வந்தனர். போர் நிறுத்தம் நடைபெற்ற வேளையில் அவர்கள் இவற்றை யெல்லாம் வாங்கியிருக்கவேண்டும். இதுதான் அவர்கள் முதல் முறை செய்த தாக்குதல். குண்டுகளை வீசுவதில் வெற்றி கண்டுள்ளனர். ஆனால் அவர்கள் திட்டமிட்டபடி எதுவும் நடக்கவில்லை. அவர்கள் எதிர்பார்த்ததைப்போல விமானப் படை முகாமை அழிக்கமுடியவில்லை. இது நிச்சயம் பெரிய அபாயம் அல்ல. இதையும் நாங்கள் உடனடியாக அழித்து விடுவோம்.'

புலிகளின் விமானத் தாக்குதல், உளவியல்ரீதியாக இலங்கை ராணுவத்தை பாதித்திருந்தாலும், ராணுவம் அதைப்பற்றிக் கவலைப்படாமல் கிழக்கிலிருந்து புலிகளை விரட்டுவதில் குறியாக இருந்து, மாவிலாறு போர் ஆரம்பித்த ஒரே வருடத்துக்குள் தங்களது குறிக்கோளில் வெற்றியும் பெற்றது.

இப்போது ஃபொன்சேகாவும் அவரது அணியினரும் மேலும் பெரிய போருக்கு ஆயத்தமாகத் தொடங்கினர். குடியரசுத் தலைவர், பாதுகாப்புச் செயலர், சீஃப் ஆஃப் ஸ்டாஃப், முப்படைகளின் தளபதிகள் ஆகியோர் அடங்கிய பாதுகாப்புக் குழு கூடி, வடக்குமீதான போருக்கு அனுமதி அளித்தது.

இப்போது மேலும் பல வீரர்கள் முப்படைகளிலும் சேர்த்துக் கொள்ளப்பட்டனர். 2007-ல், மேலும் 40,000 பேரைச் சேர்ப்பது என்று முடிவானது. அந்த ஆண்டு முடியும்போது இலங்கைப் படைகளில் 1,50,000 பேர் இருப்பார்கள். கிழக்கில் கிடைத்த வெற்றியால் எண்ணற்ற இளைஞர்கள் வரிசையில் நின்று படையில் சேர்ந்துகொண்டனர்.

ஃபொன்சேகா, மூன்று புதிய படைப்பிரிவுகளை உருவாக்கும் வேலையில் இறங்கினார். தாக்குதல் படைகள் என்று இவற்றுக்குப் பெயரிட்டார். இவை ஒவ்வொன்றும் ஒரு பிரிகேடை (3,000 வீரர்கள்) போல இரு மடங்கு கொண்டது, ஆனால் ஒரு டிவிஷனை (10,000 வீரர்கள்) விடச் சிறியது. இந்தப் புதிய படைகள்தாம், புலிகளின் முக்கியமான பகுதியான வன்னிக் காட்டுக்குள் வடக்கிலிருந்தும் தெற்கிலிருந்தும் நுழையும் வேலையைச் செய்யவேண்டும்.

ஆனால், படைகளை அதிகரிக்கும் வேலைக்கு எக்கச்சக்கமான பணம் தேவைப்பட்டது.

2006-ல், இலங்கையின் பாதுகாப்புச் செலவு 700 மில்லியன் அமெரிக்க டாலர்கள். 2007-ல், இதே செலவு 1 பில்லியன் அமெரிக்க டாலர்கள் என்றானது. புதிதாகச் சேர்க்கப்பட்டுள்ள வீரர்களுக்குச் சம்பளம் தருவதற்கே பெரும்பான்மை நிதி செலவிடப்பட்டது.

மூத்த பத்திரிகையாளரும் இலங்கைப் பிரச்னையை தொடர்ந்து கவனித்து வந்துள்ளவருமான பி.கே. பாலச்சந்திரன், 2006-ல் ஹிந்துஸ்தான் டைம்ஸ் பத்திரிகையில் இவ்வாறு எழுதினார்: 'புலிகளுக்கும் இலங்கை ராணுவத்துக்கும் இடையேயான 25 ஆண்டுகாலப் போரின் காரணமாக, தெற்காசியாவிலேயே அதிக ராணுவ வீரர்களைக் கொண்ட நாடாக இலங்கை ஆகியுள்ளது. இலங்கையில், 10 லட்சம் மக்கள் தொகைக்கு 8,000 ராணுவத் தினர் உள்ளனர். இதே தொகை பாகிஸ்தானுக்கு 4,000 ராணுவத்தினர், நேபாளத்துக்கு 2,700, இந்தியாவுக்கு 1,300, பங்களாதேசத்துக்கு 1,000.'

ஆனால் இலங்கை அரசு இதுபோன்ற புள்ளிவிவரங்களைப் பற்றிச் சிறிதும் கவலைப்படவில்லை. அவர்களது ஒரே நோக்கம் விடுதலைப் புலிகளை முற்றிலுமாக அழிப்பது.

கிழக்கில் கிடைத்த ராணுவ வெற்றி, அரசுக்கு நம்பிக்கையை அளித்தாலும், சர்வதேச ஊடகங்களும் மனித உரிமை அமைப்பு களும் இலங்கை அரசைக் கடுமையாகக் கண்டித்தன. உள்ளூர் ஊடகங்கள்கூட தொடர்ந்து சண்டைபோடுவதால் நன்மை ஏதும் விளையப்போவதில்லை என்றே கருதின.

அப்போதுதான் கோதபாய ராஜபக்ஷேவுக்கு விவரம் புரிய ஆரம்பித்தது. அவர்கள் போர்முனையில் வெல்லலாம். ஆனால் ஊடகங்களுக்கு எதிரான போரில் தோற்றுக்கொண்டிருக்கிறார்கள்.

தகவல் போர் என்பதுபற்றி கோதபாயவோ அல்லது மூத்த ராணுவ அதிகாரிகள் எதையாவது படித்தார்களா அல்லது சிந்தித்தார்களா என்று தெரியவில்லை. ஆனால் ஆகஸ்ட் 2007-ல் அரசு ஒரு முடிவுக்கு வந்தது. ஒரு வருடம் முன்னர் உருவாக்கியிருந்த 'தேசப் பாதுகாப்புக்கான ஊடக மையம்' என்ற அமைப்பை வலுவாக்கி அதற்கென மேலும் நிறையப் பணம் செலவழிப்பது என்பதுதான் அந்த முடிவு.

மிகச் சரியான நேரத்தில் எடுக்கப்பட்ட மிக முக்கியமானதொரு முடிவு!

5

ஊடகங்களில் நிகழ்ந்த போர்

முந்தைய மூன்று ஈழப்போர்களின்போதும், ஊடகவெளியில் நடந்த தகவல் போரில் விடுதலைப் புலிகளே மிக எளிதாக ஜெயித்தனர்.

மக்களின் மனத்துக்கான போரில், ஊடகங்களின் துணை மிகவும் அவசியம் என்பதை ஆரம்ப காலத்திலிருந்தே பிரபாகரன் நன்கு அறிந்திருந்தார். ஊடகங்களின் ஆதரவு எப்போதும் நலிந்த வருக்கே என்பதையும் பிரபாகரன் உள்ளுணர்வால் அறிந்திருந் தார். எனவே அவர் குறிப்பிட்ட சில ஊடகங்களை தொடர்ச்சி யாகத் தன்பால் ஈர்த்தார். முக்கியமாக இந்தியாவையும் மேற்கு நாடுகளையும் சேர்ந்த சிலரை.

அதே நேரம், தன்னை அதிகம் வெளிக்காட்டாமல் கவனமாக வும் இருந்தார். அவரை நேரடியாக அணுகவேண்டும் என்றால் அதற்கு விலை அதிகம்.

அவரது குணாம்சத்தை ஒட்டி ஒரு ஒளிவட்டம் உருவாக்கப் பட்டது. அவருடனான நேர்முகம் யாருக்கும் எளிதில் வழங்கப் பட்டதில்லை. அவரை நேர்காணல் செய்ய அனுமதிக்கப் பட்டவர்களிடமும், அவர்கள் எவ்வளவு பேறு பெற்றவர்கள் என்பது தொடர்ந்து அறிவுறுத்தப்பட்டது.

போர்களில் விடுதலைப் புலிகள் பெற்ற ஒவ்வொரு வெற்றியும் உலகெங்கும் உடனடியாகப் பரவும் வகையில் பிரபாகரன் ஏற்பாடுகளைச் செய்துவைத்திருந்தார். ஒவ்வொரு பின்னடைவும் அடக்கி வாசிக்கப்பட்டது. புகலேறிய தமிழர்களின் உதவியுடனும் பணத்துடனும் உருவாக்கப்பட்ட ஒரு நெட் வொர்க், விடுதலைப் புலிகள் அமைப்பு எப்போதும் செய்தியில் இருக்கும்வண்ணம் பார்த்துக்கொண்டது.

எதிர்க்கருத்துகள் ஏதும் வெளியே வராதபட்சத்தில், ஊடக வெளியில் அதிக அளவு இடத்தை ஆக்ரமிப்பதில் புலிகளே முன்னணியில் இருந்தனர்.

இந்திய அமைதிப்படையில் பணிபுரிந்த ஒருவர் இப்படி விவரித்தார். 'பொதுஜனத் தொடர்பு என்னும் கலையில், 1987-88 முதற்கொண்டே புலிகள் பெரும் தேர்ச்சி பெற்றிருந்தனர். ஒவ்வொரு சண்டையும் போராட்டமும் பற்றிய தகவல் சென்னைக்கும் தமிழகத்தில் உள்ள சிறு நகரங்களுக்கும்கூடப் போய்ச்சேருமாறு ஓர் அமைப்பை அவர்கள் ஏற்படுத்தி வைத் திருந்தனர். எங்கள் சண்டைகளின்போது, சிவிலியன்களுக்கு எந்த பாதகமும் வந்துவிடக்கூடாது என்று நாங்கள் கவனமாக இருந்தோம். ஆனால், சிறு தவறு நிகழ்ந்துவிட்டாலும்கூட, புலிகளின் பொதுஜனத் தொடர்பு அமைப்பு அதீதமாக வேலை செய்து அமைதிப்படைக்குக் கெட்ட பெயர் வாங்கித் தந்து விடும். அவர்களது பொய்ச் செய்திகளை எதிர்ப்பதற்கு யாரும் இல்லை. இந்தியர்கள் அமைதிப்படையைப் பற்றிக் கண்டு கொள்ளாதது ஏன் என்று இப்போது உங்களுக்குப் புரிந்திருக்கும். புலிகளின் தகவல் தொடர்பு சாதுர்யத்தால், எங்களுக்குக் கிடைத்ததெல்லாம் மோசமான விமரிசனங்கள் மட்டுமே.'

1990-லிருந்து 2007 வரை, இலங்கை ராணுவமும் இதே பிரச் னையைச் சந்தித்தது. இத்தனைக்கும் ராணுவ செய்தித் தொடர்பாளர் ஒருவர் புலிகளின் பொதுஜனத் தொடர்பு அமைப் புடன் முடிந்தவரை போட்டிபோட முயற்சி செய்தார்.

ஆரம்பத்திலிருந்தே, புலிகள் ஈடுபடும் அனைத்து முக்கியமான நிகழ்வுகளுக்கும் புகைப்பட, வீடியோ ஆதாரங்களைச் சேகரித்து வைக்கவேண்டும் என்று பிரபாகரன் விரும்பினார். ஆனால் இந்த விருப்பமே, 1991-ல் நிகழ்த்தப்பட்ட ராஜிவ் காந்தி கொலையின்

போது புலிகளுக்கு எதிராக அமைந்துவிட்டது. அந்தக் கொலையின்போது அவர்கள் எடுத்த புகைப்படங்களைக் கொண்டே, முழுச் சதியும் கண்டுபிடிக்கப்பட்டு அம்பலப்படுத்தப்பட்டது.

2008-2009 காலகட்டத்தில் இலங்கை ராணுவம் கண்டெடுத்த ஆயிரக்கணக்கான படங்களில், பிரபாகரனின் குடும்ப வாழ்க்கை, அவர் சந்தித்த பல முக்கியஸ்தர்கள் என்று பல தகவல்கள் கிடைத்தன. ஒரு படத்தொகுப்பில், தமிழக அரசியல்வாதி வைகோ, புலிகளின் சீருடை அணிந்து, புலிகளின் மறைவிடங்களில், துப்பாக்கியால் சுடுவதுபோலவும் இளம் பிரபாகரனுடன் பேசுவதுபோலவும் காணப்பட்ட படங்கள் கிடைத்தன. இலங்கை அரசின் ராணுவ நடவடிக்கையைக் கண்டித்த தமிழக அரசியல்வாதிகளை நெளியவைக்கும்விதத்தில் இலங்கை அரசு இப்படிப்பட்ட சில படங்களை வெளியிட்டது.

ஆனால் 2007-ல், கிழக்கில் பெற்ற வெற்றிக்குப்பிறகும்கூட, தனது செய்திகள் மக்களிடம் சரியாகப் போய்ச்சேருவதில்லை என்று இலங்கை அரசு நினைத்தது.

அப்போதுதான் பாதுகாப்புச் செயலர் கோதபாய ராஜபக்ஷே தேசியப் பாதுகாப்புக்கான ஊடக மையத்துக்கு மேற்கொண்டு நிதி ஒதுக்கீடு செய்யவேண்டும் என்று முடிவெடுத்தார். இனி இந்த மையம் ராணுவப் படைகள் தொடர்பான அனைத்துத் தகவல்களையும் நாளுக்கு நாள் நிகழும் போரின் முன்னேற்றம் பற்றியும் உலகுக்குத் தெரிவிக்கும்.

ஊடக மையத்தின் தற்போதைய இயக்குனர் லக்ஷ்மண் ஹுலுகல்லே இதைப்பற்றி என்னிடம் பேசினார். ‘பாதுகாப்புச் செயலர் என்னை அழைத்து இந்தப் பொறுப்பை ஒப்படைத்ததும் நாங்கள் அடிப்படையிலிருந்து ஆரம்பிக்கவேண்டியிருந்தது. தகவல் மையம் ஒன்றிலிருந்து சரியான நேரத்தில் துல்லியமான, உண்மையான தகவல் அனைவருக்கும் போய்ச் சேருமாறு செய்யவேண்டியிருந்தது.

ஆனால் எங்களுக்கு இதில் எந்த முன் அனுபவமும் இருக்கவில்லை. எங்களுக்குப் பல ஆண்டுகளுக்கு முன்பிருந்தே இருந்துவரும் தமிழ்நெட் போன்ற திறம் வாய்ந்த இணையத் தளத்துடன் நாங்கள் போட்டியிட வேண்டியிருந்தது. இதற்கு

முந்தைய போர்களின்போது இலங்கையில் இருந்த அனைவருமே தமிழ்நெட்டிலிருந்தே தகவல்களைப் பெறவேண்டிய நிலை இருந்தது. நாங்கள் எவ்வளவு பின்னால் இருந்தோம் என்பதை இதிலிருந்தே புரிந்துகொள்ளலாம்.'

ஆனால் தமிழ்நெட்டையும் பிற புலிகள் ஆதரவு இணையத் தளங்களையும் தாண்டிச் செல்ல, ஊடக மையத்துக்கு அதிக நாள்கள் பிடிக்கவில்லை.

உள்ளூர், வெளியூர் ஊடகங்களைச் சேர்ந்தவர்கள் போரின்போது தகவல்பெற ஊடக மையத்தின் இணையத்தளத்தையே நாடினர். ஊடக மையம், கொழும்பின் உச்சகட்டப் பாதுகாப்புப் பகுதியில், ஆனால் பாதுகாப்பு அமைச்சகத்துக்கு வெளியே, அதிகம் அறியப்படாத ஒரு கட்டடத்தில் இருந்து தங்கள் வேலைகளில் ஈடுபட்டது.

போர் முனைக்குச் செல்லவேண்டும் என்றால் பத்திரிகையாளர்கள் இந்த அலுவலகத்துக்குச் சென்றுதான் பதிவு செய்துகொள்ளவேண்டும். போர் தொடர்பான வீடியோ தேவை என்றால், அதனை இந்த அலுவலகத்திலிருந்தே பெற வேண்டும். அவர்களது இணையத்தளம் நேரடியாக, நிகழ்வுகள் நடக்கும்போதே அப்டேட் செய்யப்பட்டதால் அந்த ஓர் இடத்திலிருந்தே தேவையான தகவல்கள் அனைத்தையும் பெற்றுக்கொள்ள முடிந்தது.

குடியரசுத் தலைவரின் நம்பிக்கைக்கு உகந்த ஹுலுகல்லே மையத்தின் இயக்குனராக இருந்தார். தரைப்படை, விமானப் படை, கடற்படை, காவல்துறை ஆகியவற்றின் மூத்த அதிகாரிகள் தங்களிடமிருந்து தகவல்களை இந்த அலுவலகத்துக்கு அளித்தனர். கேபினட் அமைச்சர் கெஹெலிய ரம்புகவெல்ல, பாதுகாப்பு செய்தித்தொடர்பாளர் என்ற முறையில், ஒவ்வொரு வாரமும் பத்திரிகையாளர்களுடன் பேசினார். இடையே ஏதேனும் மிக முக்கியமான நிகழ்வு நடந்திருந்தால், ஊடக மையம் அவசரமாக ஒரு கூட்டத்துக்கு ஏற்பாடு செய்யும். அவர்களது அரங்கில் கூட்டம் நெருக்கியடித்தாலும், தேவையான வசதிகள் இருந்தன.

ஹுலுகல்லே இனிமையானவர். அனைவருடனும் நெருங்கிப் பழகக்கூடியவர். போரின்போது இலங்கையின் முகமாகவும் குரலாகவும் செயல்பட்டார். எந்த வானொலி, தொலைக்காட்சி

நிறுவனம் அவரை அணுகி, அதிகாரபூர்வ தகவல்களைக் கேட்டாலும் முகம் சுளிக்காமல் பேசினார்.

ஊடக மையம் நாளின் 24 மணி நேரமும் செயல்பட்டது; defence.lk என்ற இணையத்தளத்தை மணிக்கு மணி அப்டேட் செய்தது. இயக்குனர் முதல் பிற அலுவலர்கள் அனைவரையும் எந்த நேரத்திலும் தொடர்புகொள்ள முடிந்தது.

விடுதலைப் புலிகளின் தகவல் பரப்புதலை எதிர்கொள்வதே இந்த மையத்தின் முக்கிய நோக்கம். ஒரு பக்கம் தகவல்களைக் கட்டுப்படுத்துவது. மறுபக்கம் விரும்பத்தகாத பத்திரிகையாளர் களுக்குத் தகவல் தராமல் மறுப்பது.

ஊடக மையம், தகவல் போர் என்பதை நன்கு புரிந்துகொண்டு, அதற்கு ஏற்ப நடந்துகொண்டது. ஒரு போர்த் திட்டம் என்ற வகையில் ஊடக மையத்தின் செயல்பாடுகள் ஆற்றல் வாய்ந்தவையாக இருந்தன.

இந்த மையத்தை நிறுவுவதன்மூலம், தகவலுக்காகப் பறக்கும் ஊடகங்கள், வேறு எங்கிருந்தும் தகவல்களைப் பெறாமல் இருப்பதில் இலங்கை அரசு பெருமளவு வெற்றி கண்டது.

போர் முனைக்கு பத்திரிகையாளர்களை அழைத்துச்செல்வதைக் கூட மிக அற்புதமாகக் கையாண்டனர். நானே பலமுறை இப்படிப் போயிருக்கிறேன்.

அதிகாலையிலேயே விமான நிலையத்துக்கு வரவேண்டி யிருக்கும். அங்கே முழுமையான பாதுகாப்புச் சோதனைக்கு பிறகு, உக்ரைனிய AN-32 விமானத்தில் ஏறி மத்திய இலங்கை யில் உள்ள சரித்திரப் பிரசித்தி வாய்ந்த அனுராதபுரம் நகருக்குச் செல்வோம். அங்கே, காத்திருக்கும் இரண்டு மூன்று Mi-17 ஹெலிகாப்டர்களில் ஏறிக்கொள்வோம். ஏறிய உடனேயே கேமராக்கள் இயங்கத் தொடங்கும். தொலைக்காட்சிச் செய்தி களில் ஹெலிகாப்டரிலிருந்து செய்திகளைத் தருவதாகக் காட்டி னால் கவரேஜ் நிஜமாகவே போர்முனையிலிருந்து வரும் தோற்றத்தைத் தரும் அல்லவா?

போர் நடக்கும் கிளிநொச்சி அல்லது பரந்தனில் இறங்குவதற்கு முன் இரண்டு மூன்று துண்டுகளைப் பதிவுசெய்துகொள்வோம்.

ஹெலிகாப்டரிலிருந்து இறங்கும்போது அங்கே ஜீப்களோ கவச வாகனங்களோ எங்களை ஏற்றிக்கொள்ளத் தயாராக இருக்கும். அக்கிருந்து பிரிகேட் தலைமையகத்துக்கோ அல்லது போர் நடக்கும் இடத்துக்கு வெகு அருகிலோ அழைத்துச் செல் வார்கள்.

கவச வாகனம் பார்ப்பதற்கு டாங்குகள் போல இருக்கும். ஆனால் அவை டாங்குகள் அல்ல. ஆனால் எத்தனை பேருக்கு அந்த உண்மை தெரியும்? அதில் ஏறியபடி தொலைக்காட்சிச் செய்தியில் நாங்கள் வரும்போது பார்வையாளர்கள் மிகவும் கவரப்படுவர்.

எனவே செய்தியாளர்கள் அனைவரும் கவச வாகனத்தில் ஏறி நின்றபடி சில வீடியோக்களை பதிவு செய்துகொள்வர். பின்னர் பத்திரிகையாளர் சந்திப்புக்குச் செல்வோம். இந்தச் சந்திப்புகள் அயற்சி ஊட்டுபவை. இங்கே உருப்படியாக ஒன்றும் நடக் காது. ஏதாவது ஒரு கமாண்டர் சில வரைபடங்களைக் காண் பித்து ராணுவத் திட்டங்களை விவரிப்பார். அதையெல்லாம் தொலைக்காட்சியில் காண்பித்தால் யாரும் பார்க்க மாட்டார்கள். எனவே நாங்கள் அங்கிருந்து கிளம்பி வெளியே சென்று எதையாவது படம் பிடிக்கமுடியுமா என்று பார்ப் போம். பல்வேறு சீருடைகளில் உள்ள ராணுவ வீரர்கள் அங்கும் இங்கும் சென்றபடி இருப்பார்கள். சிலர் தங்கள் ஆயுதங்களைச் சுத்தம் செய்தபடி இருப்பார்கள். இவற்றை யெல்லாம் பதிவு செய்துகொள்வோம்.

விஷயம் என்னவென்றால், தொலைக்காட்சி நிர்வாகிகளுக்கு என்ன தேவை என்பதை இலங்கை ராணுவம் நன்கு புரிந்துகொண்டது. அனைத்தையும் எங்களுக்கு வழங்கியது. உலகின் பிற ராணுவங்களுக்கு இவையெல்லாம் தெரியாது என்று நான் சொல்லமாட்டேன். ஆனால் அவர்கள் இவ்வளவு வெளிப்படையாக இவற்றைச் செய்திருக்க மாட்டார்கள்.

இலங்கை அரசு எப்படி ஊடகங்களைக் கையாண்டது என்பது மிக சுவாரசியமான ஓர் ஆராய்ச்சியாக இருக்கும். முந்தைய காலங்களில் புலிகள் எப்படி சர்வதேச ஊடகங்களைப் பயன் படுத்தி, தமிழர்களுக்கென தனி தேசம் தேவை என்ற கருத்தை வெற்றிகரமாக முன்வைத்தார்கள் என்பதைப் புரிந்துகொண்ட இலங்கை அரசு, புலிகள் ஆதரவு ஊடகங்கள் சுவாசிக்கவே

முடியாமல் செய்தனர். மற்றொரு பக்கம், பிற பத்திரிகையாளர்களுக்குத் தேவையான தகவல்கள் அனைத்தையும் உடனுக்குடன் வழங்கியதோடு, அவர்கள் புலிகள் கட்டுப்பாட்டில் உள்ள பகுதிகளுக்குச் செல்லத் தடையும் விதித்தனர்.

மிரட்டல் ஒரு பக்கம், தேசியக் கடமையாற்றுவது அவசியம் என்ற வேண்டுகோள் மறுபக்கம் என்று உள்ளூர் ஊடகங்கள் கட்டுக்குள் கொண்டுவரப்பட்டன. அரசின் கருத்துகளை ஏற்க மறுத்த பத்திரிகையாளர்கள் பயமுறுத்தப்பட்டனர், மிரட்டப்பட்டனர், இல்லாவிட்டால் கொல்லப்பட்டனர். கடந்த நான்கு ஆண்டுகளில் 14 பத்திரிகையாளர்கள் கொல்லப்பட்டுள்ளனர். பிறர் அனைவரிடத்திலும் அரசு உருக்கமான வேண்டுகோளை முன்வைத்தது: 'இது எங்கள் போர் மட்டுமல்ல, உங்கள் போரும்கூட!' பத்திரிகையாளர்களும் இதனை அப்படியே ஏற்றுக்கொண்டனர். அத்துடன், தமிழ்நெட்டும் பிற புலிகள் ஆதரவு இணையத்தளங்களும் இலங்கையில் கிடைக்காத வண்ணம் தடைசெய்யப்பட்டன.

விளைவு? முற்றிலும் ஒரு பக்கச் சார்புடைய நான்காம் ஈழப்போர் கவரேஜ்.

ஊடகங்களைக் கருத்துடன் படிக்கும் மாணவனான எனக்கு, இலங்கை அரசின் நடவடிக்கை வியப்பை அளித்தது.

ஈராக்கிலும் ஆஃப்கனிஸ்தானிலும் அமெரிக்க ராணுவம் மேற்கொண்ட முறைகளைப் பின்பற்றி, அவற்றைத் தன் தேவைகளுக்கு ஏற்ப அழகாக மாற்றியமைத்து, எதிர்த் தரப்புச் செய்திகள் ஏதும் வெளியே கிடைக்காதவண்ணம் பார்த்துக்கொண்டது இலங்கை அரசு.

போர் என்பதே மோசமான ஒரு நடவடிக்கை. இதில் தேசங்கள் தங்களுக்குச் சாதகமான நடைமுறைகளையே மேற்கொள்கின்றன.

ஒரு பத்திரிகையாளனாக, இந்த ஒரு பக்கச் சார்புள்ள கவரேஜில் ஈடுபட எனக்கு விருப்பம் இல்லை. ஆனால் இலங்கை அரசைப் பொருத்தமட்டில், தகவல் போரில் வென்றால்தான், ராணுவப் போரிலும் அவர்களால் வெல்லமுடியும் என்ற நிலை.

ஆனால் தகவல் போரில் ஜெயிப்பது அவ்வளவு எளிதாக இருக்கவில்லை.

ஹுலுகல்லே இதைப்பற்றி என்னிடம் பேசினார். 'நாங்கள் ஊடக மையத்தை ஆரம்பித்தபோது, புலிகளுக்கு சர்வதேச ஊடகங்களுடன் எவ்வளவு நல்ல தொடர்பு இருந்தது என்பதைப் புரிந்துகொண்டோம். எங்களுக்கோ அப்படிப்பட்ட தொடர்புகள் ஏதும் இல்லை. எனவே உடனடியாக சர்வதேச ஊடகங்களைத் தொடர்புகொள்ள ஆரம்பித்தோம். கொஞ்சம் கொஞ்சமாக அவர்களுக்குத் தேவையான தகவல்களை விரைவாக அளிக்க ஆரம்பித்தோம். பல நேரங்களில் தாக்குதல் தொடர்பான படங்களில் புலிகள் சில பொய்யான மாற்றங்களைச் செய்து தவறான தகவல்களை வெளியே தருவார்கள். எனவே உண்மையான தகவல்களை உடனடியாக உலகுக்குத் தர ஆரம்பித்தோம். தமிழ்நெட் இணையத்தளத்தில் செய்திகள் வருவதற்குமுன் நாங்கள் அவற்றைத் தர ஆரம்பித்தோம். 2008 முதல் ஈழப்போரில் ஆர்வம் காட்டத் தொடங்கிய இந்திய ஊடகங்கள் எங்களிடம் நட்புடன் இருந்தன. ஆனால் மேற்கத்திய ஊடகங்கள் அவ்வளவாக நட்பு காட்டவில்லை.'

ஹுலுகல்லே ஊடகங்கள் பற்றி ஓரளவு நன்றாகவே அறிந்திருந்தார். இ.எஸ்.பி.என், ஸ்டார் ஸ்போர்ட்ஸ் சானல்களை இலங்கையில் காண்பிக்கும் அமைப்பை அவர் நடத்திவந்தார். அவரது குடும்பம் பண்பலை வானொலி நிலையம் ஒன்றை கொழும்பில் நடத்திவந்தது.

ஆனால் ராணுவ செய்தித்தொடர்பாளராகப் பணியாற்றிய பிரிகேடியர் உதய நாணயக்காரவுக்கு இந்த வேலை முற்றிலும் புதியதாக இருந்தது. அவர் சொன்னார்:

> ஆகஸ்ட் 2007-ல் இந்த வேலையை எடுத்துக்கொள்ள என்னைக் கேட்டபோது, எனக்கு வியப்பாக இருந்தது. நான் பொதுவாகவே அதிர்ந்து பேசாதவன். கூச்ச சுபாவம் உள்ளவன். என் மேலதிகாரிகளுக்கும் இது தெரியும். என்மீதான அறிக்கைகளில் அவர்களே இதைப்பற்றி எழுதியுள்ளனர். எனவே நான் இந்த வேலைக்கு லாயக்கற்றவன் என்றே நினைத்தேன். ஆனால் ஒரு உண்மையான ராணுவ வீரனைப்போல, ஆணை இடப்பட்டதுமே, எனக்குக் கொடுக்கப்பட்ட சவாலை ஏற்று, அதை எதிர்கொள்ள முற்பட்டேன்.

எனக்குமுன் இந்த வேலையைச் செய்தவர், இந்த வேலையைப் புரிந்துகொள்வதில் எனக்கு மிகவும் உதவினார். மூத்த பத்திரிகை யாளர் சிலரிடமும் பேசினேன். ஒரு விஷயத்தை முதலிலேயே புரிந்துகொண்டேன். எக்காரணம் கொண்டும், பத்திரிகையாளர் களிடம் சண்டை போடக்கூடாது!

விரைவிலேயே, எனக்கென சொந்த விருப்பு வெறுப்புகள் ஏதும் கூடாது என்பதைப் புரிந்துகொண்டேன். இந்த வேலை 24 மணி நேர வேலை என்பதையும் புரிந்துகொண்டேன். என் குடும்பத் தினரும் இதை நன்கு புரிந்துகொண்டனர். என் மனைவி வீட்டு வேலைகள் அனைத்தையும் ஏற்றுக்கொண்டார். எந்தப் புகாரும் சொல்லாது, என் பதின்ம வயதுக் குழந்தைகளைப் பார்த்துக் கொள்ளும் பொறுப்பை அவர் எடுத்துக்கொண்டார்.

சரி. ஊடகங்களை எதிர்கொள்வது எப்படி இருந்தது? தொடர் கிறார் நாணயக்கார.

மொத்தத்தில் அவ்வளவு மோசமில்லை. ஆனால் உங்களில் சிலர் மிகவும் எரிச்சலூட்டக்கூடியவர்கள். ஆனால் நான் அமைதி யாகவே இருந்தேன். 'கோபம் கொள்ளாதே!' என்று எனக் குள்ளாகவே எச்சரித்தபடி இருந்தேன். கோபம் ஏற்பட்டு, நான் எதையாவது உளறிவிடவேண்டும் என்று அவர்கள் எதிர் பார்த்தனர். ஆனால் இறுதியில், உங்களில் பலரும் நான் ஒரு வேலையைத்தான் செய்கிறேன்; எதையும் வேண்டுமென்றே மறைக்க விரும்பவில்லை என்பதைப் புரிந்துகொண்டனர்.

நான்காம் ஈழப்போரின் கடைசி ஆறு மாதங்களில், தினம் தினம் ஹுலுகல்லே, நாணயக்கார என்று இருவரிடமும் தொடர்பு கொண்ட எனக்கு நாணயக்கார சொல்வது நன்கு புரிந்தது. ஒவ்வொரு முறை நான் அவர்களைத் தொடர்புகொண்டு தகவல் களைக் கேட்டபோதும், அவை இல்லாவிட்டால் அவர்கள் மீண்டும் என்னைத் தொடர்பு கொள்வதாகக் கூறினர். இருவருமே நாட்டின் உயர்ந்த பதவிகளில் இருந்தவர்களிடம் நேரடித் தொடர்பு வைத்திருந்ததால் எந்தத் தகவலையும் அவர்களால் பெறமுடிந்தது.

'எந்த நேரத்திலும் என்னால் குடியரசுத் தலைவரையும் பாது காப்புச் செயலரையும் தொடர்புகொள்ள முடிந்தது' என்றார் ஹுலுகல்லே. தன்னாலும் அப்படிச் செய்யமுடிந்தது என்றார்

பிரிகேடியர் நாணயக்கார. 'எந்த நேரத்திலும் ராணுவத் தளபதி யையோ, விஷயம் முக்கியமானது என்றால் பாதுகாப்புச் செயலரையோ என்னால் அணுகமுடிந்தது' என்றார் அவர்.

அதைவிட முக்கியமாக, எஞ்சினியர் ரெஜிமெண்ட் அதிகாரியாக இருந்த பிரிகேடியர் நாணயக்கார, ஒரு பிரிகேடுக்குத் தலைமை தாங்கியிருந்தார். எனவே போர்முனையில் இருந்த தளபதிகளை அவரால் நேரடியாகத் தொடர்புகொள்ள முடிந்தது. எனவே போர்முனையிலிருந்து தகவல்களை உடனடியாகப் பெற்று அவற்றை ஊடகங்களுக்கு உடனே தரமுடிந்தது.

தகவல் பகிர்தலில் பல்வேறு நூதன முறைகளையும் அவர்கள் கையாண்டனர். defence.lk, army.lk போன்ற தளங்கள் மணிக்கு ஒருமுறை அப்டேட் செய்யப்பட்டன. போர் நடப்பது குறித்த அனிமேஷன் வரைபடம் ஒன்றின்மூலம் ஒவ்வொரு சண்டையும் நடக்கும் இடம், சமீபத்திய வீடியோக்கள், படங்கள் போன்றவை பகிர்ந்துகொள்ளப்பட்டன. இதனால் பத்திரிகையாளர்களுக்குத் தேவையான தெளிவான தகவல்கள் உடனடியாகக் கிடைத்தன. மாறாக, தமிழ்நெட் மிகவும் பின்தங்கிய நிலையில் இருந்தது.

கடைசியாக, இலங்கை அரசு, ஊடகப் போரை ஜெயிக்கத் தொடங்கியிருந்தது.

இதில், இந்திய ராணுவத்துக்கும் இந்தியப் பாதுகாப்பு அமைச் சகத்துக்கும் பல பாடங்கள் இருக்கின்றன.

இந்திய அரசின் ஊடகக் கொள்கை, 20-ம் நூற்றாண்டில் இடைப் பகுதியிலேயே சிக்கிக் கிடக்கிறது. விளக்கெண்ணெய்போன்ற செய்தி அறிக்கை ஒன்றைக் கொடுத்தாலே போதும் என்று நினைக்கிறது இந்திய அரசு. தகவல்கள் அடுத்த நாள் செய்தித் தாளில் அச்சானால் போதும் என்று நினைக்கிறது.

சவுத் பிளாக் அலுவலகங்களில் இருக்கும் ஐ.ஏ.எஸ் பாபுக்களும் ராணுவ அதிகாரிகளும் விரும்பினாலும் சரி, விரும்பா விட்டாலும் சரி, 24 மணி நேர ஊடகத்தின் எதிர்பார்ப்புகள் முற்றிலும் வேறானவை. இலங்கை போன்ற ஒரு சிறு நாடு இதனை நன்கு புரிந்துகொண்டது. வேகமாக இயங்கும் நவீன ஊடகங்களின் தகவல் பசியைப் புரிந்துகொண்டு அதற்கு நல்ல தீனி போட்டது. பலனை அறுவடை செய்தது.

சில மேற்கத்திய ஊடகங்கள் மட்டும் போர்க் குற்றம் தொடர்பாக இலங்கை அரசைக் குறிவைத்துத் தாக்கின. அதற்கு முக்கியக் காரணம், போர் நடக்கும் இடத்துக்கு இலங்கை ராணுவத்தின் அனுமதியின்றி யாரும் நுழையமுடியாது என்ற நிலையே.

தேசியப் பாதுகாப்புக்கான ஊடக மையத்தை ஒரு மாபெரும் ஊடக சக்தியாக உருவாக்கியதன்மூலம், கோதபாய ராஜபக்ஷே மாபெரும் சாதனையைப் படைத்தார். ஆனால் அவரது நிஜமான பரீட்சை வேறு ஓர் இடத்தில் இருந்தது.

6
வன்னி என் கையில்

செப்டம்பர் 1, 2007. வடக்கில் போரை ஆரம்பிக்கத் தயாராக இருந்தது இலங்கை ராணுவம். வடக்கில் அடர்ந்த காடுகளும் சதுப்பு நிலப் பகுதிகளும் நிரம்பிய பெரும் வன்னிப் பகுதியில் தான் பிரபாகரன் பதுங்கியிருந்தார். கடந்த பல வருடங்களில் சிறிது சிறிதாக வன்னியின்மீதான தன் பிடியை அவர் இறுக்கி யிருந்தார்.

இலங்கை ராணுவம் தன் தாக்குதலை ஆரம்பிப்பதற்குமுன், பல முன்னாள் ராணுவத்தினர் உள்நாட்டுப் போர் எப்படி முதன் முதலில் ஆரம்பமானது என்பதைப் பற்றி நினைவுகூர்ந்தனர். ஜூலை 1983-ல் ஒரு நாள், விடுதலைப் புலிகள் யாழ்ப்பாணத்தில் 13 சிங்கள ராணுவ வீரர்களை இடைமறித்துத் தாக்கிக் கொன்றனர்.

அப்போது ஆரம்பித்த தொடர் நிகழ்வுகள், அடுத்த 26 ஆண்டு களுக்கு ஒரு நாட்டையே வன்முறையில் சிக்கித் திண்டாட வைத்தது.

இலங்கையின் வடக்கில் உள்ள தமிழர் பெரும்பான்மைப் பகுதி களில் அவ்வப்போது நடக்கும் வன்முறை ஒன்றும் புதிதல்ல. 1970-களின் இடைப்பகுதியில் பொறுமையற்ற, ஆவேசம் கொண்ட பல தமிழ் இளைஞர்கள் இலங்கையின் காவல்துறை

யினரையும் பிற அரசு ஊழியர்களையும் தாக்கிவிட்டு ஓடி விடுவது, ஆங்காங்கே சில வங்கிகளைக் கொள்ளையடிப்பது, எப்போதாவது ஒரு காவலரைக் கொலை செய்வது என்றபடி இருந்தனர்.

பாரபட்சம் காட்டும் இலங்கை அரசுக்கு எதிராக ஆயுதம் ஏந்தவேண்டும் என்ற முடிவை ஒரு தமிழ் அரசு அலுவலரின் இளைய மகனான வேலுப்பிள்ளை பிரபாகரன் எடுத்தார். அவர் முதலில் 'புதிய தமிழ்ப் புலிகள்' என்ற அமைப்பை 1974-ல் தோற்றுவித்தார். இரு வருடங்களுக்குப் பிறகு, 5 மே 1976-ல் தமிழீழ விடுதலைப் புலிகள் (லிபரேஷன் டைகர்ஸ் ஆஃப் தமில் ஈலம் - எல்.டி.டி.ஈ) என்ற அமைப்பை உருவாக்கினார்.

அதற்கடுத்த சில ஆண்டுகளில் தமிழ் ஈழ விடுதலைப் படை (TELA), தமிழ் ஈழ விடுதலை அமைப்பு (TELO), தமிழ் ஈழ மக்கள் விடுதலை அமைப்பு (PLOTE) போன்று மேலும் பல அமைப்பு கள் உருவாகின. பல போராளிகள் கைது செய்யப்பட்டனர். சிலர் கொல்லப்பட்டனர். சிலர் தங்கள் நோக்கத்திலிருந்து விலகி, காணாமல் போனார்கள். ஆனால் பிரபாகரன் மட்டும் தன் நோக்கத்திலிருந்து பிறழவே இல்லை. எத்தனை ஆண்டுகள் ஆனாலும் சரி, தமிழ் ஈழத்தை உருவாக்குவதற்காகச் சண்டை யிட்டே தீருவது என்ற முடிவில் பிரபாகரன் உறுதியாக இருந்தார்.

எதிர்காலப் போராட்டத்துக்கான விதை யாழ்ப்பாணத்தில் 1970-களில் விதைக்கப்பட்டது. ஆனால் போராட்டம் தமிழர் பெரும்பான்மையாக உள்ள வடக்கிலும், கிழக்கில் சில பகுதி களிலும் மட்டுமே இருந்தது. கொழும்பிலும் இலங்கையின் கிழக்குப் பகுதியிலும் உள்ளவர்களுக்கு தமிழர் பெரும் பான்மைப் பகுதியில் நிலவிவரும் அமைதியின்மை பற்றிச் சிறிதும் தெரிந்திருக்கவில்லை.

பிரபாகரன் இலங்கை ராணுவத்தினர்மீது தொடுத்த தாக்கு தலுக்குமுன்னர்வரை போராட்டம் உள்ளூர் அளவில்தான் இருந்தது. இலங்கை ராணுவத்தின் 'ஃபோர் ஃபோர் பிராவோ' என்ற சமிக்ஞைப் பெயர் கொண்ட ரோந்துக் குழுவை பிரபாகரன் தாக்கி, அதன் 13 சிப்பாய்களையும் கொன்றபோது, அதுதான் 'பொடியர்கள்' இலங்கை ராணுவத்தின்மீது நடத்திய முதல் பெரும் தாக்குதலாக இருந்தது.

அந்த 13 சிப்பாய்களின் உடல்கள் (அதில் பலர் பதின்ம வயதைத் தாண்டாதவர்கள்) கொழும்புக்குக் கொண்டுசெல்லப்பட்டதும், வெறிகொண்ட கூட்டம் தெருக்களில் இறங்கியது. காவலர்கள் யாரும் தென்படவே இல்லை. அப்படியே காவலர்கள் காணப் பட்டாலும் அவர்கள் வேறுபக்கம் திரும்பிக்கொண்டனர். சில இடங்களில் அவர்களும் கூடச் சேர்ந்து தமிழர்களைக் கொல்ல வும், தமிழர் சொத்துக்களைக் கொள்ளையடிக்கவும் செய்தனர்.

அப்போது நடந்த கொலைகளை இன்றும் கொழும்புத் தமிழர் கள் பீதியுடன் நினைவுகூருகின்றனர்.

சிங்களக் குழுக்கள் செய்த அட்டகாசம் சிறிதும் பொருந்தக்கூடிய ஒரு செயல் அல்ல. அளவுக்கு மீறிய வன்முறையை அவர்கள் கட்டவிழ்த்திருந்தனர்.

கொழும்பில் பல ஆண்டுகளாக வாழ்ந்துவந்த தமிழர்கள், விடுதலைப் புலிகளுடன் எந்தவிதத்திலும் தொடர்பில்லாத நிலையிலும், சிங்கள ரவுடிகளால் கொடூரமாகக் கொல்லப் பட்டனர். அவர்களது வீடுகள் சூறையாடப்பட்டன. அவர்களது தொழில்கள் முற்றிலுமாக அழிக்கப்பட்டன. ஆயிரக்கணக்கான தமிழர்கள் கொல்லப்பட்டனர்.

சுமார் ஒரு லட்சம் தமிழர்கள், அதில் பெரும்பாலானோர் மத்திய வர்க்கத்தைச் சேர்ந்தவர்கள், தாங்கள் வைத்திருந்த அனைத்தை யும் இழந்து அகதிகள் முகாமில் வசிக்கவேண்டியிருந்தது. கொழும்பின் புறநகரில் இருந்த அதிகபட்சப் பாதுகாப்புச் சிறை யில் இருக்கும் தமிழ்க் கைதிகள்கூட உள்ளே இருந்த சிங்களக் கைதிகளால் கொல்லப்பட்டனர்!

கொல்லப்பட்ட தமிழர்களின் எண்ணிக்கை 400 முதல் 3,000-க்குள் எதுவாக வேண்டுமானாலும் இருக்கலாம்.

ஜூலை-ஆகஸ்ட் 1983-ல் நடைபெற்ற தமிழர்களுக்கு எதிரான இன அழிப்புக் கலவரம் அந்த நாட்டில் ஏற்கெனவே மோசமாக இருந்துவந்த சிங்கள-தமிழர் உறவை முற்றிலும் குலைப்பதாக அமைந்துபோனது. சிங்களப் பெரும்பான்மை அரசியலில் சிக்கியுள்ள இலங்கையில் தங்களுக்கு விடிவுகாலமே இல்லை என்ற முடிவுக்கு இளம் தலைமுறைத் தமிழர்கள் வந்திருந்தனர்.

அதுவரையில் அவ்வளவாக நட்பில்லாத சிங்கள-தமிழ் உறவு, இனி சரிசெய்யவே முடியாத நிலைக்குத் தள்ளப்பட்டது.

நாராயண் ஸ்வாமி, தன் புத்தகம் Tigers of Lanka-ல், 'தமிழர்-சிங்கள உறவு கடந்த சில வருடங்களாகவே அறுந்துவிடும் நிலையில்தான் இருந்தது. இப்போது அது சரிசெய்யவே முடியாத நிலைக்குச் சென்றது. இரு சமுதாயங்களும் இனி மிகவும் விலகிச் செல்லும். இனக் கலவரம், இலங்கையின் இனப் போராக வெடிக்கப் போகிறது' என்று எழுதினார்.

விளைவாக ஏற்பட்டது முதலாம் ஈழப்போர்.

அன்றிலிருந்து இன்றுவரை முதலாம், இரண்டாம், மூன்றாம், நான்காம் ஈழப்போர்கள் அந்தத் தீவில் நடைபெற்றுள்ளன.

மே 2009-ல் இலங்கை ராணுவம், ஒரு காலத்தில் அழிக்கவே முடியாத வலிமை பெற்றிருந்த விடுதலைப் புலிகளை முற்றிலுமாக அழித்துமுடிப்பதற்குள், 25 ஆண்டுகளில் ஒரு லட்சம் பேர் உயிர் இழந்திருந்தனர். சிப்பாய்கள், புலிகள், இரு பக்கத்திலும் இருந்த எண்ணற்ற அப்பாவிகள். அந்த அழகான தீவு அந்தக் காலத்தில் சின்னாபின்னமாகியிருந்தது.

இலங்கை ராணுவம் விடுதலைப் புலிகளை ஏன், எப்படி அழித்தது என்பதைப் புரிந்துகொள்ள அதற்கு முந்தைய போர்கள் எப்படி நடைபெற்றன என்பதைப் புரிந்துகொள்ளவேண்டும். இத்தனை காலத்துக்கு, எப்படி பிரபாகரனால் இலங்கை அரசின் வலிமையை எதிர்கொள்ளமுடிந்தது என்பதையும் தெரிந்து கொள்ளவேண்டும்.

முதலாம் ஈழப்போர்

1983 வரையில் இலங்கை ராணுவம் என்பது வெறும் அலங்காரப் பொருளாக மட்டுமே இருந்தது. முப்படைகளையும் சேர்த்து மொத்தம் 40,000 பேர்தான் பணியில் இருந்தனர். நாட்டைச் செலுத்துவதில் அவர்களுக்கு எந்தப் பங்கும் இருக்கவில்லை. ராணுவ அதிகாரிகளில் பெரும்பாலானோர் பணக்கார, நகர்ப் புறக் குடும்பங்களிலிருந்து வந்தவர்கள். அவர்களில் பெரும் பாலானோர், கொழும்பின் சிறந்த தனியார் பள்ளிகளில் படித்துப் பட்டம் பெற்றதும் நேரடியாக ராணுவத்தில் நுழைந்தவர்கள். அவர்களைப் பொருத்தமட்டில் ராணுவப் பணி என்பது ஒரு வேலையல்ல; வாழ்க்கை முறை.

இந்திய ராணுவத்தின் முன்னாள் ஜெனரல் ஒருவர் என்னிடம் பேசினார். அவர் கர்னலாக இருந்த காலத்தில், 1970-களில்,

மிசோரத்தில் இருந்த பயங்கரவாத எதிர்ப்பு மற்றும் வனப் போர் பயிற்சிப் பள்ளியில், சில இலங்கை ராணுவ அதிகாரிகளுடன் பயிற்சி மேற்கொண்டாராம். 'எங்கள் இலங்கை நண்பர்களுக்கு இந்தப் பயிற்சி புதுமையாக இருந்தது. ஆனால் அவர்கள் பயிற்சியைத் தீவிரமாக எடுத்துக்கொள்ளவில்லை. இதுபோன்ற தனித்தன்மை வாய்ந்த பயிற்சிகள் எல்லாம் அவர்கள் நாட்டுக்குத் தேவையில்லை என்பது அவர்களது கருத்தாக இருந்தது.' ஆனால் பத்து ஆண்டுகளுக்குள்ளாக அவர்கள் நாட்டில் என் னென்ன மாறுதல்கள் நிகழப்போகின்றன என்பதைப்பற்றி அவர்கள் அறிந்திருக்கவில்லை.

1980-களில் இலங்கை ராணுவம் தனது நிலையை முழுவதுமாக மாற்றிக்கொள்ள வேண்டியிருந்தது. 1983-ல் ஆயுதம் ஏந்திய தமிழ்ப் போராளிகள் வடக்கிலும் கிழக்கிலும் நிஜமாகவே நடக் கும் அபாயம், கனவல்ல என்பது அவர்களுக்குப் புரிந்து போனது. போராளிகள் அரசுக் கட்டடங்கள்மீதும் அப்பாவிப் பொதுமக்கள்மீதும் நிகழ்த்திய தாக்குதல்களை காவல்துறையால் சமாளிக்க முடியவில்லை. சட்டம் ஒழுங்கைச் செயல்படுத்து பவர்களால் போராளிகளின் புதுமையான கெரில்லாப் போர் முறையை எதிர்கொள்ள முடியவில்லை.

ஆனால், வெறும் அலங்காரப் பொருளாக இருந்த இலங்கை ராணுவத்தை ஒரு சண்டையிடும் அமைப்பாக மாற்றுவது எளி தாக இல்லை.

1983-லிருந்து 1987-க்குள் இலங்கையின் தரைப்படையும் கடற் படையும் பெரும் சேதங்களுக்கு உள்ளாகின.

கடின வாழ்வுக்கும் போருக்கும் பழகாத சிப்பாய்கள், தமிழ்ப் போராளிகள் விரித்த வலையில் எளிதாகச் சிக்கிக்கொண்டனர். வடக்கிலும் கிழக்கிலும் உள்ள நிலப்பரப்புக்கு அந்நியர்களான ராணுவத்தினர் கண்ணிவெடிகளில் மாட்டிச் சிதறினர். எண் ணற்ற சிப்பாய்கள் இதில் உயிரிழந்தனர். 'பொடியர்கள்' என்று அழைக்கப்பட்ட தமிழ்ப் போராளிகள், நிலப்பரப்பு குறித்த அறிவை நன்றாகப் பயன்படுத்தி, ராணுவம் செல்லும் வழிகளில் எல்லாம் கண்ணிவெடிகளைப் புதைத்துவைத்தனர். இதனால் ராணுவத்தின் இயக்கம் வெகுவாகக் கட்டுப்படுத்தப்பட்டது.

ஆனால் எந்த அரசும் அப்படியே அமைதியாக இருந்துவிடாது.

ஜூனியஸ் ரிச்சர்ட் ஜெயவர்த்தனே இலங்கையின் குடியரசுத் தலைவராக வந்ததும் நிலைமை மாறத்தொடங்கியது. இலங்கை அரசியலில் கடினமான போராட்டத்துக்குப் பிறகே அவர் முன்னுக்கு வந்திருந்தார். அரசியல் காய் நகர்த்துதலில் திறமை வாய்ந்தவர். சில 'பொடியர்கள்' கொலை செய்துவிட்டுத் தப்பிவிடுவதை அவர் அனுமதிக்க விரும்பவில்லை.

மார்ச் 1984-ல் லலித் அதுலத்முதலியை இலங்கையின் முதல் தேசியப் பாதுகாப்பு அமைச்சராக்கினார் ஜெயவர்த்தனே. ஆக்ஸ்ஃபோர்டில் சட்டக்கல்வி பயின்ற அதுலத்முதலியின் பணி தெளிவாக இருந்தது. 'இலங்கை அரசுக்கு தமிழ்ப் போராளிகள் அளித்துள்ள சவாலை எதிர்கொள்ளும் வகையில் ராணுவத்தை வலுப்படுத்தி, நவீனப்படுத்தி, அவர்களுக்கு உறுதி அளிக்க வேண்டிய அனைத்துச் செயல்களையும்' அவர் செய்யவேண்டும்.

அடுத்த மூன்று வருடங்களில் அதுலத்முதலி ராணுவத்தை வலிமை கொண்டதாக்கினார். தமிழ்ப் போராளிகளை எதிர்கொள்வதில் அவர்களுக்கு முழுச் சுதந்தரத்தை அளித்தார்.

ஆனால் சுதந்தரம் பெற்ற ராணுவம், தமிழ்ப் போராளிகளின் வன்முறையை ஒத்த அளவு கொடூரங்களில் இறங்கியது.

இதனால் வன்முறையும் எதிர்-வன்முறையும் வடக்குப் பகுதி முழுமையையும் பாதித்தன. தமிழ்ப் போராளிகள் அப்பாவி சிங்களர்களைத் தாக்கினார்கள். இலங்கை ராணுவத்தால் போராளிகளைப் பிடிக்கமுடியாதபோது, அவர்கள் அப்பாவித் தமிழர்களைத் தாக்கினர். அவ்வப்போது அமைதி இருக்கும். ஆனால் பெரும்பாலும் ரத்தக் களறிதான்.

தமிழர்களுக்கு எதிரான ஜூலை 1983 இனக் கலவரத்தால் இந்தியா பிரச்னைக்குள் நுழைந்தது. அதுவரையில் புது தில்லி இலங்கை விவகாரத்தில் தலையிடவில்லை; தள்ளியே நின்றது. ஆனால் இனக்கலவரம் தமிழகத்தில் ஏற்படுத்திய எதிர் வினைக்குப்பிறகு இந்தியாவால் விலகி நிற்கமுடியவில்லை.

ஒரு நடுநிலையாளராக உள்ளே நுழைந்த இந்தியா, சண்டை யிடும் இரு தரப்பையும் பூட்டானின் தலைநகர் திம்புவில் நடைபெற்ற சமாதான மாநாட்டுக்கு அழைத்துவந்தது. ஜூலை 1985 பூட்டான் மாநாட்டில் எந்தத் தீர்வும் எட்டப்படவில்லை.

மீண்டும் 1986-ல் வடக்கிலும் கிழக்கிலும் வன்முறைகள் வெடித்தன. 1987-ல், ஏற்கெனவே சிதைந்துபோயிருந்த போர் நிறுத்தம் முற்றிலும் காணாமல்போனது.

இலங்கை விமானப்படை விமானங்கள், சிவிலியன்கள் பற்றிக் கவலைப்படாமல் புலிகளின் இடங்கள்மீது குண்டுகளைப் பொழிந்தன. எதிர்த்தரப்பின் எண்ணிக்கையாலும் வலுவான ஆயுதங்களாலும் விடுதலைப் புலிகள் முதல்முறையாகச் சிக்கலில் ஆழ்த்தப்பட்டனர். ராணுவம் யாழ்ப்பாணத்தை முற்றுகை யிட்டது. உணவு, எரிபொருள் பற்றாக்குறை ஏற்பட்டது.

ஆனால் இம்முறை இந்தியா சும்மா இருக்கவில்லை. பிரதமர் ராஜிவ் காந்தி தன் வெளியுறவுத்துறை அமைச்சர் தினேஷ் சிங்கை கொழும்புக்கு அனுப்பி, இலங்கை ராணுவத்தை கட்டுக்குள் கொண்டுவரச் சொன்னார். ஆனால் குடியரசுத் தலைவர் ஜெயவர்த்தனே இதைக் கேட்கத் தயாராக இல்லை. அதற்கு ஒரு வாரம் முன்புதான் தமிழ்ப் போராளிகளை ஒட்டுமொத்தமாக அழித்து விடுவதாக அவர் ஒரு பொதுக்கூட்டத்தில் சபதம் செய்திருந்தார்.

ஆனால், தினேஷ் சிங்குடனான சந்திப்புக்குப் பிறகு, 10 ஏப்ரல் தமிழ், சிங்கள புத்தாண்டு தினம் தொடங்கி ஒரு வாரத்துக்கு மட்டும் போர் நிறுத்தம் செய்வதாக ஜெயவர்த்தனே அறிவித்தார்.

அந்த ஒரு வாரம் மட்டும்தான் அமைதி இருந்தது.

ஏப்ரல் 17 அன்று விடுப்பில் தங்கள் உறவினர்களைக் காணச் சென்ற, ஆயுதம் ஏந்தாத 100 ராணுவ வீரர்களை விடுதலைப் புலிகள் தாக்கிக் கொன்றனர். ஏன், எதற்கு என்று எந்தக் காரண மும் இல்லை. மூன்றே நாள்களுக்குப்பிறகு கொழும்பின் மையத் தில் ஒரு வலிமையான வெடிகுண்டு வெடித்தது. அத்துடன் போரும் வெடித்தது.

கொந்தளிப்பில் இருந்த ஜெயவர்த்தனே, தமிழ்ப் போராளி களைச் சரணடையச் செய்யுமாறும், இல்லாவிட்டால் ஒட்டு மொத்தமாக அழித்துவிடுமாறும் இலங்கை ராணுவத்துக்கு ஆணையிட்டார். கொழும்பு குண்டுவெடிப்புக்கு ஒரு மாதம் கழித்து, கடற்படை, விமானப்படை ஆதரவுடன், 8,000 தரைப் படை வீரர்கள் யாழ்ப்பாணத்தில் புலிகளின் இடங்களைத் தாக்கும் ஆபரேஷன் லிபரேஷனைத் தொடங்கினர்.

'ஏழு போர் விமானங்கள், ஒவ்வொன்றும் இரண்டு ஹெலி காப்டர்களுடன் இணைந்து யாழ்ப்பாணத்தின்மீது குண்டுமழை பொழிந்தன. 50 கிலோ எடையுள்ள குண்டுகள் நகரெங்கும் கொட்டப்பட்டன. யாழ் வானொலியை இயக்கிய ராணுவம், குண்டுவீச்சிலிருந்து தப்ப, சர்ச்சுகளுக்கும் கோவில்களுக்கும் செல்லுமாறு மக்களைக் கேட்டுக்கொண்டது. இதே தகவலுடன் ஆயிரக்கணக்கான துண்டுச்சீட்டுகளும் மேலிருந்து வீசப்பட்டன. மக்கள் இந்த அறிவுரையைப் பின்பற்றினர். ஆனால் அவர்கள் எங்கே பாதுகாப்பாக இருப்போம் என்று நினைத்தார்களோ அந்த இடங்களிலேயே குண்டுகள் வீசப்பட்டன' என்று எழுதினார் நாராயண் ஸ்வாமி.

முக்கியத்துவம் வாய்ந்த ஆனையிறவுக்குத் தெற்கில் வட மாராச்சியில் இருந்த புலிகளின் அரண்கள், ராணுவத்தின் கடும் தாக்குதலால் தகர்க்கப்பட்டன. படைகள் யாழ்ப்பாணத்துக்குள் சென்றபோது பிரபாகரனும் புலிகளும் அந்த இடத்தை விட்டு விட்டுச் சென்றுவிட்டனர். அங்குள்ள அப்பாவி மக்கள்தான் ராணுவத்திடம் மாட்டிக்கொண்டனர். இருபதுகளிலும் முப்பது களிலும் இருந்த பல இளைஞர்களை ராணுவம் விசாரணைக்கு என்று அழைத்துச் செல்லும்; அவர்கள் திரும்பவே மாட்டார்கள் என்று அப்போது வெளியான பல செய்திகள் கூறுகின்றன. கொலையும் சூறையாடலும் யாழ்ப்பாணத்தைச் சூழ்ந்தன.

இந்தியாவால் பொறுத்துக்கொள்ள முடியவில்லை. ஜெயவர்த் தனே இப்படி ஒரு ராணுவத் தாக்குதலை மேற்கொள்வார், அப்பாவி சிவிலியன்களை இலக்காக்கி அழிப்பார் என்று இந்தியா எதிர்பார்க்கவில்லை. உடனடியாக ராஜிவ் காந்தி அரசு இரண்டு திட்டங்களைத் தீட்டியது. ஒரு பக்கம் ஜெயவர்த்தனே அரசுடன் பேச்சுவார்த்தை. மறுபக்கம் தேவைப்பட்டால் ராணுவரீதியில் உள்ளே நுழைவது.

தன் வலிமையைக் காண்பிக்க, 4 ஜூன் 1987-ல் அன்று இந்தியா வின் ஒரு டஜன் AN-32 விமானங்கள், போர் விமானங்கள் புடைசூழ 25 டன் அத்தியாவசியப் பொருள்களை யாழ்ப்பாண மக்களுக்குக் கிடைக்குமாறு மேலிருந்து போட்டது.

இலங்கை கொதித்துப்போனது. ஆனால், இந்தியா போன்ற வலுவான ஒரு அண்டைநாட்டிடம் என்ன செய்யமுடியும்? அவமதிப்பை, சத்தமில்லாமல் பொறுத்துக்கொண்டது.

வெறும் அடையாள முயற்சியாக இந்தியா மேற்கொண்ட 'ஆப ரேஷன் பூமாலை' காரணமாக ஜெயவர்த்தனேயும் அதுலத்முதலி யும் ஆபரேஷன் லிபரேஷனை முடித்துக்கொண்டனர். அத்துடன் முதலாம் ஈழப்போர் முடிவுக்கு வந்தது.

ஆனால் யாரும் எதிர்பார்க்காதவண்ணம், முதலாம் ஈழப்போரின் முடிவே மற்றுமொரு போருக்குக் காரணமானது. இம்முறை இந்திய ராணுவத்துக்கும் விடுதலைப் புலிகளுக்கும் இடையில். இலங்கை ராணுவம் இந்தக் கூத்தைக் கண்டு சிரிக்கப்போகிறது!

அத்தனையும் எதிர்காலத்தில் நடக்க இருந்தது.

ஆனால் அந்தக் கட்டத்தில் தனது மாபெரும் ராணுவ-ராஜரீக வெற்றியில் இந்தியா திளைத்திருந்தது. ஆபரேஷன் பூமாலைமூலம், தன்னால் மட்டுமே இலங்கைத் தமிழர்களைக் காக்கமுடியும் என்ற சமிக்ஞையை இந்தியா அனுப்பியிருந்தது.

இதனால் தமிழ் மக்கள் மனத்தில் நம்பிக்கை பிறந்தது.

அதன்பிறகு செயல்கள் வேகம் எடுக்கத்தொடங்கின. வானி லிருந்து பொருள்களைப் போட்டு 50 நாள்களுக்குள்ளாக, ராஜிவ் காந்தியும் அவரது முரட்டு ஹை கமிஷனர் ஜே.என்.தீக்ஷித்தும் சேர்ந்து ஓர் ஒப்பந்தத்தை உருவாக்கியிருந்தனர். ஒட்டுமொத்த மாக கிழக்கு, வடக்குப் பிரச்னைகளை அந்த ஒப்பந்தம் தீர்த்துவிடும் என்று அவர்கள் எண்ணினர்.

ஆனால் அந்த ஒப்பந்தம் காரணமாக, தெளிவான அரசியல்- ராணுவக் குறிக்கோள் இல்லாத இந்திய ராணுவம், முன்பின் தெரியாத ஒரு நிலப்பரப்புக்குச் செல்லவேண்டியிருந்தது. விளைவாக இந்திய மனங்களில் ஆறாத வடு ஒன்று ஏற்பட்டது.

இந்தியாவின் வல்லாதிக்கச் செயலால் பொருமிக்கொண்டிருந்த ஜெயவர்த்தனே, 29 ஜூலை 1987 அன்று ஒப்பந்தத்தில் கையெழுத்திடத் தயாரானர். இதில் ஆச்சரியம் என்னவென்றால் அந்த ஒப்பந்தத்தில் கையெழுத்திடவேண்டிய அனைவருக்குமே அதில் உள்ள ஷரத்துகள் பிடிக்கவில்லை.

பெரும்பான்மை சிங்களர்களும் புத்த பிக்குகளும் இந்த ஒப் பந்தம் எதிர்காலத்தில் இலங்கையை இரு துண்டாக ஆக்குவதற் கான முன்முயற்சி என்று கருதினர்.

தமிழர்கள், முக்கியமாக விடுதலைப் புலிகள், இந்த ஒப்பந்தத்தை ஏற்க வற்புறுத்தப்பட்டதால் வெறுப்பில் இருந்தனர். அவர்களது நீண்டநாள் கோரிக்கைகள் எதையுமே செய்துதர இந்த ஒப்பந்தம் முன்வரவில்லை என்பதே அவர்களது வெறுப்புக்குக் காரணம்.

விளைவாக, அமைதியை நிலைநாட்ட, போராளிகளின் ஆயுதங்களைப் பறிக்க என்று இலங்கையின் வடகிழக்குப் பகுதிகளுக்குச் சென்ற இந்திய அமைதிப்படை, விடுதலைப் புலிகளுடன் போரில் இறங்கியது.

மூன்று ஆண்டுகள், 1,400 இந்திய வீரர்களின் உயிர்த்தியாகம் ஆகியவற்றுக்குப் பிறகே இந்திய அரசு, தெளிவான குறிக்கோள் இல்லாமல் அந்நிய நாட்டுக்குப் போர் புரியச் செல்வது எவ்வளவு அபத்தம் என்று தன் தவறை உணர்ந்தது. வெந்த புண்ணில் வேலைப் பாய்ச்சுவதுபோல, இலங்கையின் பிரதமராக இருந்து பின் குடியரசுத் தலைவரான ரணசிங்கே பிரேமதாசா வாய்ப்பு கிடைத்தபோதெல்லாம் ஒப்பந்தத்தை ஒழிக்கப் பார்த்தார். சொல்லப்போனால் அதற்காக பிரேமதாசாவும் பிரபாகரனுமே கைகோர்த்து, அமைதிப்படைக்கு ஆபத்தை விளைவித்தனர்.

ஆனால் பிரபாகரன், பிரேமதாசா இருவரது துரோகங்களையும் தாண்டி, இந்திய ராணுவம் விடுதலைப் புலிகளைப் பலவீனம் அடையச் செய்தது. கடுமையான சூழ்நிலையிலும்கூட ஒரு கெரில்லாப் படையை எப்படி எதிர்கொள்வது என்று செய்துகாட்டியது.

இருபது ஆண்டுகள் கழித்து, இலங்கை ராணுவத்தின் அதிகாரிகள் தனிப்பட்ட முறையில், விடுதலைப் புலிகளை அழிப்பதில் இந்திய ராணுவத்தின் பங்களிப்பைப் பாராட்டினர். ஆனால் மார்ச் 1990-ல், இந்திய அமைதிப்படை இலங்கையை விட்டு வெளியேறும்போது மூன்றே மாதங்களுக்குள் மற்றொரு கொடூரமான போர் ஆரம்பிக்கும் என்று யாருமே எதிர்பார்த்திருக்கமுடியாது.

இரண்டாம் ஈழப்போர்

இந்திய அமைதிப்படையின் கடைசி வீரர் இலங்கைக் கரையை விட்டு வெளியேறியபோது பிரேமதாசாவும் பிரபாகரனும்

அதைக் கொண்டாடினர். ஆனால் வெவ்வேறு காரணங் களுக்காக.

பிரபாகரனின் உதவியுடன் இந்திய அமைதிப்படையைத் துரத்தி விட்டோம் என்று இறுமாந்திருந்த பிரேமதாசா, பிரபாகரன், இலங்கையின் அரசியல் அமைப்புச் சட்டத்துக்குள்ளாக ஒரு ஒப்பந்தம் செய்துகொள்ள விரும்புவார் என்றே எதிர்பார்த்தார்.

ஆனால் அவர் பிரபாகரனைக் குறைத்து மதிப்பிட்டுவிட்டார்.

பிரபாகரன் தன் எதிரியுடன் இணைந்துகொண்டதற்குக் காரணம், தன் விருப்பத்துக்குத் தடையாக இருந்த மற்றொரு பெரிய எதிரியை ஒழித்துக்கட்டவே. பெரிய எதிரி நொந்துபோய், அவமானப் படுத்தப்பட்டு வெளியேறியதும் பிரபாகரன் சின்ன எதிரியைக் கடும் தாக்குதலால் நிலைகுலையச் செய்யும் செயலில் இறங்கினார்.

மூன்று ஆண்டுகள் வலிமையான, திறமையான ஒரு ராணு வத்தின் தாக்குதலில் இருந்து ஓடி ஒளியும் நிலையால் வெறுத்துப் போயிருந்த பிரபாகரன் அதற்கு வடிகால் தேடிக்கொண்டிருந் தார்.

ஜூன் 1990-ல் மீண்டும் போரை ஆரம்பித்த பிரபாகரன் மாபெரும் நிலப்பரப்பைக் கைப்பற்றியதோடு தன்னை அவமானப் படுத்திய, தன்னைப் பயன்படுத்த முற்பட்ட அனைவரையும் கொலையும் செய்திருந்தார்.

முதல் கொலை ரஞ்சன் விஜெரத்னே. குடியரசுத் தலைவர் பிரேமதாசாவின் நெருங்கிய உதவியாளர்; துணை பாதுகாப்பு அமைச்சர். பிரிவினைவாதத்துக்கு எதிரான போரில் வலுவான முடிவுகளை எடுக்கவேண்டும் என்ற கொள்கையைக் கொண்டவர். 1990-ல் தெற்கில் நடந்த சிங்கள் இளைஞர் ஆயுதப்புரட்சியை இரும்புக்கரம் கொண்டு அடக்குவதில் துணை நின்றவர். அதேபோன்று இரும்புக்கரம் கொண்டு விடுதலைப் புலிகளையும் அடக்கவேண்டும் என்று வெளிப்படையாகவே அறிவித்தவர். ஆனால் விடுதலைப் புலிகள் இவருடைய விதியைத் தீர்மானித்திருந்தனர். மார்ச் 1991-ல், கொழும்பு நகரின் சுறுசுறுப்பான ஹேவ்லாக் வீதியில், தனது கவசம் பொருத்திய மெர்சிடிஸ் காரில் சென்றுகொண்டிருந்தபோது நடைபெற்ற குண்டுவெடிப்பில் விஜெரத்னே துண்டு துண்டாக வெடித்துச் சிதறினார்.

இலங்கையின் முதல் தேசியப் பாதுகாப்பு அமைச்சர் லலித் அதுலத்முதலி விடுதலைப் புலிகளை கிட்டத்தட்ட அழித்திருப் பார். 1987-ல் இந்தியா முட்டாள்தனமாக அதைத் தடுத்து நிறுத்தியது. ஏப்ரல் 1993-ல் கொழும்பில் அதுலத்முதலி சுட்டுக் கொல்லப்பட்டார். சரியாகப் பத்து நாள்கள் கழித்து இலங்கைத் தலைநகரில் மே தினப் பேரணியின்போது பிரபாகரனுடன் உறவாடிய ரணசிங்கே பிரேமதாசா புலிகளின் தற்கொலை குண்டுத் தாக்குதலில் கொல்லப்பட்டார்.

இந்த இரண்டு கொலைகளுக்கும் முன்னதாக, இலங்கையின் கடற்படைத் தளபதி கிளான்சி ஃபெர்னாண்டோ, ராணுவத்தின் வடக்குப் பிரிவு தலைமைத் தளபதி பிரிகேடியர் டென்ஸில் கொப்பெகடுவா மற்றும் பல ராணுவ உயர் அதிகாரிகள் கொல்லப்பட்டனர்.

ஆனால், இவை எல்லாவற்றையும்விட பிரபாகரனுக்குக் கெட்டபெயர் ஏற்படுத்திக்கொடுத்தது ராஜீவ் காந்தி கொலை. 1989-ல் பதவி இழந்த முன்னாள் இந்தியப் பிரதமர், 1991 பொதுத் தேர்தலில் ஜெயித்து ஆட்சியைப் பிடித்துவிடுவார் என்றே அனைவரும் எதிர்பார்த்தனர்.

அப்படி நேர்ந்தால் ராஜீவ் காந்தி மீண்டும் இலங்கையில் ராணுவரீதியாகத் தலையிடுவார் என்று பிரபாகரன் பயந்தார். எனவே பிரபாகரனும் அவரது உளவுத்துறைத் தலைவர் பொட்டு அம்மானும் ஒரு திட்டத்தைத் தீட்டினர்.

தமிழ்நாட்டின் ஸ்ரீபெரும்புதூரில் 21 மே 1991 அன்று ஒரு தேர்தல் பொதுக்கூட்டத்தில் பங்குபெற வந்திருந்த ராஜீவ் காந்தியை ஒரு பெண் தற்கொலைப் போராளி, தானே வெடித்துச் சிதறி, கொலை செய்தார். அதுதான் புலிகள் செய்தவற்றிலேயே பிரபலமான கொலை. அதுதான் அவர்கள் செய்த மிகப்பெரிய தவறும்கூட.

மக்களால் அதிகம் விரும்பப்பட்ட இளைய தலைவர் ராஜீவின் கொலை, இந்தியாவில் புலிகள்மீது இருந்த அனுதாபத்தை முற்றிலும் அழித்தது.

ஆனால் அந்த நேரத்தில் பிரபாகரன் யாழ்ப்பாணத்தை முற்றிலு மாகக் கைப்பற்றியிருந்தார். கிளிநொச்சி, வவுனியா, மன்னார்,

முல்லைத்தீவு மாவட்டங்களின் பெரும்பகுதி அவர் கையில் இருந்தது. கிழக்கிலும் மட்டக்களப்பு, திருகோணமலை மாவட்டங்கள் புலிகளின் முழுக் கட்டுப்பாட்டில் இருந்தன. பிரபாகரனையும் புலிகளையும் பொருத்தமட்டில் இரண்டாவது ஈழப்போரின் முழு வெற்றியும் அவர்களுக்கே. நாட்டுக்குள் ஒரு நாடு புலிகளின் கட்டுப்பாட்டில் இருந்தது. அவர்களது பகுதிக்குள் வருபவர்களுக்கு புலிகள் விசா கொடுக்கும் முறை யையே ஏற்படுத்திவிட்டனர்!

மூன்றாம் ஈழப்போர்

1994-ல் தாங்கள் வலுவாக உள்ள பகுதிகளில் ஈழம் என்ற கிட்டத் தட்ட 'நாடு' போன்ற பகுதியை உருவாக்கியபின் கொழும்பு நிர்வாகத்தை தன் விருப்பத்துக்கு இழுக்க பிரபாகரன் விரும்பி னார். சந்திரிகா குமரதுங்க 1994 குடியரசுத் தலைவர் தேர்தலில் வெற்றிபெற்றது அவருக்குச் சாதகமாக அமைந்தது.

1950-களில் இலங்கையின் பிரதமராக இருந்த, உலகின் முதல் பெண் பிரதமர் என்ற பெருமை பெற்ற, சிரிமாவோ பண்டார நாயகவின் மகள்தான் சந்திரிகா. இலங்கை அரசியல்வாதி களிலேயே சந்திரிகா ஓர் அமைதிப் புறா என்ற பெயரைப் பெற்றிருந்தார். தமிழர் இனப்பிரச்னையை அவர் கையாள முயன்றவிதம் அனைவராலும் பாராட்டப்பட்டது. சொல்லப் போனால், அமைதியைக் கொண்டுவருவதாக வாக்குக் கொடுத்தே சந்திரிகா தேர்தலில் வென்றிருந்தார். தேர்தலில் ஜெயித்த சில வாரங்களிலேயே விடுதலைப் புலிகளுடன் பேச்சுவார்த்தையைத் தொடங்கினார்.

தனது நிர்வாகம் எவ்வளவு வேண்டுமானாலும் இறங்கிவரத் தயாராக இருப்பதாக குமரதுங்க தெரிவித்தார். போரினால் ஏகப்பட்ட இன்னல்களைச் சகித்துக்கொண்டிருந்த மக்களும், முதல்முறையாக, சந்திரிகாவின் திட்டத்துக்கு ஆதரவு தெரிவித் தனர். ஆனால் அமைதி ஒரு வருடத்துக்கு மட்டுமே நீடித்தது. எந்தவிதக் காரணத்தையும் தெரிவிக்காமல், ஏப்ரல் 1995-ல் பிரபாகரன் அமைதிப் பேச்சுவார்த்தையிலிருந்து விலகிக் கொண்டார். உடனடியாக தரைப்படை, கடற்படை வீரர்கள்மீது தாக்குதல்கள் ஆரம்பித்தன.

மூன்றாவது ஈழப்போர் தொடங்க இருந்தது.

ஆனால், முந்தைய இரு போர்களைப்போலன்றி இம்முறை போரின் ஆரம்பம் பிரபாகரன் விரும்பிய வழியில் செல்ல வில்லை. ஒரு காரணம், முன்போல் அல்லாமல், புலிகள் சில ஆயிரம் போராளிகளைக்கொண்டு பெரும் நிலப்பரப்பைப் பாதுகாக்கவேண்டியிருந்தது. மற்றொரு காரணம், இம்முறை போரை ஆரம்பித்துவைத்தது புலிகள்தான்; இலங்கை அரசு அல்ல. எனவே முன்போல் உலகின் அனுதாபம் புலிகளுக்குக் கிடைக்கவில்லை.

ஆபரேஷன் ரிவிரேசா

மூன்றாவது ஈழப்போரை குமரதுங்க 'அமைதிக்கான போர்' என்று வர்ணித்தார். பிரபாகரன் அமைதிப் பேச்சுவார்த்தை யிலிருந்து விலகிச் சென்றதால் அவரை வழிக்குக் கொண்டுவர ராணுவ நடவடிக்கை தேவை என்று விவாதித்தார்.

எனவே அக்டோபர் 1995-ல் இலங்கை ராணுவம் 'ஆபரேஷன் ரிவிரேசா (சூரியக்கதிர்)' என்ற பெயரில் யாழ்ப்பாணத்தின்மீது நேரடித் தாக்குதல் நிகழ்த்தியபோது, சர்வதேச சமுதாயத்தால் இலங்கை அரசைக் குறைசொல்லமுடியவில்லை.

அவர் ஆபரேஷன் ரிவிரேசாவை ஆரம்பிக்க மற்றுமொரு காரணமும் இருந்தது. அமைதிப் பேச்சுவார்த்தையிலிருந்து விலகியபிறகு புலிகள் திருகோணமலை அருகே இரு கடற் படைப் படகுகளை அழித்திருந்தனர். அதைவிட அபாயகரமாக, தோளிலிருந்து தாக்கக்கூடிய விமான எதிர்ப்பு ஏவுகணை ஆயுதங்களைப் புதிதாகப் பெற்றிருந்தனர். ஏப்ரல் 1995-ல், அடுத்தடுத்து இரு தினங்களில் யாழ்ப்பாணத்தின்மீது பறந்து சென்ற இரு விமானப்படை ஆவ்ரோ விமானங்களைச் சுட்டு வீழ்த்தியிருந்தனர். அதில் சுமார் 50 படையினர் கொல்லப் பட்டிருந்தனர். இதனால் யாழ் தீபகற்பத்தின்மீதான விமானப் பயணங்களை விமானப்படை ரத்துசெய்யவேண்டியிருந்தது. ஜூலையில் பலாலி விமானப்படை முகாமை அடுத்துள்ள பகுதிகளைக் கைப்பற்ற ராணுவம் மேற்கொண்ட நடவடிக்கை படுதோல்வியில் முடிந்தது. புலிகள் சுமார் 80 சதுர கிலோமீட்டர் பரப்புள்ள பகுதியைக் கைப்பற்றினர்.

இந்தப் பின்னணியில்தான் குமரதுங்க, அதுவரையில் இல்லாத அளவு ராணுவ நடவடிக்கைகளை புலிகளுக்கு எதிராக முடுக்கி விட்டார்.

ஒருவிதத்தில் ஆபரேஷன் ரிவிரேசாவைப் பின்பற்றித்தான் பத்தாண்டுகள் கழித்து நான்காம் ஈழப்போருக்கான திட்டங்கள் தீட்டப்பட்டன.

முதல்முறையாக, ராணுவத்துக்கு தெளிவான அரசியல்-ராணுவக் கொள்கைகள் தரப்பட்டன. குடியரசுத் தலைவருக்கும் ராணுவத்துக்கும் இடையே முழுமையான புரிதல் இருந்தது. இலங்கையில் வரலாற்றில் முதல்முறையாக முப்படைகளும் ஒருங்கிணைந்து போரிட்டன.

இலங்கைப் படைகள் புது உத்வேகத்துடனும் திறனுடனும் ஒருங்கிணைந்த போரை மேற்கொண்டன. 17 அக்டோபர் 1995-ல் ஆபரேஷன் ரிவிரேசாவை ஆரம்பிக்கும்முன் நிறைய திட்ட மிடுதல் நடவடிக்கைகள் மேற்கொள்ளப்பட்டன. புலிகளை விரட்டுவதற்காக, 20,000 படைவீரர்கள் யாழ் தீபகற்ப வாயிலில் முகாமிட்டனர்.

படைகளின் ஒட்டுமொத்தத் தளபதியாக இருந்தவர் மேஜர் ஜெனரல் ரோஹன் தளுவத்தே. மூன்று படைப்பிரிவுகளான 51-வது, 52-வது, 53-வது டிவிஷன்கள் அணிவகுத்தன. யாழ்ப்பாணம் - பாயிண்ட் பெட்ரோ, யாழ்ப்பாணம் - பலாலி நெடுஞ்சாலைகள் வழியே வீரர்கள் சென்றனர். ஆனால் புலிகள் ராணுவத்தின்மீது கடுமையான எதிர்த்தாக்குதல் தொடுத்தனர். 12 மைல் தூரத்தைக் கடக்க ராணுவத்துக்கு ஒரு மாதத்துக்குமேல் ஆனது. புலிகள் இந்தத் தாக்குதலை முன்னமே எதிர்பார்த்து வழியெங்கும் கண்ணி வெடிகளைப் புதைத்து வைத்திருந்தனர். மேலும் கிழக்கிலிருந்து ஏகப்பட்ட போராளிகள் சண்டையிடு வதற்காக வந்திருந்தனர்.

புலிகள் கடுமையான தடுப்புப் போர் புரிந்தாலும் யாழ்ப் பாணத்தைத் தக்கவைத்துக்கொள்வது முடியாது என்பது பிரபா கரனுக்கு விளங்கியது.

உடனேயே யாழ் தீபகற்பத்தை விட்டுச் செல்வது என்ற முடி வுக்கு பிரபாகரன் வந்தார். இரவோடு இரவாக, மக்கள் அனை வரையும் யாழ்ப்பாணத்தை விட்டு விலகுமாறு கேட்டுக் கொண்டார். புலிகளின் மாபெரும் வெற்றி என்று இதைத்தான் சொல்லவேண்டும். ஒரே இரவில் எண்ணற்ற மக்கள் அனைத்தை யும் விட்டுவிட்டு ஆனையிறவுக்குத் தெற்கே குடிபெயர்ந்தனர்.

புலிகள் துப்பாக்கி முனையில் மிரட்டி, வற்புறுத்தித்தான் மக்களை இடம்பெயரச் செய்தனர் என்றே எடுத்துக்கொண்டாலும்கூட, சுமார் 3 லட்சம் இளையவர், முதியவர், பெண்கள், குழந்தைகள் என்று அனைவரையும் பதினைந்தே நாள்களில் யாழ்ப்பாணத்திலிருந்து நகர்த்தி கிளிநொச்சிக்கும் வவுனியாவுக்கும் கொண்டுசென்று குடியமர்த்தியது மாபெரும் விஷயம் தான். கடும் போருக்குப் பிறகு, ராணுவம் யாழ்ப்பாணத்துக்குள் நுழைந்தபோது அங்கே இருந்தது சில வயதானவர்களும் ஊனமுற்றவர்களும் மட்டுமே.

பின்னரும்கூட, பெருமளவு மக்களை இடம்பெயரச் செய்யும் தங்கள் திறனை புலிகள் காட்டினர். ஆனால் 2009-ல் அந்த மக்கள் கூட்டமே புலிகளின் வீழ்ச்சிக்குக் காரணமாக அமைந்து விட்டது.

1995 போரில் ஈடுபட்ட இரு தளபதிகளான பிரிகேடியர் சரத் ஃபொன்சேகாவும் மேஜர் ஜெனரல் ஜனக பெரேராவும் இலங்கையில் அனைவரும் அறிந்த பெயர்கள் ஆனார்கள்.

ஃபொன்சேகா 51-வது டிவிஷனின் துணைத் தளபதியாக இருந்தார். பெரேரா 53-வது டிவிஷனின் தளபதியாக இருந்தார். ஃபொன்சேகா பின்னர் தரைப்படையின் தலைமைத் தளபதி பொறுப்பேற்று நான்காம் ஈழப்போரைத் திட்டமிட்டு நடத்தி விடுதலைப் புலிகள் அமைப்பை முற்றிலுமாக அழித்தார்.

பெரேரா ராணுவத்திலிருந்து ஓய்வுபெற்று சில ராஜரீக அலுவல்களை ஏற்றுக்கொண்டு, பின்னர் அக்டோபர் 2008-ல் அனுராதபுரத்தில் நடந்த குண்டுவெடிப்பில் தன் மனைவியுடனும் 30 பேருடனும் சேர்த்துக் கொல்லப்பட்டார்.

குடியரசுத் தலைவர் சந்திரிகா குமரதுங்கவின் ஆட்சியின் உச்ச சாதனை பத்தாண்டு கால இடைவெளிக்குப்பிறகு யாழ்ப்பாணத்தைத் திரும்பப் பெற்றதுதான். ஆனால் அந்த வெற்றி அதிக நாள்கள் நீடிக்கவில்லை.

பிரபாகரன் அதிக நாள் சும்மா இருக்கும் குணம் கொண்டவரல்லர். யாழ்ப்பாணத்தில் தோல்வியைச் சந்தித்தபிறகு இலங்கை ராணுவத்தை எப்படிப் பழிவாங்கலாம் என்ற எண்ணத்தில் இருந்தார்.

ராணுவமும் பதில் தாக்குதலை எதிர்பார்த்தே இருந்தது. ஆனால் அது இவ்வளவு கடுமையாக இருக்கும் என்று அவர்கள் எதிர்பார்க்கவில்லை. எனவே தாக்குதல் நடைபெற்றபோது, அதுவரையில் புத்திக்கூர்மையையும் எதிர்த்து நின்று சண்டையிடும் திறமையையும் காட்டிய ராணுவம், கதிகலங்கிப் போனது. அடுத்து நடந்த போர்களில் புலிகள் முல்லைத் தீவையும் ஆனையிறவையும் கைப்பற்றினர்.

ஆபரேஷன் ஓயாத அலைகள், 1996

18 ஜூலை 1996-ல் புலிகள் வடகிழக்குக் கடலோர நகரான முல்லைத்தீவில் இருந்த ராணுவ முகாமைக் கடுமையாகத் தாக்கினர். 'ஆபரேஷன் ஓயாத அலைகள்' என்று பெயரிட்ட அந்தத் தாக்குதலில் பிரபாகரனிடம் பிரத்யேகமாகப் பயிற்சி பெற்ற 4,000 போராளிகள் பங்குபெற்றனர். 1995 யாழ்ப்பாணத் தோல்விக்காகப் பழிவாங்க பிரபாகரன் துடித்துக்கொண்டு இருந்தார்.

அவர் சரியான இலக்கையே தேர்ந்தெடுத்திருந்தார்.

முல்லைத்தீவு முகாம் பரந்து விரிந்திருந்தது. அதன் ஒரு பக்கம் கடல். 1996-ல் அந்த இடம், 215-வது பிரிகேடின் தலைமையகமாக இருந்தது. அதன் மூன்று பட்டாலியன்களில் இரண்டான 7-வது விஜயபா இன்ஃபண்ட்ரி ரெஜிமெண்டும் 7-வது சிம்ஹா ரெஜிமெண்டும் அந்த முகாமிலேயே தங்கியிருந்தன.

அதற்கு அருகில் வேறு எந்த முகாமும் இல்லாமல், அந்த முகாம் தனித்திருந்தது.

பிரபாகரன் தன் படைகளைத் தயார் செய்துகொண்டிருக்கும் நிலையில், அவர்களது உளவுப்பிரிவு முக்கியமான ஒரு தகவலை அனுப்பியது. பிரிகேடின் தலைமை அதிகாரியும் துணை அதிகாரியும் முகாமில் அன்று இல்லை என்பதுதான் தகவல். தாக்குதலை ஆரம்பிக்க அந்தச் செய்தி போதுமானதாக இருந்தது.

18 ஜூலை 1996 அன்று, வழக்கம்போலவே, தாக்குதல் அதிகாலை 1.30 மணிக்கு ஆரம்பித்தது. புலிகளின் முதல் நிலைப் போராளிகள் காவலுக்கு நின்றிருந்த வீரர்களை அடக்கியதும், உள்ளே இருந்த வீரர்கள் உடனடியாக சண்டைக்கு வெளியே வந்தனர்.

இதற்காகவே காத்திருந்த இரண்டாம் நிலைப் போராளிகள் ராணுவ வீரர்களை எளிதில் தோற்கடித்தனர்.

தாக்குதல் பற்றிய தகவல் தெரிந்ததும் உயரதிகாரிகள் உடனடியாக அருகிலிருந்த கடற்படை முகாம்களான வெற்றிலைக்கேணி, திருகோணமலை ஆகிய இடங்களிலிருந்து மேற்கொண்டு படைகளை முல்லைத்தீவுக்கு அனுப்ப முயன்றனர். இதை முன்னரே எதிர்பார்த்துக் காத்திருந்த கடற்புலிகள் புதிய படைகளை முகாமிலிருந்தே வெளியேறாவண்ணம் தடுத்துவிட்டனர்.

முல்லைத்தீவில், பல மணி நேரச் சண்டைக்குப் பிறகு முகாமின் மையத்துக்கு வந்துசேர்ந்த புலிகள் அங்குள்ள பீரங்கிகளையும் ஆயுதங்களையும் கைப்பற்றினர்.

மதியம் வந்தபோது புலிகள் சண்டையை நிறுத்திக்கொண்டு இரவுக்காகக் காத்திருந்தனர்.

இதற்குள் ராணுவம் சில நூறு கமாண்டோக்களை அனுப்பி, சிக்கியிருந்த வீரர்களைக் காப்பாற்றும் முயற்சியில் இறங்கியது. இந்தப் படைகள் முல்லைத்தீவுக்கு அருகில் இருந்த ஆலம்பில் என்ற இடத்துக்கு விமானத்தில் அனுப்பப்பட்டனர். இதனால் புலிகள் இரு முனைகளில் போர் புரியவேண்டியிருந்தது.

ஆனால், புலிகள் திறமையுடன் புதிய படைகள் உள்ளே வருவதைத் தடுத்துவிட்டனர். அதே நேரம் முகாமின் மையத்தைத் தாக்குவதில் ஈடுபட்டனர். அன்று மாலைக்குள்ளாக முகாமை முழுமையாகக் கைப்பற்றிவிட்டனர்.

இப்போது போர் ஆலம்பில் பகுதிக்குச் சென்றது. விமானத்தில் வந்திறங்கிய படைகளை புலிகள் சுற்றி வளைத்துக்கொண்டனர். ராணுவம் மேலும் மேலும் படைகளை அனுப்ப, புலிகள் அவர்களைத் துரத்தி அடித்தனர்.

அதே நேரம் இரு தரப்புக் கடற்படைகளும் கடுமையாக மோதிக்கொண்டன. முல்லைத்தீவு தாக்குதலுக்கு 24 மணிநேரம் கழித்து தளவாடங்களுடன் அனுப்பப்பட்ட ரணவீரு என்ற கப்பலை கடற்புலிகள் முல்லைத்தீவு கடற்கரைப்பகுதியில் தாக்கி, அதில் உள்ள 40 வீரர்களுடன் சேர்த்து அழித்தனர்.

கடும் விரக்தியில், இலங்கை ராணுவம் விமானங்களை அனுப்பியது. இஸ்ரேல் தயாரிப்பு கிஃபிர் விமானங்களும் அர்ஜெண்

டைனா தயாரிப்பு புக்காரா விமானங்களும் புலிகளின்மீது குண்டுகளை வீச வந்தன. ஆனால் அதனால் எந்தப் பிரயோஜனமும் இல்லை. இனி புலிகளைத் தோற்கடிக்கமுடியாது என்ற நிலையில் ராணுவத்தினர் பாதுகாப்பான பகுதிகளுக்குத் திரும்பச் சென்றனர்.

மொத்தத்தில் இலங்கை ராணுவம் 1,200 வீரர்களை இழந்தது. அதில் குறைந்தது 20 பேர் மூத்த அதிகாரிகள். அந்தத் தோல்வியின் ரணம் பல வருடங்களுக்குத் தொடர்ந்தது. புலிகள் 400 போராளிகளை இழந்திருந்தாலும், ஒரு மூலையில் சிக்கியுள்ள போது எப்படி எதிர்த் தாக்குதல் நடத்தி வெளியே வருவது என்று திட்டமிடுவதில் பிரபாகரனை மிஞ்சமுடியாது என்பது புலனானது.

முல்லைத்தீவு தோல்வி, புத்துணர்ச்சியுடன் போராடத் தொடங்கியிருந்த இலங்கை ராணுவத்துக்கு மரண அடி கொடுத்தது. 1,200 வீரர்களை இழந்தது ஒருபக்கம் என்றால், அவர்களது ஒட்டுமொத்த 120 மில்லிமீட்டர் பீரங்கிகளும் இப்போது புலிகளின் கைக்குச் சென்றிருந்தது. அடுத்துவந்த போர்களில் இந்தத் தளவாடங்கள் கடும் நாசத்தை விளைவித்தன.

மேலும் முக்கியமாக, இலங்கை ராணுவத்திடமிருந்து முல்லைத் தீவைக் கைப்பற்றியதால் கடற்புலிகளுக்கு சிக்கலே இல்லாத வகையில் நடமாட ஒரு கடல் பகுதி கிடைத்துவிட்டது. இனி புலிகளுக்குத் தேவையான ஆயுதங்கள், அத்தியாவசியப் பொருள்கள் யாவும் வடகிழக்குக் கரை வழியாகத் தடங்கலின்றிக் கிடைக்கலாம்.

மே 1997-ல் இலங்கை ராணுவம் ஆபரேஷன் ஜயசிகுறு என்ற போரை நிகழ்த்த வந்தது. அதன் நோக்கம் எளிதானது. புலிகளின் கையில் இருக்கும் வன்னியையும் முல்லைத்தீவையும் கைப்பற்றவேண்டும். பின்னர் வன்னி, கிளிநொச்சி வழியாக யாழ்ப்பாணத்தைத் தரை வழியாக இணைக்கும் பாதையைத் திறக்க வேண்டும்.

இலங்கை ராணுவத்தின் திறமை வாய்ந்த டிவிஷன்களும் பிரிகேடுகளும் இந்தப் போரில் ஈடுபட்டன. ஆபரேஷன் ஜயசிகுறுவின்போது புலிகள் தரப்பில் இரண்டு ஆண்டுகளில் 3,000 பேர் உயிரிழந்தாலும், புலிகளை வன்னியை விட்டுத்

துரத்தமுடியவில்லை. ஆபரேஷன் ஜயசிகுறு ஆரம்பிக்கப்பட்டு இரண்டாண்டுகள் கழித்து ராணுவம், தன் நோக்கத்தை நிறைவேற்றாமலேயே முயற்சியைக் கைவிட்டது.

வடக்கில் இப்படிப் போர் நடந்துகொண்டிருக்கும்போதே கொழும்பில் புலிகள் கடும் தாக்குதல் ஒன்றை நிகழ்த்தினர். டிசம்பர் 1999-ல் நிகழ்ந்த ஒரு குண்டுவெடிப்பில் சந்திரிகா குமரதுங்க கிட்டத்தட்டக் கொல்லப்பட்டார்! தாக்குதலில் ஒரு கண்ணை இழந்த சந்திரிகா அதிர்ஷ்டவசமாக உயிர் தப்பினார். புலிகள் மீண்டும் ஒருமுறை, இலங்கையின் எந்தப் பகுதியிலும், எப்போது வேண்டுமானாலும் தாக்குதல் நடத்தமுடியும் என்பதை நிரூபித்தனர்.

1999 இறுதியில் நடந்த தேர்தலில் மிகக் குறுகிய வாக்கு வித்தியாசத்தில் சந்திரிகா வெற்றிபெற்றார். அதுவும்கூட, அவர்மீது நிகழ்ந்த கொலைவெறித் தாக்குதல் உருவாக்கிய அனுதாபத்தால்தான் என்று சொல்லலாம். சந்திரிகா புலிகளுடன் சண்டை போடுவதிலிருந்து பின்வாங்க ஆரம்பித்தார். குழப்பமான அரசியல் சூழலில் முல்லைத்தீவையும் வன்னியையும் கைப்பற்ற ராணுவம் அரைமனத்துடன் சண்டையிட்டது.

புலிகள் சும்மா இருக்கவில்லை. 2000-ல் ராணுவத்தின்மீது கடுமையான தாக்குதலைத் தொடங்கினர்.

'ஆபரேஷன் ஓயாத அலைகள் 3' என்று பெயரிடப்பட்ட தாக்குதல் படு விரைவாக, முற்றிலும் புதிய முறையில், படு தைரியமாக நிகழ்ந்தேறியது. இதைச் சற்றும் எதிர்பார்க்காத இலங்கை ராணுவம் பொடிப் பொடியானது.

ஆனையிறவுக்கான போராட்டம்தான் மிக முக்கியமானது. வன்னியையும் யாழ்ப்பாணத்தையும் இணைக்கும் மிகச் சிறிய நில இணைப்புக்குத்தான் ஆனையிறவு என்று பெயர். யாழ்ப்பாணம் - கண்டி நெடுஞ்சாலையும் (A-9 நெடுஞ்சாலை), யாழ்ப்பாணத்துக்குச் செல்லும் ரயில்வே பாதையும் ஆனையிறவு வழியாகவே செல்கின்றன. சுருக்கமாகச் சொல்வதானால் அந்த சிறிய நில இணைப்புதான் யாழ்ப்பாணத்தின் வாசல்.

2000 வரையில் ஆனையிறவு யாருமே அருகில் நெருங்கமுடியாத ராணுவ முகாமாக இருந்தது. 1991-ல் ஒருமுறை புலிகள் அந்த இடத்தைத் தாக்கிப் பிடிக்க முயற்சி செய்திருந்தனர். ஆனால்

தோற்கடிக்கப்பட்டனர். அப்போது நடந்த போரில் புலிகள் 1,000 போராளிகளை இழந்திருந்தனர். ஆனால் இம்முறை புலிகள் நன்கு தயார் செய்திருந்தனர். 22 ஏப்ரல் 2000 அன்று ஆனை யிறவின்மீது பல முனைகளிலிருந்தும் தாக்குதல் தொடுத்தனர்.

பல நாள்கள் நடந்த போரின் இறுதியில் புலிகள் அந்த மாபெரும் ராணுவப் பாசறையை அடித்து நொறுக்கினர். 10,000-க்கும் மேற்பட்ட வீரர்கள் தோற்று ஓடி, வடக்கில் இருந்த யாழ்ப் பாணத்துக்கும் பலாலிக்கும் செல்லவேண்டியிருந்தது.

மே மாதத்தின் பாதிவரை, யாழ்ப்பாணத்தைக் கைப்பற்ற நடந்த போரில் 1,000 வீரர்கள் கொல்லப்பட்டனர். 200 போராளிகள் உயிரிழந்தனர்.

ஒவ்வொரு ராணுவ முகாமாக விழ விழ, படைகள் தெற்கில் வவுனியாவை நோக்கிப் பின்வாங்கினர். அந்தப் பகுதியில் இருந்த சிங்களக் குடிமக்கள் அனைவரும் புலிகளால் தாக்கப் படலாம் என்று அஞ்சி ஓடினர். ஆனால் புலிகள் வவுனியாவை நெருங்கியதும் அங்கேயே நின்றுவிட்டனர். வவுனியாவின் வடக்கே ஒரு கோடு கிழித்து, அங்கிருந்து ஆனையிறவு வரை தங்கள் பகுதி என்று ஒரு 'தேசத்தை' உருவாக்கிக்கொண்டனர்.

பிரபாகரன் ஒருவழியாக வன்னியின் முடிசூடா மன்னராக ஆனார்.

அந்தக் கட்டத்தில் இலங்கை அரசு தனது மிகப் பலவீனமான நிலையிலும் பிரபாகரன் தனது மிகப் பலம் வாய்ந்த நிலையிலும் இருந்தனர். கடந்த பத்தாண்டுகளில் அவர் பெற்றிருந்த மிகப் பெரிய வெற்றிகள் அப்போதுதான் வந்திருந்தன.

இந்த மனநிலையில்தான் பிரபாகரன் இறங்கிவந்து நார்வே நாட்டின் சமாதான முயற்சிகளை ஏற்றுக்கொள்வதாக ஒப்புக்கொண்டார்.

சர்வதேச நாடுகள் தன்னை ஒரு புரட்சிகர இயக்கத்தின் தலைவ ராக ஏற்றுக்கொள்ளவேண்டும் என்று பல வருடங்களாகவே பிரபாகரனுக்கு ஓர் ஆசை இருந்துவந்தது. அதற்கான சரியான சந்தர்ப்பம் இதுதான்.

பிரபாகரனைப் பொருத்தமட்டில் இது மிக முக்கியமான தருணம்.

வேறு எந்த வழியும் இல்லாத காரணத்தால் குடியரசுத் தலைவர் சந்திரிகா குமரதுங்க நார்வேயின் சமாதான நடவடிக்கைகளுக்கு ஒப்புதல் தந்தார். மூன்றாவது நாடு ஒன்று தங்கள் நாட்டுப் பிரச்னையில் ஈடுபடுவதை கொழும்பு வெறுத்தாலும் அந்த நேரத்தில் வேறு வழி தெரியவில்லை. அமைதி கையெட்டும் தூரத்தில் இருப்பதுபோலத் தோன்றியது.

ஆனால் ஐந்தே ஆண்டுகள் கழித்து 2007-ல், அமைதிக்கும் இலங்கைக்கும் வெகு தூரம் என்ற நிலை ஏற்பட்டிருந்தது.

செப்டெம்பர் 2007-ல், இலங்கை ராணுவம் முன்னெப்போதும் கண்டிராதவகையில் பெரும் போரில் ஈடுபட ஆயத்தம் செய்து கொண்டிருந்தது. ஜெனரல் ஃபொன்சேகா, டாஸ்க் ஃபோர்ஸ் 1, 57-வது டிவிஷன் என்று இரண்டு புது போர்ப் பிரிவுகளை உருவாக்கியிருந்தார். டாஸ்க் ஃபோர்ஸ் 1, கடலோர நகரமான மன்னாருக்கு வடமேற்குத் திசையிலிருந்தும், 57-வது டிவிஷன் வவுனியா-கிளிநொச்சி அச்சு வழியாகவும் வடக்குப் பிராந்தி யத்தின்மீது தாக்குதல் நிகழ்த்தத் தயாராகிக்கொண்டிருந்தன. புலிகளை அழிக்க ஃபொன்சேகா மேற்கொண்ட திட்டத்தில் டாஸ்க் ஃபோர்ஸ் 1, மிக வேகமாக முன்னேறும் தாக்குதல் படையாகப் பயன்பட இருந்தது.

ஆனால், இலங்கை ராணுவம் மன்னார்-வவுனியா அச்சில் சில சிறு தாக்குதல்களை மேற்கொண்டிருக்கும் நிலையில் பிரபா கரனோ, மற்றுமொரு மாபெரும் எதிர்த் தாக்குதலில் இறங்கும் திட்டத்தைத் தீட்டிக்கொண்டிருந்தார்.

7
அனுராதபுரத் தாக்குதல்

மத்திய இலங்கையில் உள்ள அனுராதபுரம் நகரம் புத்த மதத்தின் புனிதத் தலங்களில் ஒன்று. பெரும்பாலும் சிங்களர்கள் வாழும் இந்த நகரத்தில், 1983-ல் புலிகள் 140 புத்த யாத்திரிகர்களைக் கொலை செய்திருந்தனர். இந்த நகரில்தான் இலங்கை விமானப் படையின் முக்கியமான முகாம் இருக்கிறது.

இலங்கை விமானப் படையின் பயிற்சிப் பிரிவின் தலைமையகம் இங்குதான் உள்ளது. நான்காம் ஈழப்போரின் தொடக்கத்தில் பல வேவு விமானங்களும் அனுராதபுர முகாமில்தான் இருந்தன.

அங்கிருந்த மிக நவீன பீச்கிராஃப்ட் விமானம் ஒன்றில், வானிலிருந்து படம் எடுக்கும் கருவிகளும் மின்னணு உளவுச் சாதனங்களும் பொருத்தப்பட்டிருந்தன. அத்துடன் ஆளில்லா உளவு விமானங்களும் அங்கே இருந்தன. பாகிஸ்தான், சீனா, இஸ்ரேல் ஆகிய நாடுகளிலிருந்து வந்திருந்த பயிற்சியாளர்கள் நான்காம் ஈழப்போரின்போது இலங்கை ராணுவத்தினருக்குப் பயிற்சி அளித்தனர். அவர்களும் அனுராதபுரத்தில்தான் தங்கி யிருந்தனர்.

கிழக்கில் பெரும் தோல்விகளைச் சந்தித்திருந்த புலிகளின் மதிப்பு, அக்டோபர் 2007-ல், மிகவும் கீழ்நிலையில் இருந்தது.

உலக அரங்கில் தங்கள் மதிப்பை உயர்த்த அவர்கள் ஏதேனும் பிரம்மாண்டமான காரியத்தைச் செய்தாகவேண்டும்.

எனவே பிரபாகரன் உருவாக்கிய திட்டம் அத்தனை பிரம்மாண்ட மானதாக இருந்தது. அதனை கரும்புலிகள் எனப்படும் தற் கொலைப் படையினரால்மட்டுமே நடத்த முடியும்.

அக்டோபர் 22 அதிகாலை புலிகள் வான்வழியாகவும் தரை வழியாகவும் தொடுத்த தாக்குதல், கிழக்கின் தோல்விக்குப் பிறகும்கூட புலிகள் ஏன் வலுவான சக்தியாக இருக்கிறார்கள் என்பதை உலகுக்குக் காட்டியது. உலகின் வேறு எந்தத் தீவிர வாத இயக்கத்தாலும் இப்படி ஒரு தாக்குதலை ஒருங்கிணைத்துச் செய்து காட்டியிருக்கமுடியாது. உளவின்மூலம் சேகரித்த துல்லியமான தகவல்கள், கவனமான திட்டமிடல், ஒத்திகை ஆகியவை இல்லாமல் இந்தத் தாக்குதல் நடைபெற்றிருக்கவே முடியாது.

போராளிகள் பல குழுக்களாகப் பிரிந்து விமானப்படை முகாமுக் குள் இரு பக்கங்களிலிருந்து ஊடுருவி 20 நிமிடங்களுக்குள்ளாக காவலர்களை மடக்கி, அவர்களது ஆயுதங்களையும் தொடர்பு சாதனங்களையும் பறிமுதல் செய்து, ரேடார் மற்றும் விமான எதிர்ப்பு பீரங்கிகளின் கட்டுப்பாட்டை எடுத்துக்கொண்டு, தாங்கள் அந்த முகாமைக் கைப்பற்றிவிட்டதாகத் தங்களது தலைமையகத்துக்குத் தகவலும் அனுப்பினர். அதன்பிறகு, புலிகளின் இரு விமானங்கள் பறந்துவந்து, முகாமின்மீது இரண்டு குண்டுகளை வீசிவிட்டு, பத்திரமாகத் தங்கள் மறை விடத்துக்குச் சென்று சேர்ந்துவிட்டன.

அடுத்த ஆறு மணி நேரத்துக்கு கரும்புலிகள் அந்த முகாமைத் தங்கள் கட்டுப்பாட்டுக்குள் வைத்திருந்தனர்.

அந்த தற்கொலைப் போராளிகளில் மூன்று பெண் போராளி களும் அடக்கம். அவர்கள் மூன்று ஹெலிகாப்டர்கள், இரண்டு விமானங்கள், ஒரு பயிற்சி விமானம், மூன்று ஆளில்லா விமானங்கள் ஆகியவற்றை வெடிவைத்துத் தகர்த்தனர். மேலும், அந்த முகாம் வேறு யாருடனும் தொடர்புகொள்ள முடியாத வகையில் அதன் தொடர்பு சாதனங்கள் அனைத்தையும் வெட்டி விட்டனர். இந்தத் தாக்குதலைக் கண்டு அதிர்ச்சியடைந்த ராணுவ மேலிடம் வவுனியாவில் இருந்த ஹெலிகாப்டர் ஒன்றை

அனுராதபுரம் அனுப்பி என்ன நடந்தது என்று பார்த்துவரச் சொன்னது. ஹெலிகாப்டர் நெருங்கும்போது, விமான எதிர்ப்பு பீரங்கிகளைக் கைப்பற்றியிருந்த புலிகள், அதனைச் சுட்டு வீழ்த்தினர்.

யாரும் தங்களைத் தடுக்கமுடியாது என்ற நிலையில் கரும்புலிகள் ஆயுத வெடிமருந்துக் கிடங்கைச் சிதறடித்தனர். விமான ஓடுதளத்தைச் சேதப்படுத்தினர். ராணுவம் உடனடியாகப் படைகளை அனுப்புவதற்குள் முகாமில் இருந்த 9 விமானப்படை வீரர்களும் ஹெலிகாப்டரில் வந்த நால்வரும் கொல்லப் பட்டிருந்தனர். மூன்று மணி நேரச் சண்டைக்குப் பிறகு, கரும் புலிகள் அனைவரும் கொல்லப்பட்டனர். ஆனால் புலிகளின் தற்கொலைப் படையின் மன உறுதி, வீரம், துல்லியம் ஆகிய வற்றைப் பற்றி வியக்காமல் இருக்கமுடியவில்லை.

இலங்கை, இந்தத் தாக்குதலைக் குறைத்துப் பேச முயன்றாலும், புலிகள் ராணுவத்துக்கு உளவியல்ரீதியில் கடுமையான அடி கொடுத்திருந்தனர். அதிகப் பாதுகாப்பு உடைய, விலை உயர்ந்த விமானங்களைக் கொண்ட ஓர் இடத்துக்கு இப்படி சர்வசாதாரண மாக புலிகள் சென்று தாக்குதல் தொடுத்தது அபாரமான ஒரு விஷயம்.

ஹிந்துஸ்தான் டைம்ஸில் பி.கே.பாலச்சந்திரன் இவ்வாறு எழுதினார்: 'புலிகளின் சிறு விமானப்படையில் 2 முதல் 5 ஒற்றை எஞ்சின், புரொபெல்லர் கொண்ட Zlin-143 விமானங் கள்தான் உள்ளன. அது எதிர்கொள்வதோ இலங்கையின் வலுவான விமானப்படையை. அதில் MIG-27, Kfir போர் விமானங்கள், K-8 ஜெட் பயிற்சி விமானங்கள், MI-24 பீரங்கி பொருத்தப்பட்ட ஹெலிகாப்டர்கள், Bell-212 ஹெலிகாப்டர் கள், அண்டோனோவ் சரக்கு விமானங்கள் ஆகியவை உள்ளன. ஆனாலும் இலங்கை என்னும் கோலியாத்தால் தமிழ் டேவிடை எதிர்கொள்ளமுடியவில்லை. மார்ச் 26 முதல் இன்றுவரை டேவிட் நான்கு முறை பயமின்றித் தாக்கிவிட்டுத் தப்பி ஓடியுள்ளான்!'

இரண்டே மாதங்களுக்குமுன் பெற்ற மாபெரும் கிழக்கு வெற்றிக்குப் பிறகு ராணுவம் அடைந்த இந்தப் பின்னடைவு மிகப்பெரியது.

114

இந்தத் தாக்குதலின் பின்னே ஏகப்பட்ட சிந்தனையும் திட்ட மிடுதலும் இருந்துள்ளது. இந்தத் தாக்குதல் தொடர்பாக புலி களின் தேசியத் தொலைக்காட்சியில் வெளியான ஒரு கலந் துரையாடல், www.pathivu.com என்ற இணையத்தளத்தில் கிடைத்தது. இதில் கலந்துகொண்டு பேசிய புலிகளின் வரலாற்றுப் பதிவாளர் எஸ். யோகரத்தினம் யோகி, இந்தத் தாக்குதல் பிரபாகரனின் மூளையில் உதித்த ஒன்று என்றார். நேர்த்தியான திட்டமிடல், பரம ரகசியமாக வைத்திருத்தல், கடினமான பயிற்சி, நேர்த்தியான செயல்பாடு என அனைத் திலும் பிரபாகரனின் முத்திரை இருந்தது என்றார். 'இந்தத் தாக்குதல் தோல்வி அடையக்கூடாது என்று தலைவர் விரும்பி னார். அதன் காரணமாக, திட்டமிடுதலும், பயிற்சியும், செயல் பாடும் கடைசிவரை ரகசியமாகவே வைக்கப்பட்டிருந்தன. உயர்மட்டத்திலேயே வெகு சிலருக்கு மட்டுமே இது தெரிந் திருக்கும். திட்டமிடுதலிலிருந்து செயல்பாடு வரை ஏகப்பட்ட வேலைகள் நிகழ்ந்திருக்கும்' என்றார் யோகி.

அதே நிகழ்ச்சியில் கலந்துகொண்டு பேசிய புலிகளின் ராணுவத் தொடர்பாளர் ராசையா இளந்திரையன் (என்னும் மார்ஷல்) அனுராதபுரம் தேர்ந்தெடுக்கப்பட்டதன் காரணம், வடக்கின் மீதான போரில் அது முக்கியப் பங்களிக்கும் என்பதால்தான் என்றார். தகவல் தொடர்பு, பொருள்கள் அனுப்புதல், கட்டுப் பாடு ஆகியவற்றுக்கு அனுராதபுரம் மையமாக இருக்கும் என்று அவர் குறிப்பிட்டார். பயிற்சி, மருத்துவ வசதி, காயமடைந்தோர் முன்னேற்றம் ஆகியவற்றுக்கு இந்த இடமே மையமானது. வன்னி மற்றும் கிழக்குப் பிராந்தியத்தின் வடக்குப் பகுதிமீதான தாக்குதலுக்கு அனுராதபுரத்திலிருந்துதான் செயல்பாடுகள் தொடங்கும். இங்கிருந்தபடிதான் புலிகள் கட்டுப்பாட்டில் உள்ள வன்னி, கடல் பகுதிகள் ஆகியவற்றை ஆளில்லா அல்லது ஆள் உள்ள விமானங்கள்மூலம் இலங்கை ராணுவம் கண்காணித்து வந்தது என்றும் இளந்திரையன் விளக்கினார்.

கடந்த காலங்களில் இதுபோன்ற தாக்குதல்கள் ராணுவத்தின் உறுதியைக் குலைத்திருக்கும். ஆனால் 2007-ல் இலங்கை ராணுவத் தலைமையின் குணங்கள் முற்றிலும் வித்தியாசமாக இருந்தன. இதுபோன்ற தோல்விகளால் முப்படைத் தளபதி களும் பாதுகாப்புச் செயலரும் மனம் தளரத் தயாராக இல்லை. வடக்குமீதான தாக்குதலை நிறுத்தவதற்கோ அல்லது தள்ளிப்

போடுவதற்கோ பதில், வலுவான பதில் தாக்குதல் தர அவர்கள் முடிவுசெய்தனர்.

ஈழப்போர்களின் வரலாற்றிலேயே முதல்முறையாக இலங்கை அரசு, பதில் தாக்குதல் நடத்தியது. கிளிநொச்சியில் புலிகளின் நிர்வாகத் தலைமையகத்தின்மீது ஒருங்கிணைந்த தாக்குதல்களை நிகழ்த்தப்பட்டன.

ராணுவ உளவுப்பிரிவு கொடுத்த தகவல்களை வைத்து, விமானப் படை விமானங்கள் புலிகளின் அமைதிப்பிரிவு அலுவலகத்தின் மீது துல்லியமான தாக்குதல்களை நிகழ்த்தியது. நவம்பர் 3 அன்று நடந்த தாக்குதலில், புலிகளின் அரசியல் பிரிவுத் தலைவர் எஸ்.பி. தமிழ்ச்செல்வன் கொல்லப்பட்டார். கூடவே பிற ஐவர் கொல்லப்பட்டனர். அனுராதபுரம் தாக்குதல் நடந்து பதினைந்து நாள்களுக்குள்ளாக இந்தத் தாக்குதல் நடைபெற்றது. தமிழ்ச் செல்வன் புலிகள் அமைப்பில் இரண்டாவது நபராகக் கருதப் பட்டார். கொல்லப்பட்டவர்களில், புலிகள் அமைப்பின் ராணுவத் தகவல் பிரிவுத் தலைவர் அன்புமணி என்னும் அலெக்ஸும் உண்டு என்று அரசுத் தரப்பில் சொல்லப்பட்டது.

தமிழ்ச்செல்வன், அக்டோபர் 1993 ராணுவத் தாக்குதல்களில் இருமுறை உயிர் தப்பியவர். அப்போது ஏற்பட்ட காயங்களால் ஊனமுற்றவர். அவர் புலிகள் அமைப்பில் 1985-லிருந்து பணி யாற்றி வருகிறார்.

சமீப காலங்களில் பிரபாகரன் வெளியே காணப்படாததால், தமிழ்ச்செல்வன்தான் புலிகளுக்கும் வெளி உலகுக்கும் தொடர் பாக இருந்தார்.

22 பிப்ரவரி 2002-ல் நடைபெற்ற போர் நிறுத்த ஒப்பந்தத்துக்குப் பிறகு தாய்லாந்து, நார்வே, ஜெர்மனி, ஜப்பான் ஆகிய நாடு களில் நடைபெற்ற அமைதிப் பேச்சுவார்த்தைகள் அனைத்திலும் அவர் கலந்துகொண்டார். 23 ஆகஸ்ட் 2003-ல் பாரிஸில் நடை பெற்ற விடுதலைப் புலிகள் மாநாட்டில் தலைமை தாங்கினார்.

2005-ல், புலிகள் குழு ஒன்றுக்குத் தலைமை தாங்கி, நார்வே, சுவீடன், ஜெர்மனி, பெல்ஜியம், சுவிட்சர்லாந்து, ஆஸ்திரியா, ஃபின்லாந்து, இத்தாலி, நெதர்லாந்து, தென் ஆப்பிரிக்கா, அயர் லாந்து ஆகிய நாடுகளுக்குச் சுற்றுப்பயணம் செய்தார்.

22, 23 பிப்ரவரி 2006-லும் 28, 29 அக்டோபர் 2006-லும் ஜெனீவா வில் இலங்கை அரசுக்கும் புலிகளுக்கும் இடையே நடைபெற்ற பேச்சுகளிலும் தமிழ்ச்செல்வன் கலந்துகொண்டார். புலிகள் அமைப்பில் அவரது இடம் உயர்ந்துகொண்டே வருகிறது என்பதற்கு உதாரணமாக, அவர் அவ்வப்போது தமிழ் தேசியக் கூட்டமைப்பின் நாடாளுமன்ற உறுப்பினர்களையும் மூத்த அரசியல் தலைவர்களையும் கிளிநொச்சிக்கு வரவழைத்து அவர்களுக்கு ஆணை பிறப்பிப்பார்.

தமிழ்ச்செல்வன் ஊடகங்களிலிருந்து வந்திருக்கும் அனைவரை யும் கிளிநொச்சிக்கு அழைத்துவந்து அவர்களுடன் பேசுவார். அதனால் புலிகளின் அதிகாரபூர்வ முகமாகியிருந்தார். ஆங்கிலம் நன்றாகப் பேசத் தெரியாவிட்டாலும், ஆங்கிலத்தில் கேட்கப் படும் கேள்விகளை நன்கு புரிந்துகொள்ளக்கூடியவர். இவர் தனது உதவியாளர் ஜார்ஜ் (முன்னாள் போஸ்ட்மாஸ்டர் - இவர் மே 2009-ல் ராணுவத்திடம் சரணடைந்தார்) என்பவர்மூலம் பத்திரிகையாளர்களிடம் தொடர்புகொண்டார்.

புலிகள் அமைப்பில் தமிழ்ச்செல்வனின் நிலையையும் முக்கியத் துவத்தையும் பிரபாகரனே அங்கீகரித்தார். அதனால்தான் தமிழ்ச் செல்வனுக்கு மிக உயரிய ராணுவ நிலையான 'பிரிகேடியர்' என்பதனை அளித்தார். பிரபாகரனின் வார்த்தைகளில், தமிழ்ச் செல்வனின் இழப்பு, புலிகளுக்கு 'ஈடுசெய்ய முடியாத ஒன்று'.

தமிழ்ச்செல்வனின் கொலை பற்றிக் கருத்து சொன்ன பாது காப்புச் செயலர் கோதபாய ராஜபக்ஷே, 'அவர்களது தலைவர்கள் எங்கு உள்ளனர் என்பது எங்களுக்குத் தெரியும் என்பதைக் காட்டவே இதைச் செய்தோம். அவர்கள் அனைவரும் எங்கிருக் கிறார்கள் என்று எனக்குத் தெரியும். தேவை ஏற்பட்டால், ஒவ் வோர் இடமாக எங்களால் தாக்க முடியும். அவர்கள் இடத்தை மாற்றிக்கொண்டே இருக்கவேண்டும். நேரம் வரும்போது, ஒவ்வொருவராகத் தூக்கப்போகிறோம்' என்றார்.

விடுதலைப் புலிகள் உடனடியாக, அவர்களது காவல்துறைத் தலைவர் நடேசனை, அரசியல் பிரிவின் தலைமையை ஏற்கச் சொன்னார்கள். ஆனால் நடேசனின் அனுபவம் தமிழ்ச் செல்வனது அனுபவத்துக்கு ஈடாகவில்லை.

நார்வே அமைதித் தூதர்கள் தமிழ்ச்செல்வனின் கொலைக்கு அதிகாரபூர்வமாக வருத்தம் தெரிவிக்கவில்லை என்று

விடுதலைப் புலிகள் தங்கள் அதிருப்தியை வெளியிட்டனர். இலங்கை கண்காணிப்புக் குழுவின் தலைவர் மேஜர் ஜெனரல் லார்ஸ் யோஹான் சால்வ்பெர்கிடம் புலிகள் தங்கள் 'தீவிரமான கவலையை' அனுப்பிவைத்தனர். கொலை நடந்த ஒரு வாரம் கழித்து நடேசன் நேரிடையாகவே இதனைச் செய்தார்.

புலிகள் நார்வே நாட்டின் மௌனத்துக்காக வருந்துவதாக நடேசன் சால்வ்பெர்கிடம் சொன்னார் என்று தமிழ்நெட் இணையத்தளம் செய்தி வெளியிட்டது. ஆனால் பிற அரசுகளைப் போலவே நார்வே அரசும் கடைசிவரை கருத்து எதையும் தெரிவிக்கவில்லை.

எதிர்பார்த்ததுபோலவே தமிழ்ச்செல்வனின் கொலை, தமிழ் நாட்டில் பெருத்த எதிர்வினையை உருவாக்கியது. ஆளும் கட்சியான திமுகவுடன் பல்வேறு அரசியல் கட்சிகளும் தமிழ்ச் செல்வனுக்கு அஞ்சலி செலுத்தின. தமிழக முதல்வர் கருணா நிதி, தமிழ்ச்செல்வனுக்காக இரங்கல் கவிதை ஒன்றை எழுதி னார். கருணாநிதிக்கு இரண்டு நோக்கங்கள் இருந்தன. ஒன்று: தான் இலங்கைத் தமிழர்கள் பக்கம் இருப்பதாகக் காட்டிக் கொள்வது. இரண்டாவது: இலங்கை விஷயத்தில் பட்டும் படாமலும் இருக்கும் புது தில்லியின் கொள்கைகள் தனக்குப் பிடிக்கவில்லை என்பதை சூசகமாகக் காண்பிப்பது.

இலங்கை விஷயத்தில் அரசியல் செய்வது கருணாநிதிக்குப் புதிதல்ல. 1990-ல் இந்திய அமைதிப்படை, தோல்வியுற்று, துவண்டுபோய் சென்னைக்குத் திரும்பி வந்தபோது, அவர் களுக்குக் கொடுக்கப்பட்ட வரவேற்பு விழாவில் அப்போது முதல்வராக இருந்த கருணாநிதி கலந்துகொள்ள மறுத்துவிட்டார்.

தமிழகத்தில் உணர்ச்சிகளைத் தூண்டிவிட்டதில் கருணா நிதியைத் தவிர பிறரும் இருந்தனர். ஆளும் கூட்டணியில் அங்கம் வகித்த பாட்டாளி மக்கள் கட்சியின் தலைவர், மருத்து வர் ராமதாஸ், தமிழ்ச்செல்வனின் கொலையை, 'அமைதிக்கும் மனித உரிமைக்கும் எதிரான தாக்குதல்' என்று வர்ணித்தார். மக்களைத் தூண்டும் விதத்தில் அவர் வெளியிட்ட அறிக்கை ஒன்றில், 'தமிழ்ச்செல்வனின் கொலைமூலம் இலங்கை அரசு அமைதியில் நம்பிக்கை வைக்கவில்லை என்பதும், தமிழ் இனத்தையே இலங்கையில் மொத்தமாக அழித்துவிட முனைந் துள்ளது என்பதும் தெளிவாகிறது' என்றார். இலங்கைத் தமிழர்

118

களுடன் இனம், மொழி, கலாசாரம் ஆகியவற்றால் தொடர்பு கொண்டுள்ள தமிழகத் தமிழர்கள், ஈழத்தமிழர்களின் இன் னலைப் பார்த்து சும்மா இருந்துவிடக்கூடாது என்றார்.

தமிழகத்தில் அரசியல் நிலைமை சூடுபிடிக்கும் அதே நேரம், இலங்கை ராணுவம் வன்னியைக் குறிவைத்துத் தனது திட்டத்தைத் தயார் செய்துகொண்டிருந்தது. இதுவரையிலேயே மிக நீண்டதும் மிகக் கோரமானதுமான நான்காம் ஈழப்போர் தொடங்க இருந்தது.

வடக்கு இலங்கையின் முக்கிய நெடுஞ்சாலைகள்

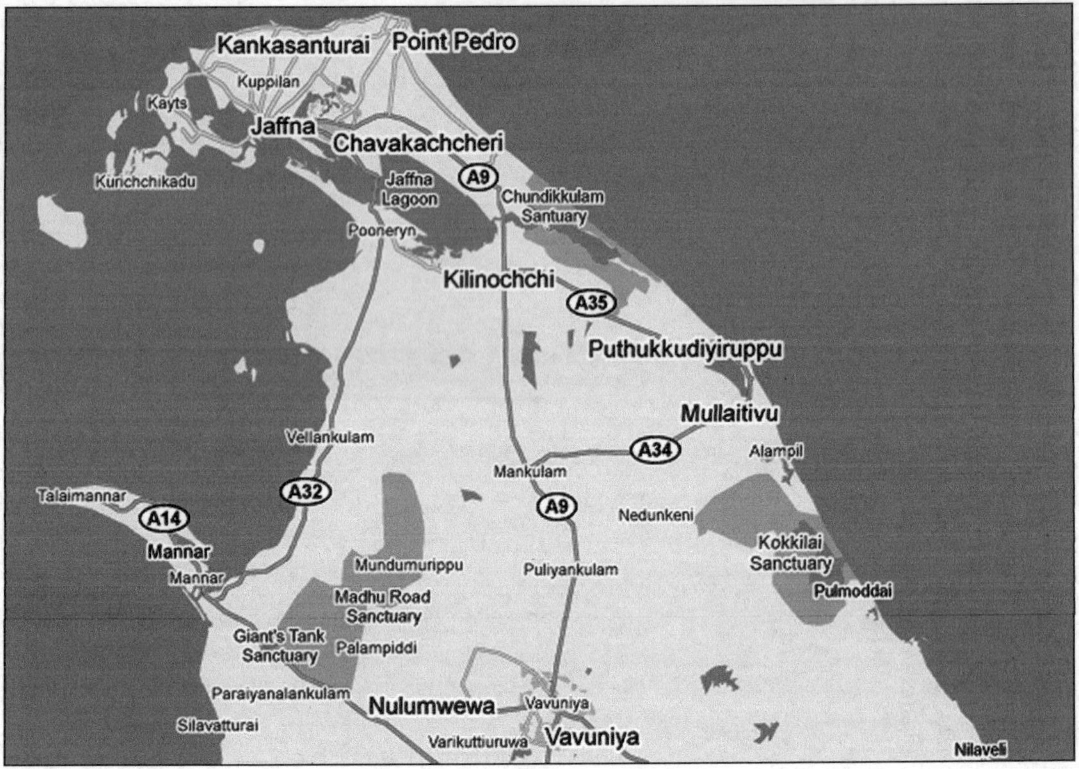

8
வன்னியைப் பிடித்தல்

இலங்கை ராணுவத்துக்கும் விடுதலைப் புலிகளுக்கும் இடையே நடந்த முந்தைய மூன்று போர்களில் இலங்கை ராணுவம் நிலப்பரப்பைப் பிடிப்பதில் அதிக கவனம் செலுத்தியது. எதிரிகளைக் கொல்வதில் அல்ல. ஆனால் புலிகளோ, கெரில்லா முறைத் தாக்குதலில் காடுகளிலிருந்து வெளியே வந்து மெதுவாக நகரும் படைகளைத் தாக்கிக் கொன்றுவிட்டு மீண்டும் காணாமல் போய்விடுவார்கள். விளைவு, பெரும் நாசம்.

ஜெனரல் ஃபொன்சேகா இந்தப் போர்த்திட்டத்தை முழுமை யாகத் திருப்பிவிடத் தீர்மானித்தார். 'சிறிய, வேகமான தீவிர வாதிக் குழுக்களை எதிர்கொள்ள முடியாமல் மெதுவாக இயங்கி வந்தோம். எனவே, சுதந்தரமாக, வேகமாக, கடுமையாக இயங்கக்கூடிய 8 வீரர்கள் அடங்கிய சிறு குழுக்களை உருவாக்க முற்பட்டேன்' என்றார் ஃபொன்சேகா. இந்தக் குழுக்கள் புலி களின் பகுதிக்குள் சென்று, அவர்களது தளவாடங்களை அல்லது போராளிகளைத் தாக்கி அழித்துவிட்டு மீண்டும் பாசறைக்கு வந்துவிடுவார்கள். இதனால் டாஸ்க் ஃபோர்ஸ் வீரர்களுக்கு கிழக்கில் நல்ல வெற்றி கிடைத்தது. ஆனாலும் பல வீரர்கள் ஆழமான காட்டில் உயிரை விட நேர்ந்தது.

ம்பர் 2007-ல் வன்னிமீதான தாக்குதலில் இறங்கும் நேரத்தில் ஃபொன்சேகா மற்றுமொரு மாறுதலைச் செய்தார். ஒரு முனையில் தாக்குதலைத் தொடங்காமல், ஒரே நேரத்தில் மேற்கில் மன்னாரிலிருந்து கிழக்கில் வெலி ஓயா, இடையில் வவுனியா என்று 120 கிலோமீட்டர் நீளம் கொண்ட புலிகளின் தடுப்பரண் முழுவதுமாகவே தாக்குதலை ஆரம்பிக்க முடிவெடுத்தார்.

மறுபக்கம் யாழ்ப்பாணத்தில் 12 கிலோமீட்டர் நீளம் கொண்ட யாழ் தீபகற்பத்தின் கழுத்துப் பகுதி முழுமையிலும் போர் நடக்கும். முகமலை, கிளாலி, நாகர்கோவில் என்ற மூன்று புள்ளிகளிலும் 53-வது, 55-வது டிவிஷன்கள் பாதுகாப்பு ஏற்பாடுகளை மேற்கொள்ளும். வன்னியிலிருந்து நிகழ்த்தப்படும் புலிகளின் தாக்குதலை இந்த அரண் தடுக்கும்.

டாஸ்க் ஃபோர்ஸ் 1, பின்னர் 58-வது டிவிஷனாக மாற்றம் கண்டது. அது வடக்கு மன்னாரில் இயங்கியது. 57-வது டிவிஷன் வவுனியா பகுதியில் தாக்குதலை மேற்கொண்டது. 59-வது டிவிஷன் வெலி ஓயாவிலிருந்து தாக்குதலை மேற்கொண்டது. அதே நேரம் யாழ்ப்பாணத்திலிருந்து 53-வது டிவிஷனும் கிளாலியிலிருந்து 55-வது டிவிஷனும் புலிகளின் வடக்குப் பகுதியில் தாக்குதலை மேற்கொள்வார்கள்.

ஒரே நேரத்தில் ஐந்து முனைகளில் போர் ஆரம்பிக்கப்பட்டது விடுதலைப் புலிகளை அதிர்ச்சியில் ஆழ்த்தியது.

இதற்குமுன், இலங்கை ராணுவத்தின் திட்டங்களை மிக எளிதாகக் கணிக்கமுடிந்ததால், பிரபாகரனும் அவரது தளபதிகளும் ராணுவத்தை எளிதில் எதிர்கொண்டனர். ராணுவம் பொதுவாக ஓர் இடத்தில் தாக்குதலை ஆரம்பிக்கும். இதனால் புலிகளின் வேலை எளிதானது. எந்த இடம் என்பது தெரிந்துவிட்டால், புலிகள் தங்கள் அனைத்துப் போராளிகளையும் அந்த ஓர் இடத்தில் குவித்து, ராணுவத்தினர் இடையே பீதியைக் கிளப்பிவிடுவார்கள். இதனால் ராணுவம் சிதறி ஓடும். தோல்வியை ஒப்புக்கொள்ளும்.

ஆனால் இந்த ராணுவம் வித்தியாசமாக இருந்தது. அதன் தலைவர்கள் ரிஸ்க் எடுக்கவும் புதிய முயற்சிகளை மேற்கொள்ளவும் தயங்காதவர்களாக இருந்தனர்.

வன்னியிலும் வடக்கிலும் ஒன்றல்ல, இரண்டு தடுப்பரண்களை புலிகள் உருவாக்கியுள்ளனர் என்பதை நன்கு தெரிந்துகொண்ட

ராணுவம், ஒன்றன்பின் ஒன்றாக அந்தத் தடுப்புகளைக் கைப்
பற்ற முடிவெடுத்தது. இந்தத் தடுப்பரண்கள், மைல் கணக்கில்
ஆழக் குழி தோண்டப்பட்டு அதில் வரப்பு உயர்த்தப்பட்டு,
நீரால் நிரப்பப்பட்டு, ஆங்காங்கே பதுங்கு குழிகளில் போராளி
கள் இருக்குமாறு கட்டப்பட்டவை. 2008-லும் 2009-லும்
இலங்கை சென்றிருந்தபோது, கிளிநொச்சியிலும் முல்லைத்
தீவிலும் இந்தத் தடுப்பரண்களை நான் பார்வையிட்டேன். மண்
வரப்புகள் 8 அடி உயரம் இருந்தன. அதற்குமுன் இருந்த குழிகள்
நான்கிலிருந்து ஐந்தடி ஆழம் இருந்தன. மண் வரப்புக்குப்
பின்புறம் ஆங்காங்கே பதுங்கு குழிகள் கட்டப்பட்டிருந்தன.

இந்தத் தடுப்புகளால் இலங்கை ராணுவத்தின் வேகத்தை
மட்டுப்படுத்தி, நிறுத்திவிட முடியும் என்று புலிகள் கருதினர்.
தொடர்ந்த போரில் ராணுவம் சோர்வடைந்துவிடும் என்றும்
அவர்கள் நினைத்தனர். மரபுசார் முறையில் ராணுவ வீரர்கள்
வரிசை வரிசையாகப் போருக்குச் சென்றால் இந்த வரப்புகளும்
வாய்க்கால்களும் நன்றாக வேலை செய்திருக்கும். ஆனால்,
புலிகளின் துரதிர்ஷ்டம், இந்த முறை ராணுவத்தின் செயல்
திட்டம் மாறியிருந்தது.

மாறாக, ராணுவம் மடு காட்டின் வடக்கில் உள்ள நிலப்
பரப்பைக் கைப்பற்றியது. இதனால் பொருள்களையும் உதவிக்
கான துருப்புகளையும் கொண்டுவரும் பாதையை புலிகள் இழந்
தனர். இதனால் தடுப்பரண் பயனற்றுப் போனது. பாதிக்கப்பட்ட
போராளிகள் பின்வாங்கவேண்டி வந்தது.

செப்டெம்பர் 2007 மூன்றாம் வாரத்தில், பிரிகேடியர் ஷவீந்தர்
சில்வாவின் தலைமையிலான 58-வது டிவிஷன் முதல் தாக்கு
தலை ஆரம்பித்தது. மன்னாரின் தெற்குப் பகுதியில் பெருங்குளம்
என்ற பகுதியில்தான் தாக்குதல் ஆரம்பமானது. 58-வது டிவிஷ
னின் கீழிருந்த 3 பிரிகேடுகளில் ஒன்றான 581-வது பிரிகேட்,
பெருங்குளத்தின் வடமேற்குப் பகுதியைக் கைப்பற்றியது.
அங்கிருந்து ஆதம்பனுக்குக் கிழக்காக, உயிலங்குளம்-ஆனந்தக்
குளம் சாலையைக் கைப்பற்றி உயிலங்குளம் சாலைத் தடுப்பைத்
தாண்டி புலிகள் பகுதிக்குள் ஊடுருவியது. 582-வது பிரிகேட்,
மேற்கிலிருந்து கிழக்காக ஆதம்பனை நோக்கிச் செல்லும் வழி
யில் மாந்தை, நரிக்குளம், செட்டிக்குளம், வண்ணக்குளம் ஆகிய
வற்றைக் கைப்பற்றியது. 583-வது பிரிகேட், உயிலங்குளத்தில்

இருந்து நீலச்சேனை, பாலக்குழி வழியாக ஆதம்பனை நோக்கிச் சென்றது.

மூன்று மாதங்கள் தொடர்ந்து நடைபெற்ற போருக்குப்பிறகு, 58-வது டிவிஷன், மன்னார் நெற்களஞ்சியப் பகுதியில் 50 சதுர கிலோமீட்டர் நிலப்பரப்பைக் கைப்பற்றியது. இங்குள்ள நிலப்பரப்பு சமதளமாக, பல கிலோமீட்டர் நீளத்துக்கு நீண்டு செல்லும் நெல் வயல்களாக இருந்ததால், ராணுவத்துக்கு எளிதாக இருந்தது. புதிதாக உருவாக்கியுள்ள இயந்திரத் தரைப் படை டிவிஷனின் டாங்குகளையும் கவச வாகனங்களையும் அவர்களால் பயன்படுத்த முடிந்தது.

புதிதாக ஏற்படுத்தப்பட்ட இயந்திர தரைப்படை டிவிஷனில் வழக்கமான இன்ஃபண்ட்ரி படைகளுடன், கனரக டாங்குகள், கவச வாகனங்கள் ஆகியவை அடங்கும். 2007-ல், இந்தப் படைக்கு சீனாவில் தயாரான 100 கவச வாகனங்கள் கிடைத் திருந்தன.

இயந்திர தரைப்படை டிவிஷனுக்குக் கொடுக்கப்பட்ட இலக்கு இதுதான். முரட்டுத்தனமாக இயந்திர வாகனங்களைப் பயன் படுத்தி விடுதலைப் புலிகளின் பகுதிகளை ஆக்ரமிக்கவேண்டும். உடனடியாக, கூட வரும் தரைப்படை வீரர்கள் இடங்களைத் தங்கள் கட்டுப்பாட்டுக்குள் கொண்டுவருவார்கள். கர்னல் ரால்ஃப் நுகேரோவின் தலைமையில் இயங்கிய இந்த டிவிஷனில் மூன்று ரெஜிமெண்டுகளும், BTR-80B, BMP-2, WZ-551 போன்ற கவச வாகனங்களும் இருந்தன.

பின்னர், ராணுவத்தின் திட்டம் பற்றி எங்களிடம் பிரிகேடியர் ஷவீந்தர் சில்வா விளக்கினார். ‘மன்னார் நெற்களஞ்சியப் பகுதியில் திறந்தவெளியில் முடிந்தவரை புலிகளுக்கு அதிகமான சேதத்தை ஏற்படுத்த முடிவுசெய்தோம். மேற்குக் கோடியில் போரை ஆரம்பித்ததால், புலிகள், வன்னியின் அடர்ந்த காடு களுக்குள் இருந்து மன்னார் பகுதிக்கு மேற்கொண்டு போராளி களை அனுப்பவேண்டியிருந்தது. நாங்கள் விரித்த வலையில் அவர்கள் வசமாகச் சிக்கிக்கொண்டனர். எங்களது கமாண்டோக் கள், அவர்களது பொருள்கள் செல்லும் பாதையைத் துண்டித்து விட்டதால், தளவாடங்களும் உணவுப்பொருள்களும் கிடைக் காமல் மாட்டிக்கொண்ட அவர்கள்மீது பெரும் சேதத்தை எங்களால் விளைவிக்கமுடிந்தது.’

ஜனவரி 2008-ன் இறுதியில் புலிகளின் ரேடியோ தகவல்களை இடைமறித்துக் கேட்டதில், மூன்று மாதங்களில் அவர்கள் 600-க்கும் மேற்பட்ட போராளிகளை மன்னார் பகுதியில் இழந்துள்ளனர் என்பது தெரியவந்தது. ஆனாலும் ராணுவத்தைப் பொருத்தமட்டில் முன்னேற்றம் மெதுவாகவே இருந்தது.

A-32 நெடுஞ்சாலையில் 58-வது டிவிஷன் மெதுவாக முன்னேறும் வேளையில், வவுனியாவுக்கு வடக்கே, தடுப்பரணின் நடுப்பகுதியில் 57-வது டிவிஷனும் மெதுவாகவே முன்னேறிக் கொண்டிருந்தது. 2007-ல், 57-வது டிவிஷனுக்கு பிரிகேடியர் ஜகத் டயஸ் தளபதியாக இருந்தார். (பின்னர் இவர் மேஜர் ஜெனரலாக உயர்ந்து, பிறகு ஜெர்மனிக்கான இலங்கையின் தூதராகச் சென்றார்.)

2007-ன் ஆரம்பத்தில், ராணுவம் கிழக்கில் சண்டையில் ஈடு பட்டிருந்தபோதே, இந்த 57-வது டிவிஷன் வடக்கில் ஆங்காங்கு ஊடுருவி புலிகள்மீதான தாக்குதலைச் செய்துகொண்டிருந்தது. டிசம்பர் 2007-ல், 57-வது டிவிஷன், வவுனியா-கிளிநொச்சி பகுதியில் முக்கியத்துவம் வாய்ந்த சில இடங்களைக் கைப் பற்றியிருந்தது. A-36 மன்னார்-வவுனியா சாலைக்கு மேற்கே, கன்னாடை முதல் நவி வரையிலான 45 கிலோமீட்டர் பகுதியில் நடந்த கடுமையான சண்டைக்குப்பிறகு சுமார் 200 சதுர கிலோ மீட்டர் பகுதியை 57-வது டிவிஷன் தன் கட்டுப்பாட்டுக்குள் கொண்டுவந்தது.

முதல் மூன்று, நான்கு மாதங்களில், இந்த டிவிஷனின்கீழ் இருந்த 571, 572, 573 பிரிகேடுகளும் புலிகளிடமிருந்து கடுமையான எதிர்ப்பைச் சந்தித்தன. ஆனால் மே மாதத்தில் புலிகளின் பதுங்குகுழி ஒன்றை ராணுவம் கைப்பற்றியதும், படையினரால் வடக்கு நோக்கி எளிதாக முன்னேற முடிந்தது.

டிசம்பர் 2007-ல், மடு சாலை வழியாக முன்னேறிக்கொண்டிருந்த படைகள், தம்பானை, பெரியதம்பானை கிராமங்களைக் கைப் பற்றியபிறகு, மடுவுக்கு மூன்று கிலோமீட்டர் தூரத்துக்குள்ளாக வந்திருந்தனர். தம்பானையில் புலிகள் பல இடங்களில் கண்ணி வெடிகளைப் புதைத்து வைத்திருந்தனர். அந்த இடத்தைக் கைப்பற்ற ஒரு மாதகாலம் போரிடவேண்டியிருந்தது.

அடுத்த இலக்கு மடு மாதா கோவில். அங்கே புலிகள் பீரங்கி களை வைத்திருந்தனர். தொடர்ந்து பல மாதங்களாகப் போர்

நடப்பதால் ஆள் பற்றாக்குறையை புலிகள் உணர ஆரம்பித்தனர். பல முனைகளிலும் ராணுவம் போரை ஆரம்பித்திருந்ததால், புலிகள் தங்களது போராளிகளைப் பல இடங்களுக்கும் அனுப்ப வேண்டியிருந்தது. எனவே குறைந்த ஆள்கள் இருப்பதன் கஷ்டத்தை அவர்கள் அனுபவிக்கத்தொடங்கியிருந்தனர்.

மேற்கில் மன்னாரைப் போன்றே, சமவெளிக்கு புலிகளைக் கொண்டுவருவதன் முக்கியத்துவத்தைப் புரிந்துகொண்ட ராணு வம், வவுனியா அருகிலும் அதே முறையைக் கையாண்டது. இதனால் புலிகள் பலரைக் கொல்லமுடிந்த அதே நேரத்தில், தங்கள் தரப்பு இழப்பையும் ராணுவத்தால் கட்டுப்படுத்த முடிந்தது. அத்துடன் தங்களது பொருள்கள் வரும் பாதைக்கும் அருகில் இருக்கமுடிந்தது.

2007 முடியும் தருவாயில் 57-வது டிவிஷன், தாங்கள் இதுவரை யில் வவுனியா போர்முனையில் மட்டுமே 1,322 போராளிகளைக் கொன்றுள்ளதாகக் கணக்கெடுத்தனர். 2007-ல், ராணுவத்தின் கணக்கின்படி, ஒரு ராணுவ வீரருக்கு, 5 போராளிகள் கொல்லப் பட்டிருந்தனர்.

59-வது டிவிஷன், மூன்றாவது போர் முனையைத் தொடங்கியது. நவம்பர் 2007-ல் இந்த டிவிஷன், முக்கியத்துவம் வாய்ந்த A-9 நெடுஞ்சாலைக்குக் கிழக்கே, வெலி ஓயாவின் கிழக்குப் பகுதி யில் போரைத் தொடங்கியது. பிரிகேடியர் நந்தன் உதுவத்தேயின் தலைமையில் இயங்கிய இந்த டிவிஷனின்கீழ், 591, 592, 593 பிரிகேடுகள் இருந்தன. இந்தப் படைகள், கொக்குதுடுவையில் தொடங்கி 10 கிலோமீட்டர் நீளப் பகுதியில் சண்டையிடத் தொடங்கின. வடக்கு நோக்கி முன்னேறிய படைகள், வெலி ஓயாவில் முக்கியத்துவம் வாய்ந்த பல இடங்களைக் கைப்பற்றின.

வெலி ஓயாவில் ராணுவம் அடைந்த முன்னேற்றம் முல்லைத் தீவு காடுகளில் புலிகளின் முக்கியமான கேந்திரங்கள் உள்ள இடங்களுக்கு அபாயத்தை ஏற்படுத்தின. புலிகள் பகுதியில் ராணுவம் மேலும் 10 கிலோமீட்டர் உள்ளே நுழைந்தால், புலி களின் முக்கியமான பீரங்கித்தளத்தைச் சுடும் தூரத்துக்கு வந்து விடலாம்.

ஆனால், பிற முனைகளைப் போலவே இங்கும் படைகள் முன்னேறுவது மெதுவாகவே இருந்தது. ஏனெனில் இந்தப் பகுதியில் போராளிகள் அதிக எண்ணிக்கையில் இருந்தனர்.

இதே நேரம் புலிகளும் சும்மா இருக்கவில்லை.

தெற்குத் தடுப்பரணை வலுவாக வைத்திருக்கவேண்டிய அவசியத்தைப் புரிந்துகொண்ட பிரபாகரன், மூத்த பெண் புலி விதுஷாவை அனுப்பி வவுனியா போர்முனையை வலுப்படுத்தச் சொன்னார். வவுனியாவை வலுப்படுத்த பல பெண் புலிகளும் அனுப்பப்பட்டனர். ஆனால் ராணுவத்தைத் தடுக்கமுடியவில்லை. கலவரம் அடைந்த பிரபாகரன், சார்லஸ் அந்தோணி பிரிகேடின் போராளிகளையும் அனுப்பிவைத்தார். தனது முதல் மகனின் பெயரில் உருவாக்கப்பட்ட இந்தக் கையிருப்புப் படையின் போராளிகள் பெரும்பாலும் சாதாரணப் போர்களில் ஈடுபடுத்தப் படுவதில்லை. ஆனால், வேகமாக முன்னேறும் ராணுவத்தைத் தடுக்க பிரபாகரனுக்கு வேறுவழி தெரியவில்லை.

ஜனவரி 2008.

கடந்த 18 மாதங்களாக போர் என்று அறிவிக்காமலேயே போரில் ஈடுபட்டிருந்த மகிந்த ராஜபக்ஷே, அதிகாரபூர்வமாக போரை அறிவித்தார். 2002-ல் ஏற்பட்டிருந்த போர் நிறுத்த ஒப்பந்தத்திலிருந்து விலகுவதாக அறிவித்தார்.

1983-க்குப் பிறகு, போர் நிறுத்த ஒப்பந்தங்கள் ஏற்பட்டு, அவற்றிலிருந்து விலகி முழுமையான போர் ஏற்படுவது இது மூன்றாவது முறை.

முதல் அதிகாரபூர்வ போர் நிறுத்த ஒப்பந்தம் ஏற்பட்டது 1987-ல். ஜெயவர்த்தனே - ராஜிவ் காந்தி இடையிலான இந்திய-இலங்கை ஒப்பந்தம் கையெழுத்தானபிறகு. இது வெறும் நான்கு மாதங்களுக்கு மட்டுமே அமுலில் இருந்தது. அக்டோபர் 1987-ல் இந்தியாவிலிருந்து இலங்கையின் பாயிண்ட் பெட்ரோவுக்கு கப்பலில் ஆயுதங்களைக் கடத்திவந்த 17 கடற்புலிகளை இலங்கைக் கடற்படை கைது செய்தது. இந்தப் போராளிகளை விடுதலை செய்ய புலிகள் பலமுறை கேட்டுக்கொண்டும் பாதுகாப்பு அமைச்சர் லலித் அதுலத்முதலி ஒப்புக்கொள்ள வில்லை. இந்திய அமைதிப்படையின் தளபதிகளும் இந்தியத் தூதர் ஜே.என்.தீக்ஷித்தும் முயன்றும் அதுலத்முதலி பிடிவாத மாக இருந்தார்.

கைது செய்யப்பட்டவர்கள் கொழும்பு ஜெயிலுக்குக் கொண்டு செல்லப்படும்போது, அதில் 12 பேர் சயனைட் அருந்தி உயிர்

விட்டனர். இதனால் கோபம் அடைந்த புலிகள் தங்களிடம் மாட்டியிருந்த 8 இலங்கை ராணுவத்தினரைத் துன்புறுத்திக் கொலை செய்தனர். சித்திரவதை செய்யப்பட்ட அந்த உடல்கள் யாழ்ப்பாணத்தில் பொதுக் காட்சிக்காக வைக்கப்பட்டது. அத்துடன் போர் நிறுத்த ஒப்பந்தம் முடிவுக்கு வந்தது.

அடுத்த போர் நிறுத்த ஒப்பந்தம் 1990-ல் ஏற்பட்டது. இந்திய அமைதிப்படையை இலங்கையிலிருந்து துரத்துவது என்று முடிவு செய்த பிரபாகரன், ரணசிங்கே பிரேமதாசாவுடன் ஒப்பந்தம் செய்துகொண்டார். வெற்றிக்களிப்பில் இருந்த பிரேமதாசா, புலிகள் தரப்பினரை ராணுவ ஹெலிகாப்டரில் அழைத்துவந்து பேச்சுவார்த்தை மேற்கொண்டார். அப்போதும் அமைதி வெகுநாள் நீடிக்கவில்லை. இலங்கை ராணுவத்தினர் மட்டக்கிளப்பில் ஒரு தையல்காரரை (அவர் புலிகள் அமைப்பில் உறுப்பினராம்) அடித்துவிட்டனர் என்ற சாக்கில், 11 ஜூன் 1990 அன்று விடுதலைப் புலிகள் ஒப்பந்தத்திலிருந்து வெளியேறினர். உடனேயே கருணா தலைமையில் (இப்போது கருணா மகிந்த ராஜபக்ஷே அரசில் ஓர் அமைச்சர்) புலிகள் மட்டக்கிளப்பில் பல காவல் நிலையங்கள்மீது தாக்குதல் நடத்தி 600 காவலர்களைக் கொன்றனர்.

1994-ல் சந்திரிகா குமரதுங்க தேர்தலில் ஜெயித்து குடியரசுத் தலைவர் ஆனதும், புலிகளை அமைதிப் பேச்சுவார்த்தைக்காக அழைத்தபோது, போர் நடக்காமல் சற்றே அமைதி இருந்தது. பல சுற்றுப் பேச்சுவார்த்தைகள் நடந்தன. ஆனால் பேச்சு வார்த்தைகள் நடக்கும்போதே, 15 ஏப்ரல் 1994 அன்று, புலிகள் திருகோணமலை துறைமுகத்தில் நங்கூரமிட்டிருந்த SLNS சூரியா, SLNS ரணசுரா ஆகிய கப்பல்கள்மீது தற்கொலைத் தாக்குதல் நடத்தி அழித்தனர். பேச்சுவார்த்தை முறிந்ததும், மிகக் கடுமையான போர்கள் நடைபெற்றன.

ஏழு ஆண்டுகள் தொடர்ந்த போருக்குப்பின், நார்வேயின் தூண்டுதலில் பிப்ரவரி 2002-ல் போர் நிறுத்த உடன்பாடு எட்டப்பட்டது. தாளில் இந்த ஒப்பந்தம் இருந்தாலும் 2002 இறுதியிலிருந்தே இரு தரப்புக்கும் இடையில் பல சச்சரவுகள் எழுந்தன. ஏப்ரல் 2006-ல் ஒரு பெண் தற்கொலைப் போராளி தளபதி சரத் ஃபொன்சேகாவைக் கொலை செய்ய முற்பட்டதும் சண்டை எப்போது வேண்டுமானாலும் தொடங்கலாம் என்ற

நிலை ஏற்பட்டது. ஜூலை 2007-ல் கிழக்குப் பிராந்தியம் விடுவிக்கப்பட்டு, வடக்கில் ராணுவம் வன்னிமீதான போரை ஆரம்பித்துவிட்ட நிலையில் யாருமே போர் நிறுத்த ஒப்பந்தம் பற்றி யோசித்துக்கூடப் பார்க்கவில்லை.

16 ஜனவரி 2008 அன்று இலங்கை அரசு அதிகாரபூர்வமாக போர் நிறுத்த ஒப்பந்தத்திலிருந்து வெளியேறுவதாகச் சொன்னபோது, போர் ஆரம்பித்து 18 மாதங்கள் ஏற்கெனவே முடிந்திருந்தன!

வன்னிமீதான போர் தொடங்க இருந்தது. அது 19 மே 2009 அன்று, பிரபாகரனின் மரணத்துடன் முடியும்.

ஆனால் ஜனவரி 2008-ல், சரத் ஃபொன்சேகாவின் நோக்கம் பிரபாகரனைப் பிடிப்பதிலோ, புலிகளின் நிர்வாகத் தலைமை யகமான கிளிநொச்சியைத் தாக்குவதிலோ இல்லை.

அவரது உடனடி நோக்கம், இலங்கையின் மேற்குக் கரையில், மன்னார்-பூநகரி-பரந்தன் அச்சை இணைக்கும் A-32 நெடுஞ் சாலையைக் கைப்பற்றுவதாக இருந்தது. அதுவரையில் இலங்கை ராணுவம் கொண்டிருந்த கொள்கைகளுக்கு முற்றிலும் மாறாக, வன்னியின் மேற்குப் பகுதியில் தாக்குதலை நடத்த முற்பட்டார். முந்தைய திட்டங்கள் எல்லாமே கிழக்குக் கடற்கரையை ஒட்டிச் செல்லும் கண்டி-யாழ்ப்பாணம் A-9 நெடுஞ்சாலையைக் குறிவைத்தே உருவாக்கப்பட்டிருந்தன.

A-32 நெடுஞ்சாலையைக் கைப்பற்றும் பணி 58-வது டிவிஷ னுக்குக் கொடுக்கப்பட்டது. டிசம்பர் 2007-ல் மடு மாதா கோவிலைக் கைப்பற்றியிருந்த 58-வது டிவிஷன் மேற்குக் கடற்கரைப் பகுதியை நோக்கி முன்னேறத்தொடங்கியது.

இலங்கை போர் நிறுத்த ஒப்பந்தத்திலிருந்து வெளியேறியபிறகு, 58-வது டிவிஷனின் முதல் வேலை ஆதம்பன் நகரைக் கைப் பற்றுவது. சிறிய நகரமாக இருந்தாலும் வடமேற்குக் கரையில் ராணுவ முக்கியத்துவம் வாய்ந்த இடமாக இது இருந்தது. புலிகள் கடுமையான போரை மேற்கொண்டதால், ராணுவத்தால் வேகமாக முன்னேற முடியவில்லை. ஆதம்பன் பகுதியைச் சுற்றி புலிகள் உருவாக்கியிருந்த தடைகளைமீறி முன்னேற 58-வது டிவிஷனுக்கு 5 மாதங்கள் பிடித்தன. 8 மே அன்று ஆதம்பன் வீழ்ந்ததும் ஒரே மாதத்தில் 120 சதுர கிலோமீட்டர் பரப்பு

கொண்ட மன்னார் நெற்களஞ்சியப் பகுதி ராணுவத்தின் முழுக் கட்டுப்பாட்டுக்குள் வந்துவிட்டது.

புலிகளின் முதல்கட்டத் தடுப்பரணை வடக்கு நோக்கிப் பின்னுக்குத்தள்ள 58-வது டிவிஷனுக்கு 8 மாதங்கள் பிடித் தாலும், மன்னார் நெற்களஞ்சியப் பகுதிகளைப் பிடித்தது, அங்கிருந்து மேற்கொண்டு வடமேற்கில் கடற்புலிகளின் மிக முக்கியமான முகாமான விடத்தல்தீவின்மீது தாக்குதல் நடத்த வசதியாக அமைந்தது.

இலங்கையின் வடமேற்குக் கரையில் இருந்த விடத்தல்தீவு, கடற்புலிகளின் படகுகள் முகாமாகவும் பாக் நீரிணையைத் தாண்டி இந்தியாவிலிருந்து ஆயுதங்களையும் பொருள்களையும் கடத்திவரும் வழியாகவும் பயன்பட்டது.

வடக்குநோக்கிப் படைகள் முன்னேறும்போது நெற்களஞ்சியப் பகுதிக்குள் பாப்பமோட்டை முதல் பரப்பக்கடத்தான் வரை இருந்ததுபோன்ற மண் வரப்பை எதிர்கொண்டன. இங்கே விடத்தல்தீவின் தெற்குப்புறம் தொடங்கி, விடத்தல்தீவுக்கு 10 கிலோமீட்டர் கிழக்கே உள்ள பிரமநாயன் குளம் வரை மண் வரப்பு சென்றது. விடத்தல்தீவைப் பாதுகாக்க, புலிகள் தங்கள் சிறந்த போராளிகளை அனுப்பியிருந்தனர்.

ஆனாலும் விடத்தல்தீவு 16 ஜூலை அன்று வீழ்ந்தது.

விடத்தல்தீவு சண்டை முடிந்து பல மாதங்களுக்குப் பிறகு வெளி நாடுகளிலிருந்து வந்த பத்திரிகையாளர்களிடம் பிரிகேடியர் ஷவீந்தர் சில்வா பேசினார். 'அங்கே அதிகபட்சமான அழிவை ஏற்படுத்த முயன்றோம். 100 போராளிகள் கொல்லப்பட்டனர்' என்றார்.

நான்கே நாள்களுக்குள் ராணுவத்துக்கும் மேலும் வெற்றி கிடைத்தது. விடத்தல்தீவுக்கு 10 கிலோமீட்டர் வடக்கே இருந்த இலுப்பக்கடவை ராணுவத்திடம் சிக்கியது. ஃபொன்சேகா விரும்பியதுபோலவே ராணுவம் இப்போது வேகமாக முன் னேறத் தொடங்கியது. நிலப்பரப்பைக் கையில் பிடித்து வைத்திருப்பதைப் பற்றிக் கவலைப்படாமல் எதிரிகளை அதிக மாக அழிப்பதில் மட்டுமே முனைப்பு செலுத்தி ராணுவம் முன்னேறியது. முந்தைய போர்களில் ராணுவம் பெரும் வெற்றி அடைந்தவுடன் அப்படியே நின்றுவிடும். இதனால் புலிகள்

உடனடியாக மீண்டும் ஒன்றுசேர்ந்து சுதாரித்துக்கொள்ள நேரம் கிடைத்துவிடும்.

இப்போது புலிகள் கடுமையான அழுத்தத்துக்கு ஆளாகினர். விடத்தல்தீவு வீழ்வதற்குள் 200 போராளிகள் காப்பாற்றப்பட்டு வேறிடங்களுக்குக் கொண்டுசெல்லப்பட்டனர் என்றாலும், பொருள்கள் உள்ளே வரும் ஒரு வழி அடைக்கப்பட்டுவிட்டது.

விடத்தல்தீவும் இலுப்பக்கடவையும் வீழ்ந்தபிறகு, கிழக்கில் இருந்து மேற்குக்குப் போராளிகளை அனுப்புவதற்கும், ஒரே நேரத்தில் ஒன்றுக்கும் மேற்பட்ட இடங்களைத் தாக்குவதற்கு மான புலிகளின் திறன் முற்றிலுமாக பாதிக்கப்பட்டது. பூநகரிக்குச் செல்வதற்குமுன் பிரிகேடியர் ஷவீந்தர் சில்வாவுக்கு இன்னொரு வேலை பாக்கியிருந்தது. வடக்கில் 17 கிலோமீட்டர் தொலைவில் இருந்த நச்சிக்குடாவைப் பிடிக்கவேண்டும். விடத்தல்தீவு, இலுப்பக்கடவையுடன் நச்சிக்குடாவும் சேர்ந்து கடற்புலிகள் இயங்கும் முக்கியமான பகுதிகளாக இருந்தன.

2008 கோடையில் ஏற்பட்ட இந்தத் தோல்விகள்தவிர, புலிகளுக்கு மேலும் சில சிக்கல்கள் ஏற்பட்டன.

மே மாதம், புலிகளின் மூத்த ராணுவத் தளபதி, அனுபவம் மிக்க வரும் தைரியசாலியுமான 'கர்னல்' பால்ராஜ் இறந்துபோனார். வன்னியின் பாதுகாப்புக்குப் பொறுப்பாளராக இருந்த பால்ராஜ் இலங்கை ராணுவத்தின் பலமுனைத் தாக்குதல்களால் பெரிதும் அழுத்தத்துக்கு ஆளாகியிருந்தார். போர்முனையில் போரைச் செலுத்த அனுபவமுள்ள தளபதிகள் இல்லாத காரணத்தால் மேற்கில் மன்னார் முதல் கிழக்கில் வெலி ஓயா வரையிலான போரை பால்ராஜே முன்னின்று நடத்தவேண்டியிருந்தது. ஒரு காலத்தில் உயர்ந்த நிலையில் இருந்த புலிகளின் மதிப்பை மேலெடுக்கவேண்டிய கட்டாயத்தில் அவர் இருந்தார். ஆனால் வெற்றிகள் வெகு சிலவே கிடைத்தன.

ஏற்கெனவே இதய நோய்க்காக சிகிச்சை எடுத்துவந்த பால்ராஜ், அழுத்தம் தாங்கமுடியாமல், மே 2008-ல் நெஞ்சுவலியினால் உயிர் நீத்தார். சார்லஸ் அந்தோணி தரைப்படையின் முதல் தளபதியாக இருந்த பால்ராஜ், 2000-ல் ஆனையிறவை இலங்கை ராணுவத்திடமிருந்து கைப்பற்றி தனது திறமையைப் பறை சாற்றியிருந்தார்.

ஆனால் அது நடந்தது 8 ஆண்டுகளுக்குமுன். அப்போதிலிருந்து இலங்கை ராணுவத்தில் ஏகப்பட்ட முன்னேற்றங்கள். அதே நேரம், புலிகள் தரப்பில் நிறைய இழப்புகளும்கூட. பால்ராஜ் போன்றோருக்கு வயதும் ஆகியிருந்தது.

ஆயினும், ஜூலை முடிந்தபோது, நான்காம் ஈழப்போர், முடிவேதும் தெரியாமல் சிக்கலான நிலைக்குள் செல்வதுபோலவே தோன்றியது.

அதற்கு முந்தைய இரு வாரங்களில் 58-வது டிவிஷன் பூநகரி செல்லும் A-32 நெடுஞ்சாலையில் முலங்காவில் வரை சென்றிருந்தது. எந்நேரமும் பூநகரியிலும் கிளிநொச்சியிலும் உள்ள புலிகளின் தடுப்பரணைத் தாக்கலாம் என்ற நிலை.

வெலி ஓயா பகுதியில் 59-வது டிவிஷன் அந்தன்குளத்தைக் கைப்பற்றியிருந்தது. ஆனால் அங்கிருந்து முல்லைத்தீவு காடுகளின் வடக்கு, மேற்குப் பகுதிக்குள் செல்வது மிகவும் மெதுவாகவே நடந்தது. காடுகளும் புலிகளின் தாக்குதலும் சேர்ந்து வேகத்தை மட்டுப்படுத்தின. ஆனாலும் ராணுவம் விடாமுயற்சியுடன் தொடர்ந்தது.

ஒரே நேரத்தில் புலிகளுக்கு எதிராகப் பல முனைகளில் போர் நடத்துவதன்மூலம் மாபெரும் வெற்றி அடையலாம் என்பதை, 2007 செப்டெம்பருக்கும் 2008 ஜூலைக்கும் இடையில் ஃபொன்சேகா நிகழ்த்திக் காட்டினார். இந்தக் கட்டத்தில் நடந்த போர்களில் இலங்கை ராணுவம் எந்த அளவுக்கு மாற்றம் பெற்றுள்ள ஒரு சக்தியாக உள்ளது என்று புரிந்தது. தன்னிடம் இருந்த மூன்று பலவீனங்களை அது உதறித் தள்ளியது: பலமுனைத் தாக்குதலில் திறமையான ஒருங்கிணைப்பு, மரபுவழிப் போருடன் கமாண்டோக்களைத் திறனுடன் பயன்படுத்திக் கொள்வது, எந்தக் கட்டத்திலும் ராணுவ முனைப்பைத் தன்னிடத்திலேயே வைத்திருத்தல். இந்தக் கட்டத்தில் 5,500 புலிகள் கொல்லப்பட்டனர். ராணுவத்திலும் 800 பேர் கொல்லப்பட்டிருந்தனர்.

இப்போதிலிருந்து ஃபொன்சேகாவின் தலைமைப்பண்புகள் கடுமையான சோதனைகளுக்கு உள்ளாக்கப்படும்.

ராணுவம் புலிகளின் பகுதிக்குள் ஆழ ஊடுருவும்போது தகவல் தொடர்பு கடினமாகும். புலிகளால் தொடர்பு துண்டிக்கப்

படலாம். ஃபொன்சேகாவும் அவரது தளபதிகளும் இதனை அறிந்திருந்தனர்.

போர் முடிந்தபிறகு என்னுடன் பேசிய ஃபொன்சேகா, 'நான்காம் ஈழப்போரின்போது மரபுசாரா முறையில் நாங்கள் செய்தவற்றில் ஒன்று வழக்கமாகப் பொருள்கள் செல்லும் பாதையை அதிகமாகப் பின்பற்றாதது. சாலைகளை ஒட்டியே நடைபோடுவோம் என்று புலிகள் எதிர்பார்த்திருந்தனர். ஆனால் எங்களது படைகள் மரபார்ந்த பாதைகளை விட்டு விலகுவதால் கவலைப்படவில்லை. அவர்கள் காடுகள் வழியே நடந்தனர். மார்பளவு நீரில் நடந்தனர். கொட்டும் மழையிலும் கவலைப் படாமல் முன்னேறினர். இதனால் தீவிரவாதிகள் கடும் ஆச்சரியம் அடைந்தனர். ராணுவத்தினர் இப்படி நடந்துகொள்வதை அவர்கள் பார்த்ததே இல்லை. புலிகள்தான் இப்படிப்பட்ட செயல்களில் ஈடுபடுவார்கள் என்று மக்கள்கூட நினைத் திருந்தனர். ஆனால் என் தளபதிகளும் படையினரும் தேவைக் கேற்றவாறு வளைந்துகொடுத்தனர். மரபார்ந்த வழிகளை முற்றிலுமாக மாற்றி அமைத்து, தீவிரவாதிகளைக் குழப்பி, கடைசியில் அவர்களை வதம் செய்தனர்' என்றார்.

ஃபொன்சேகா தன் படையினரை ஊக்குவித்து நூறு சதவிகிதத் துக்கும் மேலாக அவர்களை உழைக்குமாறு செய்தார். ஆனால் பிரபாகரனுக்கோ பல இடையூறுகள் இருந்தன. தொலைதூரத் தாக்குதல் படையும் ஆழ ஊடுருவும் படையும் புலிகள் தலைமையைக் குறிவைத்துத் தாக்குதலில் ஈடுபட்டிருந்தனர். விமானப்படையும் பிரபாகரன் இருக்கும் இடங்களாகப் பார்த்து குண்டுவீசுதலில் ஈடுபட்டிருந்தனர். எனவே பிரபாகரன் அதிகமாக வெளியில் நடமாட முடியவில்லை. இதனால், இளம் போராளிகளை ஊக்குவித்து வழிகாண்பிக்க சரியான தலைமை இல்லை. தலைவர்களால் பல இடங்களுக்கும் போகமுடிய வில்லை என்பதால், சண்டை நடைபெறும்போது களத்தில் தலைமை தாங்குவதிலும் பிரச்னைகள் இருந்தன.

போர்த் தந்திரத்திலும் புலிகள் தவறிழைத்தனர். ஒரு நிபுணர் குறிப்பிட்டதுபோல அவர்கள் 'முதலாம் உலகப்போர் காலத்திய' உபாயங்களைக் கைக்கொண்டிருந்ததால் பெரும் இழப்புகளைச் சந்திக்கவேண்டியிருந்தது.

இந்திய அமைதிப்படையில் பணியாற்றிய கர்னல் ஹரிஹரன் ஒரு கட்டுரையில் இவ்வாறு எழுதியிருந்தார்.

புலிகளின் மரபுவழியான தடுப்பு வியூகத்தில் மைல் கணக்கில் நீளும் வரப்புகளும் குழிகளும் அடங்கும். ஒரு குறிப்பிட்ட அச்சின்வழியாக முன்னேறிவரும் துருப்புகளைத் தாமதப்படுத்த வரப்புகள் பயன்படும். தடைகளை துருப்புகள் உடைக்க முற்படும்போது அவர்கள்மீது தாக்குதல் நிகழ்த்தலாம்.

ஆனால், இந்த முறை முதலாம் உலகப்போர் காலத்தியது. வேக மாக நகர்தல், சுடுதலில் அதிக வலு மற்றும் ஆழம், முன்னதாகவே ஒற்றுப் படைகளை அனுப்பி நிலப்பரப்பைப் புரிந்துகொள்ளுதல் ஆகிய நவீன போர்முறைகள் வந்துவிட்ட இந்தக் காலத்தில் வரப்புகளால் எந்தப் பயனுமில்லை. வரப்பைக் காக்கத் தேவையான சுடும் திறன், வரப்புக்குப்பின் மேலும் தடைகள் என்று இருந்தால் ஒழிய, நவீனப் படைகளால் வரப்புகளை எளிதில் தாண்டிவிடமுடியும்.

நவீன மரபுவழிப் போரில், இதுவே நகரும் தடுப்பு என்று மாற்றம் அடைந்துள்ளது. சில வலுவான தடுப்பரண்கள், இடையிடையே உள்ள இடைவெளியில் வேகமாகச் சென்று தாக்கும் கவச வாகனங்கள் - இதுதான் நகரும் தடுப்பு. ஆனால் புலிகளிடம் வேகமாக நகரும் வாகனங்களும் இல்லை, இடைவெளிகளில் சுடக்கூடிய தன்மையுள்ள பீரங்கிகளும் இல்லை. எதிர்த்துவரும் படைகளால் வேகமாக நகரவும் முடிந்தது; எண்ணிக்கையும் இருந்தது; பீரங்கிகளும் இருந்தன.

முந்தைய போர்களில் புலிகள் ஒரு மூலைக்குத் தள்ளப்படும் போது, ஏதேனும் ஒரு திடீர் அதிர்ச்சித் தாக்குதலைச் செயல்படுத்துவர். ஆனால், நான்காம் ஈழப்போரின்போது எந்தக் கட்டத்திலும் ராணுவத்தை இருமுறை யோசிக்கவைக்கக்கூடிய வகையில் எதிர்த் தாக்குதலை அவர்கள் நிகழ்த்தவில்லை. மாறாக, போராளிக் குழுக்கள் மரபுசார் போரைச் செயல்படுத்தும்போது நிகழும் பலவீனங்கள் வெளிப்படையாகவே தெரிந்தன. சிறு சிறு திடீர்த் தாக்குதல் நிகழ்த்துவதில்மட்டுமே போராளிகளுக்குப் பயிற்சி இருந்தது. ஆனால் வலுவான மரபுசார் ராணுவத்தை, அதுவும் ஒரு போராளிக்கு எட்டோ பத்தோ ராணுவ வீரர்கள் என்ற நிலையில் உள்ள ராணுவத்தை எதிர்கொள்ளவேண்டிய பீரங்கிகள், பிற ஆயுதங்கள் புலிகளிடம் இருக்கவில்லை.

பிரபாகரன் வேறு சில இடங்களிலும் தவறிழைத்திருந்தார். 'கர்னல்' கருணாவுடன் வெளியே சென்ற 6,000 போராளிகளை

134

அவர் குறைவாக மதிப்பிட்டிருந்தார். ராணுவத்தின் புதிய உறுதியையும் அவர்களது முன்னேற்றத்தையும் குறைத்து மதிப்பிட்டிருந்தார்.

போலி விசா வைத்திருந்த காரணத்தால் சில மாதங்கள் பிரிட்டன் ஜெயிலில் கழித்த கருணா, இலங்கை திரும்பி, ஆளும் இலங்கை சுதந்தரக் கட்சியில் சேர்ந்து, 2008-ல் மகிந்த ராஜபக்ஷேவால், இணக்கம் மற்றும் தேசிய ஒருமைப்பாட்டுக்கான அமைச்சராக நியமிக்கப்பட்டார்.

நான்காம் ஈழப்போர் முடிவடைய ஒரு மாதம் இருக்கும் தருவாயில், கொழும்பில், பலத்த பாதுகாப்புள்ள அவரது வீட்டில் கருணா என்னிடம் பேசினார். அப்போது புலிகளால் ஏன் ராணுவத்தை எதிர்த்து பதிலடி கொடுக்கமுடியவில்லை என்பதைப் பற்றிய தன் விளக்கத்தைக் கொடுத்தார். 'ஆபரேஷன் ஓயாத அலைகள் போன்ற தாக்குதல்களை புலிகளால் இப்போது செய்ய முடியாத நிலை. காரணம், கிழக்கில் என் போராளிகளுடன் சேர்ந்து நான் புலிகள் அமைப்பிலிருந்து பிரிந்ததுதான். புதிய தளபதிகள் உருவாவதை பிரபாகரன் அனுமதிக்கவில்லை. பால்ராஜ், சுவர்ணம், சூசை, ஜெயம், பானு ஆகியோருக்கு வயது ஆகிக்கொண்டே போகிறது. இந்த மூத்த தளபதிகள்மீது கடுமையான அழுத்தம் நிலவுகிறது. இதன் காரணமாக பால்ராஜ் நெஞ்சு வலியால் உயிர்விட நேர்ந்தது. இவை எல்லாவற்றையும்விட, மாறிவரும் நிலைமையைப் புரிந்துகொள்ளாததே பிரபாகரனின் பிரச்னைகளுக்கு முக்கியக் காரணம்.'

அனைத்துக்கும் மேலாக பிரபாகரன் செய்த மிகப்பெரிய தவறு, வன்னிக் காட்டுக்குள் பதுங்கும்போது கூடவே ஏகப்பட்ட அப்பாவி மக்களைப் பகடைகளாக்கி, தன்னைச் சுற்றி வைத்துக் கொண்டதான். அடுத்த எட்டு மாதங்களில் கிட்டத்தட்ட 1 லட்சம் வயதானவர்கள், இளையவர்கள், ஆண்களும் பெண்களும் குழந்தைகளும் போரில் முக்கியமான செயலை ஆற்ற இருந்தனர்.

ஜூலை-ஆகஸ்ட் 2008 வரையில் ராணுவம், முடிந்தவரை சிவிலியன்களை நெருங்காமல், சிறு நகரங்களை சுற்றி, தாண்டிச் சென்றது. மனித நடமாட்டம் உள்ள பகுதிகளில் குறைவான நேரத்தையே செலவழித்தது. ஆனால் வன்னிப் போர் ஆரம்பித்ததும், மக்களையும் கணக்கில் எடுத்துக்கொள்ளவேண்டி

யிருந்தது. பூநகரி, மாங்குளம், கிளிநொச்சி ஆகிய இடங்களில் நிறைய மக்கள் வசித்தனர்.

படைகள் வன்னிப் பகுதிக்குள் நுழைய ஆரம்பித்ததும், பீரங்கித் தாக்குதலிலும் விமான குண்டுவீச்சிலும் பொதுமக்கள் கொல்லப் பட்டனர், காயமடைந்தனர் என்று புலிகள் தரப்பிலிருந்து செய்திகள் வரத்தொடங்கின.

ஆகஸ்ட் 13 அன்று புலிகளின் அமைதிச் செயலகத்தின் இணையத் தளம், இலங்கை ராணுவம் முல்லைத்தீவில் இருந்த ஒரு மருத்துவமனைமீது குண்டுவீசித் தாக்கியுள்ளது என்று அறி வித்தது. ஆனால் தரைப்படையும் விமானப்படையும் உடனடி யாக இந்தத் தகவலை மறுத்தன.

சரத் ஃபொன்சேகா, 'புலிகள்தாம் சிவிலியன்களை தங்களைச் சுற்றி பாதுகாப்பு வளையமாக வைத்துள்ளனர். அவர்கள் குறிப் பிடும் இடம் தடுப்பரணுக்கு 15 கிலோமீட்டர் உள்ளே உள்ளது. அந்த இடத்தை எங்களால் இப்போது அடையமுடியாது' என்று டெய்லி நியூஸ் பத்திரிகைக்குச் சொன்னார். 'புலிகளே அந்த இடத்தின்மீது பீரங்கித் தாக்குதல் செய்துவிட்டு, பழியை எங்கள்மீது போடுகிறார்கள்' என்றார். அரசு அங்குள்ள மக்களை அரசுக் கட்டுப்பாட்டில் உள்ள பகுதிகளுக்கு வந்துவிடுமாறு கேட்டுக்கொண்டுள்ளது என்றார் ஃபொன்சேகா. 'ஆனால் புலிகள்தான் அவர்களை வெளியேவிட மறுக்கிறார்கள். அவர்கள் எங்கள் பகுதிகளுக்கு வந்துவிட்டால் அவர்களை வரவேற்று வவுனியாவில் உணவும் உறைவிடமும் தரத் தயாராக இருக்கிறோம்' என்றார்.

கிளிநொச்சியிலும் முல்லைத்தீவிலும் 2 லட்சம் மக்கள் வசிப்பதாகவும், 30,000 குடிபெயர்ந்தோரும் அங்கே இருப்ப தாகவும் ஜெனரல் ஃபொன்சேகா தெரிவித்தார். அவர்களை புலிகள் வலுக்கட்டாயமாக அங்கே வைத்திருப்பதாகவும் அவர்களுக்குக் கட்டாய ஆயுதப் பயிற்சி கொடுத்து அவர்களை தடுப்பரண் பகுதிகளில் போரில் இறக்கிவிடும் முயற்சியில் இருப்பதாகவும் அவர் குற்றம் சாட்டினார்.

போரின் கடைசி ஐந்து மாதங்களில், இந்த சிவிலியன்களின் நிலை தொடர்பாக இலங்கை அரசுக்கும் சர்வதேச சமுதாயத் துக்கும் இடையே பெரும் சச்சரவு ஏற்பட்டது.

விடத்தல்தீவையும் நச்சிக்குடாவையும் கைப்பற்றியபிறகு, ஃபொன்சேகா தன் படைகளை பூநகரியை நோக்கிச் செல்ல ஆணையிட்டார்.

பூநகரிமீது செப்டெம்பரில் ஒருங்கிணைந்த தரைப்படை-கடற் படைத் தாக்குதல் நடத்துவதாக முடிவானது. பூநகரியைக் கைப் பற்றினால்தான், யாழ்ப்பாணத்துக்கு A-32 நெடுஞ்சாலைமூலம் மற்றொரு பாதையைத் திறக்கலாம். A-9 நெடுஞ்சாலைமீதான முக்கியத்துவம் குறையும்.

மற்றொரு காரணத்துக்காகவும், பூநகரியைக் கைப்பற்ற கவன மாகத் திட்டம் தீட்ட வேண்டியிருந்தது.

15 ஆண்டுகளுக்குமுன், நவம்பர் 1993-ல் பூநகரியில்தான் ராணுவம், புலிகள் கையில் கடுமையான தோல்வியைச் சந்தித்தது. ஓர் அதிர்ச்சித் தாக்குதலில் ராணுவத்தின் 600 பேர் புலிகளால் கொல்லப்பட்டனர். நாடே அதிர்ச்சியில் ஆழ்ந்தது. அந்தத் தோல்விக்குப் பிறகு, ராணுவத்தின்மீதான நம்பிக்கை அதலபாதாளத்தில் இருந்தது.

யாழ்ப்பாணக் காயலின் தெற்குப் பகுதியில்தான் பூநகரி உள்ளது. இந்தப் பகுதி யாரிடம் உள்ளதோ, அவர்களால், A-9 சாலை மூடியிருந்தாலும், யாழ்ப்பாணத்துக்குச் செல்லமுடியும். 1993-ல், புலிகள் இந்தப் பாதை வழியாக யாழ்ப்பாணத்துக்குப் பொருள்கள் கொண்டுசெல்வதை ராணுவம் தடுக்க முனைந்தது. ஆனால் இந்தப் பகுதியை புலிகள் தங்கள் கட்டுப்பாட்டில் கொண்டுவர நினைத்தனர்.

அந்தத் தாக்குதலைப் பற்றி, 12 நவம்பர் 1993 அன்று, லண்டனி லிருந்து வெளியாகும் கார்டியன் செய்தித்தாளில், ஜான் ரெட்டீ இவ்வாறு எழுதியிருந்தார்: ‘11 நவம்பர் அதிகாலையில் புலிகள் தாக்குதலை ஆரம்பித்தனர். ஹெலிகாப்டர் தாக்குதலைத் தடுத்து நிறுத்த விமான எதிர்ப்பு பீரங்கிகளைக் கொண்டு வானை நோக்கிச் சுட்டவண்ணம் இருந்தனர். காலை ஆவதற்குள், முகாமின் பெரும்பான்மையான பகுதிகளை புலிகள் கைப்பற்றி யிருந்தனர். சில ராணுவத்தினர் கடற்கரையை ஒட்டிய பதுங்கு குழிகளில் இருந்தனர். பல நூறு மக்கள் அந்தப் பகுதியிலிருந்து வெளியேற்றப்பட்டிருந்தனர். புலிகள், பீரங்கி பொருத்திய படகுகள், கனரக பீரங்கிகள், இரு டாங்குகள் ஆகியவற்றையும்

ஏகப்பட்ட ஆயுதங்களையும் கைப்பற்றினர். கைப்பற்றிய டாங்கில் ஒன்று பின்னர் வான்வழி குண்டுத்தாக்குதலில் அழிக்கப்பட்டது.'

நவம்பர் 1993 இறுதியில், நாடாளுமன்றத்தில் இந்தத் தாக்கு தலைப் பற்றிப் பேசிய பிரதமர் ரணில் விக்ரமசிங்கே இவ்வாறு தெரிவித்தார்: 'நவம்பர் 11 அன்று காலை 2 மணிக்கு புலிகள் நிலம் வழியாகவும் காயல் வழியாகவும் நாகதேவன்துறை கடற் படை முகாமையும் பூநகரி ராணுவ முகாமையும் கடுமையாகத் தாக்கினர். இந்தத் தாக்குதலுக்கு முன்னதாகவே புலிகள் சில போராளிகளை தடுப்பரணுக்குள் ஊடுருவச் செய்திருக்கலாம் என்று கருதப்படுகிறது. அவர்கள் தடுப்பரணுக்குள் இருந்த பீரங்கிகள், கவசத் தடுப்புகள் ஆகியவற்றைச் செயலிழக்கச் செய்துள்ளனர். இந்தத் தாக்குதல் காரணமாக, நாகதேவன்துறை கடற்படை முகாமை நாம் இழந்துள்ளோம். அங்குள்ள படகுகள் அழிக்கப்பட்டிருக்கலாம் அல்லது புலிகள் கையில் சிக்கி யிருக்கலாம்.'

நாடாளுமன்றத்தில் ஏற்பட்ட அமளி துமளிக்குப் பிறகு, அப்போ தைய ராணுவ தலைமைத் தளபதி ஒரு விசாரணை கமிஷனை அமைத்து, இந்தத் தோல்விக்கான காரணங்களை ஆராயச் சொன்னார். விசாரணை அறிக்கையை மேற்கோள் காட்டி சண்டே ஐலண்ட் என்ற பத்திரிகை 16 ஜனவரி 1994 அன்று எழுதியது:

பூநகரி தாக்குதல் 11 நவம்பர் அதிகாலை 1.30 மணிக்கு ஆரம்பித்துள்ளது. 15 நிமிடங்களுக்குள்ளாக மொத்த ராணுவக் கட்டுப்பாட்டு அமைப்பும் செயலிழந்து போயுள்ளது. அங்கே பிளாடூன், கம்பெனி, பட்டாலியன் ஆகியவை காணப்படவில்லை; மாறாக சிப்பாய்களும் அதிகாரிகளும் கலைந்துபோய், குழப்பத் தில் அங்கும் இங்குமாக தனித்தனியாக ஓடிக்கொண்டிருந்தனர். படையினருக்கு யார் நண்பர், யார் எதிரி என்றே தெரியவில்லை. அந்த இருட்டில் யாரை யார் என்று கண்டுபிடிப்பதே முடியாததாக இருந்தது. கடவுச்சொல் முறை ஏதும் உருவாக்கப்பட்டிருக்க வில்லை. புலிகள், அடையாளத்துக்காக கையில் வெள்ளைப் பட்டை ஒன்றைக் கட்டிக்கொண்டிருந்தனர். பகல் நேரத்தில் புலிகள் பச்சை டார்ச்லைட்டையும் மஞ்சள் கொடிகளையும் பயன் படுத்தினர். 11 அன்று 6 மணிக்குள்ளாக முதன்மை தடுப்பரண் வீழ்ந்துவிட்டது.

தாக்குதலுக்கு முன்பாக சுமார் 400 போராளிகள், காக்கப்படாத பகுதி வழியாக உள்ளே நுழைந்திருக்கிறார்கள். கிராமங்களில் அகதிகளாக வசித்த தமிழர்கள், போராளிகள் ஊடுருவ வழி செய்துகொடுத்துள்ளனர். எதிரியின் கையில் முதலில் மாட்டியது T-55 டாங்குகள். அந்த டாங்குகளில் இருந்த படைகள் எந்த எதிர்ப்பையும் காட்டாமல் அவற்றை விட்டுவிட்டு ஓடியுள்ளனர். இந்தக் களேபரத்தில் டாங்கில் இருந்த வீரர்கள் தங்கள் சொந்தத் துப்பாக்கிகளையும்கூட விட்டுவிட்டு ஓடியுள்ளனர். டாங்க் தலைவர் தனது சொந்த ரேடியோ தகவல் கருவியைக்கூடப் போட்டுவிட்டு ஓடியுள்ளார். முதல் தாக்குதலிலேயே படைகள் குழப்பத்தில் கலைந்துபோயுள்ளன. இதனால் அதிகாரபூர்வமற்ற சிறு குழுக்களே உருவாகியுள்ளன. தாக்குதல் தொடரத் தொடர, இந்தக் குழுக்கள் மேலும் சிறு சிறு குழுக்களாகியுள்ளன. கடைசியில் இவையும் கலைந்து, வெறும் தனி மனிதர்கள் மட்டுமே எஞ்சியுள்ளனர்.

படையினர் தங்கள் உயிருக்காக மட்டுமே போராடியுள்ளனர். அவர்களிடம் போராடவேண்டும் என்று எந்த ஊக்கமும் இல்லை. எதிரியைக் கண்டு அவர்கள் பயந்திருந்தனர். தலைமையிலிருந்து தப்பி தனியாகப் போன படைகள் துப்பாக்கியில் சுட்டதுகூட, ஓர் இலக்கைப் பார்த்து அல்ல, பயத்தால் கண்மண் தெரியாமலேயே சுட்டுள்ளனர். இதனால் குண்டுகள்கூட முற்றிலும் தீர்ந்து போயுள்ளன. தாக்குதலுக்கு அடுத்தநாள் புலிகள் சர்வசாதாரணமாக பூநகரி முகாமுக்குள் நுழைந்து போராளிகளின் உடல்களை எடுத்துச் சென்றுள்ளனர்.

விசாரணை கமிஷனிடம் பேசிய மேஜர் ஜெனரல் தலுவத்தே, ஒரு பட்டாலியன் பூநகரியிலிருந்து கிழக்குப் பிராந்தியத்தை வலுப்படுத்துவதற்காக அனுப்பப்பட்டதாகச் சொன்னார். பாதுகாப்புச் செயலர்தான் இதற்கான முடிவை எடுத்ததாகவும், கிழக்கில் தேர்தல் நடத்துவதற்காக இது செய்யப்பட்டது என்றும் தகவல்கள் கிடைத்துள்ளன. மின்கலங்கள் இல்லாத காரணத்தால் ரேடியோ கருவிகள் செயலிழந்துபோயுள்ளன.

ஆக, நிகழ்ந்த படுதோல்வி, ராணுவத்தை மிகவும் மோசமான நிலையில் காட்டியது. ஜெனரல்கள் தலைமைப் பண்பையும் திட்டமிடும் திறனையும் காட்டவே இல்லை. ஒரு பத்திரிகையாளர் இவ்வாறு எழுதியிருந்தார்: 'தொடரும் பிரம்மாண்டமான வெற்றிகள், ஆயுதங்களையும் தளவாடங்களையும் கைப்பற்று

தல் ஆகிய காரணங்களால் புலிகளை ராணுவம் ஓர் அமானுஷ்ய சக்தியாகப் பார்க்கிறது. ராணுவத்திடம் பயத்தைத் தவிர வேறெதுவும் இல்லை.'

1993-ல் பூநகரியை அற்புதமாகப் பிடித்தது, புலிகளுக்கு ஒரு வலுவான பிடியைக் கொடுத்தது. பூநகரியின் கல்முனைப் பகுதியில் 130 மில்லிமீட்டர் பீரங்கிகளை நிறுவியதன்மூலம் யாழ் தீபகற்பத்தில் உள்ள ராணுவ முகாம்களையும் பலாலி விமான தளத்தையும் தாக்கும் திறன் புலிகளுக்குக் கிடைத்தது.

இந்தப் பின்னணியில்தான் ஜெனரல் ஃபொன்சேகா, பூநகரியைக் கைப்பற்றுமாறு 58-வது டிவிஷனுக்கு ஆணையிட்டார். செப்டெம்பர் 2007-ல் வன்னிமீதான போர் ஆரம்பித்ததிலிருந்து 58-வது டிவிஷன்தான் ஃபொன்சேகாவின் முன்னணிப் படையாக இருந்தது. பிரிகேடியர் ஷவீந்திர சில்வா (இப்போது மேஜர் ஜெனரல்), என்னிடம் சொன்னார்:

புலிகள் வவுனியா-மன்னார் சாலையில் ராணுவ வண்டிகளைத் தாக்கும் வேலையில் இருந்தபோதுதான் 58-வது டிவிஷனின் பணியைத் தொடங்கினோம். அந்த நேரத்தில் விடுமுறையில் செல்லும் வீரர்கள் அல்லது வேலைக்குத் திரும்பும் வீரர்கள் செல்லும் வண்டிகள் அனைத்துமே புலிகளின் தாக்குதலிலிருந்து தப்பவில்லை.

இரண்டு பிரிகேடுகளைக் கொண்ட டாஸ்க் ஃபோர்ஸ் 1-ஐ அடித்தளமாக வைத்தே எங்களது டிவிஷன் உருவாக்கப்பட்டது. மன்னார் நெற்களஞ்சியத்தை விடுவிக்கும் பொறுப்பு எங்களுக்குக் கொடுக்கப்பட்டது. ஆபரேஷன் நெற்களஞ்சியத்தின்போது நாங்கள் 2,000 போராளிகளைக் கொன்றோம். மோசமான வானிலை காரணமாக எங்களது பணியை முடிக்க 10 மாதங்கள் ஆகிவிட்டன.

ஆனால், 29 ஜூன் அன்று நெற்களஞ்சியத்தைக் கைப்பற்றியபிறகு, 58-வது டிவிஷன் நிற்கவே இல்லை. அங்கிருந்து படுவேகமாக முன்னேறிய டிவிஷன், விடத்தல்தீவு கடல் முகாம், மன்னார்-பூநகரி A-32 நெடுஞ்சாலையில் மன்னாருக்கு மேற்கே உள்ள முக்கியமான நகரான இலுப்பக்கடவை ஆகியவற்றைக் கைப் பற்றியது. ஆகஸ்ட் 7-க்குள் வெள்ளங்குளத்தையும் அடைந்தது. இதுதான் மன்னார் மாவட்டத்தில் புலிகள் கையில் இருந்த கடைசி

நகரம். அங்கு புலிகளின் பல அலுவலகங்கள், காவல் நிலையங் கள், அரசியல் அமைப்புகள் ஆகியவை இருந்தன.

58-வது டிவிஷனின் வெற்றிகரமான முன்னேற்றம், வரலாற்றில் இதற்குமுன் இருந்ததில்லை. புலிகள் எதிர்பார்த்தபடி, இந்த டிவிஷன் நின்று சுதாரித்துக்கொள்ளவே இல்லை. மாறாக, அடுத்த ஐந்து நாள்களுக்குள் வெள்ளங்குளத்தைக் கைப்பற்றியது. அங் கிருந்து கிளிநொச்சி மாவட்டத்தில் நுழைந்து முலங்காவிலைப் பிடித்தது. அந்த மாவட்டத்திலேயே இதுதான் இரண்டாவது முக்கியமான நகரம். இது நடந்தது 13 ஆகஸ்ட் 2008 அன்று.

பத்திரிகையாளர்களிடம் ஷவீந்திர சில்வா பேசிமுடித்தபிறகு, எப்படி அவரால் இப்படி தொடர்ந்து படைகளை முன்னெடுத்துச் செல்லமுடிந்தது என்று அவரிடம் கேட்டேன்.

அவரது பதில் எளிதாக இருந்தது. 'எங்களுக்கு ஆணை வழங்கப் பட்டிருந்தது. போர்முனையில் தலைவர்களாக இருக்கும் நாங்களும் போர்வீரர்களும் எங்களது தளபதியை எந்தக் காலத் திலும் கைவிட மாட்டோம்.' நிச்சயமாக, ஃபொன்சேகா தனது வீரர்களிடையே மன உறுதியையும் கர்வத்தையும் விதைத்து, அவர்களை ஊக்குவித்து, முடியாத காரியம் என்று நினைத்த வற்றையும் சாதிக்கச் செய்திருந்தார். அதனால்தான் மோசமான வானிலை, புரியாத நிலப்பரப்பு என அனைத்தையும் தாண்டி ஷவீந்திர சில்வாவால் முன்னேறமுடிந்தது.

பூநகரியை அடைவதற்குமுன், நச்சிக்குடா முதல் முலங்காவில் பகுதியில் இருந்த அக்கறையன் குளம் வரையிலான 30 கிலோமீட்டர் நீளம் கொண்ட வரப்பை எதிர்கொள்ளவேண்டி யிருந்தது. கரம்பக்குளத்தில் மண் வரப்பை உடைத்து உள்ளே நுழைந்து வடக்கு நோக்கி முன்னேறிய படைகள் நச்சிக்குடா வுக்கு வடக்கே 13 கிலோமீட்டர் தூரத்தைக் கைப்பற்றி, A-32 சாலையில் மடம் என்ற இடம் வரை சென்றனர்.

மடத்தை ராணுவம் கைப்பற்றியபிறகு, கிரஞ்சி அல்லது வலைப் பாடு நோக்கி படைகள் வரும் என்று புலிகள் எதிர்பார்த்தனர். ஆனால் ஷவீந்திர சில்வா புலிகளைக் குழப்ப, வேறு திசையில் படைகளைச் செலுத்தினார். வழி நெடுகிலும் புலிகள் கடுமை யான எதிர்த் தாக்குதலை மேற்கொண்டனர். இரண்டு வாரங்கள் நல்ல வெயிலாக இருந்ததைப் பயன்படுத்திக்கொண்டு 58-வது

டிவிஷன் மன்னார்-பூநகரி A-32 நெடுஞ்சாலைக்கு தென்கிழக் காகச் சென்று பூநகரிக்கு 6 கிலோமீட்டர் தூரம் இருக்குமாறு அக் டோபர் 10 அன்று சேர்ந்தனர். பழையகுளம், உருத்திரபுரம் பகுதி களில் போராளிகள் கடைசி உயிர் எஞ்சியிருக்கும்வரை போரா டினர். ஆனால் கல்முனையின் வைத்திருந்த இரண்டு 130 மி.மீ. ஹோவிட்சர் பீரங்கிகளை புலிகள் அப்புறப்படுத்தி கிளிநொச்சிக் காடுகளுக்குள் கொண்டுசென்றுவிட்டனர்.

58-வது டிவிஷன் பூநகரியைக் கைப்பற்றும் போரில் ஈடுபடும் அதே நேரத்தில், பூநகரியில் உள்ள புலிகளுக்கு மேற்கொண்டு ஆள்களும் பொருள்களும் போகாவண்ணம் தடுக்குமாறு A-9 நெடுஞ்சாலைக்கு மேற்கே இருந்த 57-வது டிவிஷனுக்கு ஃபொன்சேகா ஆணையிட்டார்.

இரண்டு மாதங்கள் விட்டுவிட்டு நடந்த போருக்குப்பின், A-9 நெடுஞ்சாலைக்கு மேற்கில் முன்னேறிவந்த 57-வது டிவிஷன், அக்டோபர் 6 அன்று அக்கறையன் குளம் புலிகள் வளாகத்தைப் பிடித்தது. அந்தப் பகுதியில் நடந்த கடுமையான சண்டை களுக்குப்பிறகு, அங்கிருந்த வரப்புத் தடைகளை அப்புறப் படுத்தியதாக ராணுவம் அறிவித்தது. அந்தப் பகுதியில் நிறையக் கண்ணிவெடிகள் புதைக்கப்பட்டிருந்ததாலும் புலிகளிடமிருந்து கடுமையான எதிர்ப்பு இருந்ததாலும் 57-வது டிவிஷனின் முன்னேற்றம் மெதுவாகவே இருந்தது.

நவம்பர் முதல் வாரத்தில் 58-வது டிவிஷன் பூநகரியின் வாயிலைத் தொட்டுவிட்டது. புலிகளின் எதிர்ப்பை மீற மேலும் ஒரு வாரம் பிடித்தது. கடைசியில் 15 நவம்பர் அன்று, புலிகளால் தோற்கடிப்பட்டு பூநகரியை இழந்து சரியாக 15 ஆண்டுகளுக்குப்பிறகு, 58-வது டிவிஷன் பூநகரியை முற்றிலு மாகக் கைப்பற்றியது.

1993-ல் ராணுவம் பதறியடித்துக்கொண்டு ஓடியிருந்தது. நவம்பர் 2008-ல் 58-வது டிவிஷனின் பீரங்கித் தாக்குதலை எதிர்கொள்ள முடியாமல் புலிகள் பூநகரியிலிருந்து ஓட்டம் பிடித்தனர்.

ராணுவரீதியில் மட்டுமின்றி, உணர்வுரீதியாகவும் இந்த வெற்றி கருதப்பட்டது. அதனால்தான் குடியரசுத் தலைவர் மகிந்த ராஜபக்ஷே தொலைக்காட்சியிலும் வானொலியிலும் பூநகரி மீண்டும் பிடிக்கப்பட்டதைத் தானே அறிவித்தார்.

142

‘A-32 நெடுஞ்சாலையும் பூநகரியும் முற்றிலுமாக நமது ராணுவத்தால் கைப்பற்றப்பட்டுள்ளது. இந்தத் தருணத்தில் நான் பிரபாகரனைக் கேட்டுக்கொள்கிறேன். ஆயுதங்களைக் கைவிட்டு உடனடியாகப் பேச்சுவார்த்தைக்கு வாருங்கள்! வடக்கில் உள்ள (தமிழ்) மக்களுக்கு நீங்கள் செய்யக்கூடிய ஒரே நல்ல காரியம் உங்கள் ஆயுதங்களை ஒப்படைத்துவிட்டு சரணடைவதே’ என்றார் ராஜபக்ஷே தொலைக்காட்சியில்.

பூநகரியைப் பிடித்ததும் இலங்கையின் வடமேற்குக் கடல்பகுதிகள் முற்றிலுமாக ராணுவத்தின் கட்டுப்பாட்டுக்குள் வந்தது. யாழ் தீபகற்பத்துக்கு மற்றுமொரு தரைவழி கிடைத்தது. அதுவரையில் கடல் வழியாகவும் விமான வழியாகவுமே யாழுக்கு பொருள்கள் சென்றுகொண்டிருந்தன.

ஆனால் இந்த வெற்றிக்கும் ஒரு விலை இருந்தது. பூநகரி போரின்போது 8 அதிகாரிகளும் 48 படைவீரர்களும் கொல்லப்பட்டனர். 311 பேர் காயமடைந்தனர். இந்த எண்ணிக்கையை உறுதிப்படுத்தமுடியாதபடி, ராணுவம் தங்கள் தரப்பிலிருந்து அதிகாரபூர்வமான இறப்பு எண்ணிக்கைகளைத் தருவதை செப்டெம்பர் 2008-லிருந்தே நிறுத்திவிட்டது.

நாடாளுமன்றத்தில் சமர்ப்பிக்கப்பட்ட அதிகாரபூர்வ தகவலின்படி, 2008-ன் முதல் பத்து மாதங்களில் 1,269 ராணுவத்தினர் கொல்லப்பட்டதாகத் தெரிந்தது. அதே காலகட்டத்தில் 7,500 புலிகளைக் கொன்றதாக ராணுவம் அறிவித்திருந்தது.

பாதுகாப்புச் செயலர் கோதபாய ராஜபக்ஷேயிடம், ஏன் ராணுவ இழப்புகளைப் பற்றி வெளியே சொல்வதில்லை என்று நான் கேட்டேன். ‘இந்தத் தகவல்களைக்கொண்டு, ராணுவத்தால் இந்தப் போரை நடத்தமுடியுமா என்ற கேள்வியை ஊடகங்கள் கேட்க ஆரம்பித்தன. நாங்கள் ஜெயிக்கும்போதும்கூட ஊடகங்கள் எண்களைத் திரித்துக்கூறி ராணுவத்தினரின் மன உறுதியைக் குலைக்க முனைந்தன. எனவே இந்தத் தகவல்களைக் கொடுக்க வேண்டாம் என்று முடிவுசெய்தோம்’ என்றார்.

இலங்கை ராணுவத்தின் பூநகரி வெற்றி, பிரபாகரனின் மாவீரர் தின உரைக்கு இரு வாரங்களுக்குமுன் வந்தது. பலரும் மாவீரர் தின உரையை ஆவலுடன் எதிர்பார்த்தனர். கிழக்குப் பிராந்தியம், மன்னார், இப்போது பூநகரி ஆகியவற்றைத் தோற்ற பிரபாகரன்

அமைதிக்கான முயற்சியில் இறங்குவாரா? அல்லது இதற்குமுன் பலமுறை செய்துகாட்டியுள்ள மந்திர வித்தைகள்போல குல்லா யிலிருந்து முயல் ஒன்றை வெளியே எடுப்பாரா?

வெளிநாடுகளில் வாழும் தமிழர்களும் தமிழகத்தில் இருக்கும் அரசியல் கட்சிகளும் அவரைக் காப்பாற்ற ஏதேனும் முயற்சி களை மேற்கொள்வார்களா? புலிகளின் இதயப் பகுதிக்குள் ராணுவம் முன்னேறும்போது, சர்வதேச சமூகத்திடமிருந்து வரும் அழுத்தங்களை குடியரசுத் தலைவர் ராஜபக்ஷே எப்படிக் கையாள்வார்?

9
இந்தியத் தொடர்பு

ஒவ்வோர் ஆண்டும் 27 நவம்பர் மாவீரர் தினத்தன்று பிரபாகரன் ஓர் உரையை நிகழ்த்துவது வழக்கம். தமிழ் ஈழத்துக்கான போராட்டம் தொடர்ந்து நடக்கிறது என்று தன் ஆதரவாளர்களுக்கு ஆசுவாசம் தருவது அவரது வழக்கம். 2008-ன் முதல் பத்து மாதங்களில் அடைந்த தொடர் தோல்விகளுக்குப்பிறகு பிரபாகரனின் பேச்சை அனைவருமே ஆவலுடன் எதிர்பார்த்தனர். அவர் இந்தியாவிடம் ஆதரவு கோருவாரா? போர் நிறுத்தம் வேண்டி முயற்சி செய்வாரா?

அந்தப் பேச்சில் பிரபாகரனின் மனது வெளிப்படும் என்று எதிர்பார்க்கப்பட்டது.

ஆனால், விதி, பிரபாகரனுக்கு ஆதரவாக இல்லை.

இந்தியாவின் முழுக் கவனமும், முக்கியமாக தமிழ்நாட்டின் முழுக்கவனமும் தன்பால் இருக்கவேண்டும் என்று பிரபாகரன் நினைத்திருக்கலாம். ஆனால் லஷ்கர்-ஈ-தோய்பா தீவிர வாதிகள் இந்தியாவின் நிதித் தலைநகரான மும்பையை நவம்பர் 26 அன்று தாக்கி, தலைப்புச் செய்திகளில் இடம் பிடித்ததோடு, பிரபாகரனை ஊடகங்களிலிருந்து வெளியேற்றவும் செய்தனர்.

பயங்கரவாதிகள் மும்பை நகரத்தை மூன்று நாள்கள் அலற வைத்த கதையே அனைத்து பத்திரிகைகளிலும் பிரதானமாக இருந்தது. ஒரு சில பத்திரிகைகளே பிரபாகரனின் பேச்சை உள் பக்கங்களில் பிரசுரித்திருந்தது. தொலைக்காட்சிகள் கண்டு கொள்ளக்கூட இல்லை.

விடுதலைப் புலிகளின் அவல நிலையை இந்தியாவும், முக்கிய மாக தமிழ்நாடும் பார்த்து புலிகளைக் காக்க ஏதேனும் செய்ய வேண்டும் என்று பிரபாகரன் நினைத்திருக்கலாம். அந்த நேரம் இந்தியாவின் முற்றுமுழுதான கவனம் அவருக்குத் தேவையாக இருந்தது. புலிகளின் ஆயுதப் போராட்டத்தை இந்தியா அங்கீ கரிக்கவேண்டும் என்று அவர் எதிர்பார்த்திருந்தார். புலிகள் மீதான தடையை இந்தியா நீக்கவேண்டும் என்று அவர் எதிர் பார்த்திருந்தார்.

நவம்பர் 2008 பேச்சிலும் இதே விஷயங்கள்தான் திரும்பத் திரும்ப அரைக்கப்பட்ட மாவைப்போல வெளியாயின.

ஆனால், இந்தியாவின் தலையீடு மீதான கொஞ்சநஞ்ச நம்பிக்கை யும் மும்பையில் எரிந்த நெருப்பில் பொசுங்கிப்போனது.

கடந்த ஆறு மாதங்களில் தமிழ்நாட்டில் ஏற்பட்ட பரவலான ஆதரவு பிரபாகரனுக்கு ஓரளவுக்கு நம்பிக்கையைக் கொடுத் திருந்தது. எனவே சென்னை வழியாக தில்லியை வளைத்து விடலாம் என்று அவர் நம்பினார்.

பிரபாகரனின் 2008 மாவீரர் தின உரை (அவரது கடைசி உரையும் கூட) அவரது அரசியல் திட்டத்தைத் தெளிவாக்கியது: 'காலமும் கடல் கடந்த தூரமும் எம்மைப் பிரித்து நிற்கின்ற போதும், எமது மக்களின் இதயத்துடிப்பை நன்கறிந்து, தமிழகம் இந்தவேளை யிலே எமக்காக எழுச்சிகொண்டு நிற்பது தமிழீழ மக்கள் அனை வருக்கும் எமது விடுதலை இயக்கத்திற்கும் பெருத்த ஆறுதலை யும் நம்பிக்கையையும் ஏற்படுத்தியிருக்கிறது. எம்மக்களுக்காக ஆதரவுக் குரல் எழுப்பி, அன்புக்கரம் நீட்டும் தமிழக மக்களுக் கும் தமிழகத் தலைவர்களுக்கும் இந்தியத் தலைவர்களுக்கும் இந்தச் சந்தர்ப்பத்திலே எமது அன்பையும் நன்றியையும் தெரி வித்துக்கொள்கிறேன். இதேநேரம், எமது தமிழீழத் தனியரசுப் போராட்டத்திற்கு ஆதரவாக வலுவாகக் குரலெழுப்புவதோடு, இந்தியாவிற்கும் எமது இயக்கத்திற்கும் இடையிலான

நல்லுறவிற்குப் பெரும் இடைஞ்சலாக எழுந்து நிற்கும் எம் மீதான தடையை நீக்குவதற்கும் ஆக்கபூர்வமான நடவடிக்கை களை எடுக்குமாறு அன்போடு வேண்டிக்கொள்கிறேன்.'

ஆனால் பேச்சில் எந்த இடத்திலும் வருத்தம் தெரிவித்தல் என்பது மருந்துக்குக்கூட இல்லை. இதற்குமுன் தமிழர் தரப்புக்காக இலங்கைப் பிரச்னையில் இந்தியா மூக்கை நுழைத்து, அதனை உடைத்துக்கொண்டு அல்லவா திரும்பியிருந்தது? அதுவும் பிரபாகரன் இந்தியாவுக்கு துரோகம் செய்ததனால்தானே? ஆனால் இப்போது புலிகள் தொடர்ந்து தோல்வியுற்றபிறகும் கூட இந்தியா தான் விரும்பியமாதிரி தனக்கு உதவவேண்டும் என்று பிரபாகரன் எதிர்பார்த்தார். 1991-ல் முன்னாள் இந்தியப் பிரதமர் ராஜிவ் காந்தியின் கொலைக்கு அவர் மன்னிப்புகூடக் கேட்கவில்லை.

மாறாக, இந்தியாவின் முந்தைய செயல்பாடுகளை, 'இந்தியா கைக்கொண்ட நிலைப்பாடுகளும் அணுகுமுறைகளும் தலை யீடுகளும் ஈழத்தமிழருக்கும் அவர்களது போராட்டத்திற்கும் பாதகமாக அமைந்தன' என்றுதான் பிரபாகரன் விமரிசித்தார். அப்படிச் சொல்லும் அதே நேரம், சற்றுத் தள்ளி, வாதத்தைத் தலைகீழாகத் திருப்பிப்போட்டு, 'எமது தேசியப் பிரச்சினை விடயத்தில் இந்தியப் பேரரசு ஒரு சாதகமான நிலைப்பாட்டை எடுக்கும்' என்று தங்கள் மக்கள் நம்புவதாகவும் குறிப்பிட்டார். ஒருவேளை தமிழ்நாட்டிலிருந்து வரும் அரசியல் அழுத்தங்கள் இந்தியாவின் கொள்கைகளை மாற்றும் என்று அவர் விரும்பினார்போலும்.

கர்னல் ஹரிஹரன் இந்தப் பேச்சை சரியாக ஆராய்ந்து விளக்கினார்:

பிரபாகரன் நிஜமாகவே தான் சொன்னதையெல்லாம் நம்புகிறாரா? சென்னை உயர் நீதிமன்றத்தில் சில வக்கீல்கள் அவரது பிறந்த நாளைக் கொண்டாடியதால் அவரது எதிர்பார்ப்புகள் அதிக மாகிவிட்டனவா? பிரபாகரன் அப்படியெல்லாம் ஏமாந்துவிடுபவர் அல்லரே? அதைவிடப் புத்திசாலி ஆயிற்றே? இந்தியா உதவும் என்றெல்லாம் அவர் சொல்வது உண்மையில் வெளிநாடுகளில் வசிக்கும் தன் ஆதரவாளர்கள், வன்னியில் மிகவும் கஷ்டமான நிலையில் போராடும் போராளிகள் ஆகியோரின் நம்பிக்கையை அதிகரிப்பதற்காகத்தான்.

147

இந்த மாவீரர் தின உரையிலிருந்து ஒன்றுதான் நமக்குப் புரிய வருகிறது. ஏகப்பட்ட ராணுவத் தவறுகளைச் செய்தபிறகும்கூட பிரபாகரன் உள்ளார்ந்து சிந்திக்க விரும்பவில்லை. துணைக் கண்டத்தின் யதார்த்தம் பற்றிய புரிதல் அவருக்குச் சிறிதும் இல்லை. இந்தியாவின் ஆதரவு அவருக்கு வேண்டும் என்றால் அவர் தனது வசனங்களை மாற்றவேண்டும். அந்த ஆதரவும் அவரது விருப்பத்துக்கு ஏற்றவாறு அல்ல; இந்தியாவின் விருப்பத்துக்கு ஏற்றவாறு மட்டுமே இருக்கும்.

2008 முடிவடையும் நேரத்தில் பிரபாகரன் சற்றே பின்நோக்கிப் பார்த்து, இந்தியாவை அந்நியப்படுத்திய காரணத்தால் இனி வரும் நாள்களில் தனக்கு எந்தவிதமான பிரச்னை நேரப் போகிறது என்பதைப் பற்றிச் சிந்தித்திருக்கலாம்.

ஆனால் 25 ஆண்டுகளுக்குமுன் நிலைமை முற்றிலும் வேறாக இருந்தது. அப்போது இலங்கைத் தமிழர்கள் இந்தியாவைத்தான் தம்மைக் காக்க வந்துள்ள தெய்வமாகக் கருதினார்கள். விடு தலைப் புலிகளும்கூட அப்படியேதான் நினைத்தனர்.

25 ஆண்டுகள் கழித்து, இந்தியா, போரில் சிக்கியுள்ள தமிழர் களைக் காக்கவேண்டும் என்று கருதியது. அதே நேரம் விடுதலைப் புலிகளை ஒரு பயங்கரவாத இயக்கம் என்று கருது வதாகவும், அதனால் இலங்கையின் ராணுவத் தாக்குதல் தொடர்பாக எந்தவிதத்திலும் தலையிடப்போவதில்லை என்றும் இலங்கை அரசிடம் தெரிவித்துவிட்டது.

1991 கோடை காலத்தில் ராஜிவ் காந்தியைக் கொலை செய்ய பிரபாகரன் எடுத்த முடிவு இப்போது அவரை உறுத்து வந்தூட்டி யது. தமிழகத்தில் ஸ்ரீபெரும்புதூர் என்ற சிற்றூரில் ஒரு பெண் போராளி தன்மீது அணிந்திருந்த வெடிமருந்து பெல்ட்டை இயக்கி ராஜிவ் காந்தியை வெடித்துச் சிதறடித்தபோது, அத்துடன் இந்தியா தன் பக்கபலமாக இருக்கும் வாய்ப்பையும் சேர்த்து பிரபாகரன் வெடித்துச் சிதறடித்திருந்தார்.

சொல்லப்போனால், இலங்கைப் பிரச்னையிலும் புலிகள் விஷயத்திலும் இந்தியாவின் கொள்கைகள் இங்கும் அங்குமாக ஊசலாடிக்கொண்டே இருந்தது எனலாம்.

1983-ல் நடந்த இனப் படுகொலையின்போது கொழும்பில் அப்பாவித் தமிழர்கள் கொல்லப்பட்டதால் அப்போதைய

இந்தியப் பிரதமர் இந்திரா காந்தி இலங்கைப் பிரச்னையைத் தீர்ப்பதில் தீவிரமாக ஈடுபட்டார். மிதவாதத் தமிழ்க் கட்சி களுக்கும் ஜெயவர்த்தனே அரசாங்கத்துக்கும் இடையில் பேச்சு வார்த்தை நடைபெறச் செய்தார். அதேநேரம் இந்தியாவின் உளவு அமைப்பான ரா, தமிழ்ப் போராளிக் குழுக்களுக்கு ஆயுதங்களையும் பயிற்சிகளையும் தர ஆரம்பித்தது. விடுதலைப் புலிகளும் இதில் சேர்த்தி. இவர்களை இந்தியாவின் கட்டுக்குள் கொண்டுவந்து அவர்களை இலங்கை அரசுக்கு எதிராக இயக்க இந்தியா முற்பட்டது.

31 அக்டோபர் 1984-ல் இந்திரா காந்தி கொல்லப்பட்டார். அதன் பின் பிரதமரான அவரது மகன் ராஜிவ் காந்தி, அன்னையின் கொள்கைகளிலிருந்து முற்றிலுமாக மாறுபட்டார். எல்லா இடங் களிலும் அமைதியைக் கொண்டுவந்தவர் என வரலாறு தன்னை வாழ்த்தவேண்டும் என்று கருதிய ராஜிவ் காந்தி, ஒரே நேரத்தில் இந்தியாவில் பல இடங்களிலும் இலங்கையிலும் அமைதி முயற்சிகளில் இறங்கினார். விடுதலைப் புலிகளுக்கு எதிராகவும் இலங்கை அரசுக்கு ஆதரவாகவும் மாறிப்போனார். தமிழ்ப் போராளிக் குழுக்கள் இலங்கைக்கு ஆயுதங்கள் கொண்டு போவதையும் போராளிகள் தமிழ்நாட்டுக்கு வருவதையும் தடுக்குமாறு பாக் நீரிணைப் பகுதியில் இந்தியக் கடற்படையை இலங்கைக் கடற்படைக்கு உதவியாக ரோந்து போகச் சொன்னார்.

ஆனால் ராஜிவ் காந்தியின் கொள்கைகள் தேவையான பலனைத் தரவில்லை. இதனால் சிங்கள ஜெயவர்த்தனே அரசும் தமிழ்ப் போராளிகளும் புது தில்லியைத்தான் குற்றம் சாட்டினர். 1985-ல் பூட்டான் தலைநகர் திம்புவில் நடைபெற்ற பேச்சுவார்த்தைகள் தோல்வியில் முடியவே, ஜெயவர்த்தனே விடுதலைப் புலி களுக்கு எதிரான ராணுவ நடவடிக்கையில் ஈடுபட்டார். இதனால் யாழ் தீபகற்பத்தில் உள்ள மக்களுக்குக் கடும் சிக்கல்கள் உருவாயின. எனவே, 1987-ல் இந்தியா, இலங்கையின் விருப்பத் துக்கு மாறாக, யாழ் பகுதியில் உணவுப் பொட்டலங்களை வானிலிருந்து போட்டது.

ஜெயவர்த்தனே இந்தியாவின் 'ராணுவ' தலையீட்டை வெறுத் தார் என்றாலும் அவருக்கு வேறு வழி இருக்கவில்லை. தமிழர் களுக்கு வெளிப்படையான ஆதரவுடன் இந்தியா உருவாக்கிய இந்திய-இலங்கை ஒப்பந்தம், 29 ஜூலை 1987-ல் கையெழுத்

தானது. இலங்கை அரசு, தன் அரசியலமைப்புச் சட்டத்தில் மாற்றங்களைக் கொண்டுவந்து தமிழர்களுக்கு அதிகாரத்தைப் பரவலாக்க ஒப்புக்கொண்டது. பதிலாக, இந்தியா அமைதிப் படை ஒன்றை அனுப்பி போராளிகளின் ஆயுதங்களைப் பறிமுதல் செய்யும். அமைதிப்படை வடக்கு இலங்கைக்குச் சென்றபோது மக்கள் அதனை ஆரவாரத்துடன் வரவேற்றனர்.

ஆனால், விருப்பமின்றி ஒப்பந்தத்தை ஏற்றுக்கொண்டிருந்த பிரபாகரன் ஒத்துழைக்கவில்லை. ஒப்பந்தத்துக்குச் சில மாதங்கள் கழித்து அமைதிப்படையும் புலிகளும் ஒருவரை ஒருவர் எதிர்த்தனர். முன்னாள் நண்பர்கள் இருவரும் இன்று கடுமையாக ஒருவரை ஒருவர் தாக்கிக்கொள்வதை கொழும்பு சந்தோஷமாகப் பார்த்தது. தெளிவான அரசியல்-ராணுவ நோக்கம் இல்லாத காரணத்தால் அமைதிப்படை கடுமையாக பாதிக்கப்பட்டது. 1,200 இந்திய வீரர்கள் கொல்லப்பட்டனர். அமைதிப்படை அவமானத்துடன் இந்தியா திரும்பியது.

1990-ல் இந்தியா - இலங்கை உறவு அதலபாதாளத்தில் இருந்தது.

ஆனால் விடுதலைப் புலிகளுக்கு தமிழகத்தில் இருந்து மானசீக ஆதரவும் பொருள் ஆதரவும் கிடைத்துவந்தது. அதுவும் 21 மே 1991 வரை மட்டுமே.

அன்று ராஜிவ் காந்தியைக் கொன்றதும், ஒரே அடியில் தன் மிகப்பெரிய வலுவை புலிகள் இழந்தனர். தமிழகத்தில் ஒரு மாபெரும் புகலிடம் அவர்களுக்கு இருந்தது. அதனை இழந்தனர். 1991-ல் கிழக்கில் பிரபாகரனின் நம்பிக்கைக்குரிய தளபதியாக இருந்த கருணா என்னிடம் சொன்னார்: 'ராஜிவ் காந்தியைக் கொல்லும் திட்டம் பிரபாகரனையும் பொட்டு அம்மானையும் தவிர வேறு யாருக்கும் தெரியாது. எங்களைப் போன்ற மூத்த தளபதிகள் அல்லது தலைவர்கள் யாரையுமே கலந்தாலோசிக்கவில்லை. என் கருத்தில், ராஜிவ் காந்தியைக் கொன்றது பிரபாகரன் வாழ்க்கையில் செய்த மிகப்பெரிய தவறு என்பேன்.'

ராஜிவ் காந்தி கொலையினால் உண்டான கொந்தளிப்பில் இந்தியா, விடுதலைப் புலிகள் இயக்கத்தை 14 மே 1992 அன்று தடை செய்தது. அதுவரையில் மறைமுகமாகப் போராளிகளுக்குச் செய்துவந்த உதவிகள் நிறுத்தப்பட்டன. இலங்கைத் தமிழ்க் குழுக்களுக்கு உதவிகள் நிறுத்தப்பட்டு, இந்தியாவில்

யாரேனும் புலிகளுக்கு உதவினால் அந்த அமைப்புகள் நசுக்கப்பட்டன.

இந்தியா அடுத்து மற்றொரு வேலையைச் செய்தது. உலகெங்கிலும் உள்ள நாடுகளில் விடுதலைப் புலிகள் இயக்கத்தைத் தடை செய்யும் முயற்சியில் இந்தியா இலங்கைக்குப் பெரும் உதவி செய்தது. இந்தியாவும் இலங்கையும் இணைந்து வேலை செய்ததன் காரணமாகவே, அடுத்த 15 ஆண்டுகளில் அமெரிக்கா, ஐரோப்பிய யூனியன் ஆகியவை புலிகளைத் தடை செய்தன.

1991 முதல் 2004 வரை, இந்தியா, இலங்கை இனப் பிரச்னையில் நேரடியாக ஈடுபடாமல் சற்று தள்ளியே இருந்தது. ஆனால் அந்த நேரத்திலும் இந்தியா இலங்கையுடன் பொருளாதார, வர்த்தக உறவுகளைக் கொண்டிருந்தது. இரு நாடுகளுக்கும் இடையேயான பொருளாதார உறவில் இந்தியா இலங்கையில் காலூன்ற விரும்பியது. அதே நேரம் இந்தியாவும் இலங்கைக்கு நிறையச் சலுகைகளைத் தந்தது.

இரு நாடுகளுக்கும் இடையே உறவில் முன்னேற்றம் இருந்தாலும் மகிந்த ராஜபக்ஷே இந்தியாவைக் கண்டு பயப்படவும் இல்லை; இந்தியாவை நேசிக்கவும் இல்லை. யதார்த்தவாதியான மகிந்த, புது தில்லி தன் பக்கம் இருப்பது நல்லது என்று நினைத்தார். அதே நேரம், 1980-களில் இந்தியா எப்படி இலங்கையைக் கேவலமாக நடத்தியது என்பதையும் அவர் மறந்துவிடத் தயாராக இல்லை.

கொழும்பில் இருந்த பலரும் 1987 இந்திய-இலங்கை ஒப்பந்தத்தை, இந்தியா இலங்கைமீது சுமத்திய அவமானமாகவே கருதினர். அந்த ஒப்பந்தம் உண்மையில் இலங்கைமீது இந்தியாவால் வலுக்கட்டாயமாகத் திணிக்கப்பட்டிருந்தது. இலங்கைத் தமிழர்கள், தங்களை இந்தியா விற்றுவிட்டது என்று கோபம் கொண்டிருக்கும் அதே நேரம், சிங்கள வலதுசாரிகள், இந்தியா தமிழர்களுக்காக வாங்கியிருந்த சில சலுகைகளைக் கண்டு கொதித்துப்போயிருந்தனர்.

இருபது ஆண்டுகள் கழித்தும்கூட, இந்தியா செய்ததை இலங்கையால் பொறுத்துக்கொள்ள முடியவில்லை.

அப்போதைய இலங்கைக்கான இந்தியத் தூதர் ஜே.என்.தீக்ஷித், இதைப்பற்றித் தனது புத்தகம் Assignment Colombo-வில்

குறிப்பிட்டிருந்தார். இந்தியா இலங்கையின் கைகளை முறுக் கியே இந்த ஒப்பந்தத்துக்கு அடிபணிய வைத்திருப்பதாக அவர் சொன்னார்.

ஒப்பந்தமும் அதன் பிற்சேர்க்கையும் இனப் பிரச்னை தொடர்பான எல்லா விஷயங்களையும் கருத்தில் எடுத்துக்கொண்டிருந்தாலும் இந்திய-இலங்கை இரு தரப்பு உறவு, இந்தியாவின் அரசியல், பாதுகாப்புக் கவலைகள் ஆகியவை பற்றிக் கருத்தில் எடுத்துக் கொள்ளவில்லை என்பதை நான் இலங்கை குடியரசுத் தலைவரிடம் எடுத்துச் சொன்னேன். இலங்கை குடியரசுத் தலைவரைப் போலவே இந்தியப் பிரதமரும் நிறைய ரிஸ்க் எடுத்தே இந்த ஒப்பந்தத்தில் கையெழுத்திடுகிறார் என்றும் இந்தியாவின் அனைத்துக் கவலைகளையும் எதிர்கொள்ளும் விதமாக மற்று மொரு ஒப்பந்தம் அல்லது கடிதப் போக்குவரத்து தேவை என்றும் விளக்கினேன்.

இந்தியாவின் கவலைகள் என்னென்ன என்று ஜெயவர்த்தனே என்னிடம் கேட்டார். இலங்கை இந்தியாவுக்கு கீழ்க்கண்ட விதங் களில் உறுதிமொழி தரவேண்டும் என்றேன்.

1. பிரிட்டன், பாகிஸ்தான், இஸ்ரேல், தென் ஆப்பிரிக்கா போன்ற நாடுகளிலிருந்து ராணுவ, உளவு உதவிகளைப் பெறுவதை இலங்கை குறைத்துக்கொள்ளவேண்டும்; நிறுத்திவிட வேண்டும்.

2. வெளியுறவுக் கொள்கை, பாதுகாப்புக் கொள்கை ஆகிய வற்றில் அமெரிக்கா, பாகிஸ்தான், சீனா, இஸ்ரேல், தென் ஆப்பிரிக்கா போன்ற நாடுகளுடன் உறவு பாராட்டாமல் இருக்கவேண்டும்.

3. இலங்கையின் துறைமுகங்கள், விமானத்தளங்கள் ஆகிய வற்றை இந்தியாவின் எதிரி நாடுகள் பயன்படுத்த அனு மதிக்கப்படாது என்று இலங்கை உறுதிகூறவேண்டும்.

4. 1985-ல் இலங்கை இந்தியாவுக்கு உறுதி அளித்தபடி, திரு கோணமலை எண்ணெய் சேமிப்புக் கிடங்குகளை இந்தியா வின் பயன்பாட்டுக்குத் தரவேண்டும். வாய்ஸ் ஆஃப் அமெரிக்கா போன்ற அந்நிய நாடுகளின் வானொலி நிலை யங்களை அமெரிக்கா, மேற்கு ஜெர்மனி ஆகியவை ராணுவ நோக்கங்களுக்காகப் பயன்படுத்துவதை அனுமதிக்கக்கூடாது.

152

இவையெல்லாம் கடைசி நிமிடத்தில் வலுக்கட்டாயமாகத் திணிக்கப்படும் கடினமான ஷரத்துகள் என்றார் ஜெயவர்த்தனே. ஆனால் இந்தக் கவலைகளையெல்லாம் இந்தியா அவரிடம் 29 ஏப்ரல் 1985 அன்றும் பின்னர் 5 மே 1985 அன்றும் அமைச்சர் ப. சிதம்பரம் வாயிலாகத் தெரிவித்திருந்தது என்று நினைவுகூர்ந் தேன். மேலும் நானே இதே விஷயங்களை 9 ஜூன் 1985 அன்று அவரிடம் தெரிவித்ததையும் ஞாபகப்படுத்தினேன். 24 நவம்பர், 17, 19 டிசம்பர் 1986 ஆகிய தினங்களில் அமைச்சர் நட்வர் சிங் இதே விஷயங்களை வலியுறுத்தியதையும் அவருக்கு ஞாபகப் படுத்தினேன். இலங்கையின் இனப்பிரச்னையைத் தீர்க்கும் முயற்சி யில் இந்தியாஇறங்கவேண்டும் என்றால், இலங்கை எந்தவகை யில் இந்த விஷயங்களில் பதில் சொல்லப்போகிறது என்பதும் முக்கியம் என்பதை அவருக்குத் தெரிவித்தேன். குடியரசுத் தலைவர் ஜெயவர்த்தனே இது தொடர்பாக அமைச்சர் காமினி திஸ்ஸநாயகவுடனும் நிதி அமைச்சர் ரோமை டி மெல்லுடனும் தொலைபேசியில் தொடர்புகொண்டார். பிறகு இந்த இரு அமைச்சர்களின் அலுவலகத்துக்குச் சென்று இந்த விஷயங்களை எப்படிக் கையாளுவது என்பது பற்றிப் பேசுமாறு என்னைக் கேட்டுக்கொண்டார்.

அமைச்சர்களுடனான பேச்சுவார்த்தைக்குப் பிறகு, இந்த விஷயங் களை ஒரு கடிதம் மூலமாக முடித்துக்கொள்ளலாம் என்று முடி வானது. அந்தக் கடிதத்தை நான் எழுதி எடுத்துவருவதாகச் சொல்லிவிட்டு, இதுபற்றி மேலும் கலந்தாலோசிக்க தில்லி சென்றேன்.

இப்படிப்பட்ட பின்னணி இருந்ததால், கொழும்பு இந்தியாபற்றி கவனமாகவே இருந்தது. புலிகளை அழிப்பதில், ராஜபக்ஷே முழுவதும் இந்தியாவையே நம்பி இருக்க விரும்பவில்லை.

★

2008 நவம்பர் இறுதியில், பிரபாகரன் கதை வசனம் எழுதும் நிலையில் இல்லை. இலங்கை ராணுவம்தான் கதை வசனத்தை எழுதிக்கொண்டிருந்தது. அதற்கு மறைமுகமாக உதவியது இந்தியா. வெளிப்படையாகவே உதவின பாகிஸ்தானும் சீனாவும்.

ராஜபக்ஷே ஜெயித்து குடியரசுத் தலைவர் ஆன அடுத்த மாதமே, டிசம்பர் 2005-ல் புது தில்லிக்கு அரசுமுறைப் பயணமாக வந்தார்.

அப்போதே இந்தியாவுக்கு, அவர் புலிகளை எதிர்த்துச் சண்டையில் இறங்கப்போகிறார் என்பது தெரியும். ஆரம்பத்தில் இந்தியா, புலிகளுடன் சமாதான உடன்படிக்கையில் இறங்குமாறு அவரிடம் கேட்டுக்கொண்டது. ஆனால், அதே நேரம் 'புலிகள் நேரம் கடத்துவது ஆயுதங்கள் வாங்குவதற்காக மட்டுமே; போர் என்பது உடனடியாகவோ அல்லது காலம் கடந்தோ வந்தே தீரும்' என்ற ராஜபக்ஷேயின் கருத்தையும் அவர்களால் புரிந்துகொள்ளமுடிந்தது. புலிகள் போருக்குத் தயாராகிறார்கள் என்றால் ராஜபக்ஷே அதற்குத் தயாராக இருக்கவே விரும்பினார். அவரது ராணுவம் எல்லாவித சம்பவங்களையும் எதிர்கொள்ளத் தயாராக இருக்கவேண்டும்.

அதனால் குடியரசுத் தலைவர் தனது இரு சகோதரர்கள், பசில், கோதபாய ஆகியோரை புது தில்லிக்கு அனுப்பி, இலங்கை ராணுவத்துக்குத் தேவையான ஆயுதங்களையும் கருவிகளையும் வாங்கச் சொன்னார். அவர்களுக்குத் தேவையானவை: வான் பாதுகாப்பு ஆயுதங்கள், பீரங்கிகள், நிஷாந்த் ஆளில்லா வான் வேவு விமானங்கள், லேசர் உதவியுடன் துல்லியமாகத் தாக்கும் ஏவுகணைகள்.

ஆரம்பத்தில், தில்லி உதவுவதாகச் சொல்லவில்லை.

இந்தப் பேச்சுவார்த்தைகளில் இரு தரப்பிலும் ஈடுபட்டவர்களுடனும் நான் பேசினேன். இந்தியா தன் வழக்கமான முறையில், ஆம் என்றும் சொல்லவில்லை, இல்லை என்றும் சொல்லவில்லை. எனவே இரு சகோதரர்களும் ஏமாற்றத்துடன் திரும்பிச் சென்றனர்; ஆனால் இந்தியாமீது அவர்களுக்கு நம்பிக்கை இருந்தது.

வெளியில் இந்தியா, தான் எந்தவிதத்திலும் இலங்கைப் பிரச்னையில் ஈடுபடவில்லை என்பதாகக் காட்டிக்கொண்டது. இதற்கு உள்நாட்டு அரசியல்தான் காரணம். காங்கிரஸ் தலைமையிலான ஆளும் ஐக்கிய முற்போக்குக் கூட்டணி, தமிழகத்தின் திராவிட முன்னேற்றக் கட்சியின் (திமுக) நாடாளுமன்ற உறுப்பினர்கள் எண்ணிக்கையை நம்பி இருந்தது.

திமுகவின் தலைவர் கருணாநிதிக்கு பிரபாகரன்மீது பாசம் உண்டு என்பதை உணர்ந்த காங்கிரஸ், விடுதலைப் புலிகளுக்கு எதிராக, வெளிப்படையாக இலங்கை அரசை ஆதரிப்பது புத்திசாலித்தனமல்ல என்று நினைத்தது.

எனவே வெளியில் பேசும்போது, இந்தியா எக்காரணம் கொண்டும் இலங்கைக்கு தாக்குதல் ஆயுதங்களை வழங்காது என்றே பேசியது.

ஆனாலும் 2006-ன் ஆரம்பத்தில் இந்தியா இலங்கை விமானப் படைக்கு ஐந்து Mi-17 ஹெலிகாப்டர்களைப் பரிசாக அளித்தது. ஆனால் ஒரு நிபந்தனை. அவை இலங்கை வண்ணங்களில் பறக்க வேண்டும். இந்தியாவுடையது என்பது வெளியே தெரியக் கூடாது. தமிழ்நாட்டுக் கட்சிகளான திமுக போன்றவற்றுக்குத் தேவையில்லாமல் எரிச்சலூட்டக்கூடாது என்பதில் மத்திய அரசு கவனமாக இருந்தது.

இந்த ஹெலிகாப்டர்களைப் போல, ஏற்கெனவே 2002-ல் இந்தியா இலங்கை கடற்படைக்கு சுகன்யா கடலோர ரோந்துக் கப்பலையும் பரிசாக அளித்திருந்தது.

இலங்கை ராணுவத்தினர் பின்னர் என்னிடம் பேசும்போது, இந்த ஹெலிகாப்டர்கள் போரின்போது அவர்களுக்கு மிகவும் உதவி அளித்தன என்பதை ஒப்புக்கொண்டனர். முக்கியமாக ஆழ ஊடுருவும் படையினரும் 8 பேர் தாக்குதல் படையினரும் புலிகளால் சூழ்ந்துகொள்ளப்பட்டால் அல்லது காயமுற்று மருத்துவமனைக்குப் போகவேண்டியிருந்தால் அவர்களைப் பத்திரமாக மீண்டும் வெளியே கொண்டுவருவதற்கு இந்த ஹெலிகாப்டர்கள்தாம் பயன்படுத்தப்பட்டன.

ஒரு மூத்த இலங்கை ராணுவ அதிகாரி என்னிடம் பகிர்ந்து கொண்டார்: 'எதிரிகளின் பகுதிக்குள் சென்று போரிடும் எங்கள் வீரர்கள், இந்த ஹெலிகாப்டர்கள் இருக்கின்றன என்ற நம் பிக்கையில்தான் தைரியமாக உள்ளே சென்று போர் புரிந்தனர். நான்காம் ஈழப்போரின்போது அவர்கள் காட்டிய தன்னம்பிக்கை, தைரியம் ஆகியவற்றுக்கு இந்த ஹெலிகாப்டர்கள் மிக முக்கிய மான காரணம். எந்த நிலை ஏற்பட்டாலும் இந்த ஹெலிகாப்டர் கள் தங்களைப் பத்திரமாக வெளியே கொண்டுவந்துவிடும் என்று அவர்கள் நம்பினர். போரில் அவர்களது மிகச்சிறந்த சாதனைக்கு இதுதான் முக்கியமான காரணமாக இருந்தது.'

ஆனால் உள்நாட்டு அரசியல் காரணங்களால் புது தில்லியால் மறைமுகமாக சில பொருள்களைக் கொடுக்கமுடிந்ததற்குமேல் வேறு எதையும் செய்யமுடியவில்லை. தாழப் பறக்கும் பொருள்களைக் கண்டுபிடிக்கும் 'இந்திரா' ரக ரேடார்களை

இலங்கை விமானப்படைக்கு வழங்கியபோது, அது தடுப்புக் கான கருவி, தாக்குதலுக்கானது அல்ல என்றே இந்தியா சொல்லியது.

அதே நேரம், கொழும்புக்கு இருப்பு கொள்ளவில்லை. புலி களுடனான முழுச் சண்டை எப்போது வேண்டுமானாலும் நடக்கலாம். ஆனால் இந்தியா-இலங்கை பாதுகாப்பு ஒப்பந்தம், உள்நாட்டு அரசியல் அழுத்தம் காரணமாகக் கையெழுத்தாக வில்லை. 2004-லேயே அப்படிப்பட்ட ஒப்பந்தம் ஒன்றைச் செய்யலாம் என்று இரு நாடுகளும் ஏற்றுக்கொண்டபின்னும், ஒப்பந்தம் இன்னும் கையெழுத்தாகவில்லை.

இலங்கை பாதுகாப்புத் துறையில் உள்ளவர்கள் பிரச்னை என்ன என்பதைத் தெரிவித்தனர். இந்தியா, யாழ்ப்பாணத்தில் உள்ள பலாலி விமான தளத்தைத் தனது பிரத்யேகப் பயன்பாட்டுக்கு என்று கேட்டுள்ளது. இதனை இலங்கை விரும்பவில்லை. இந்தியாவின் வல்லாதிக்கக் கோட்பாடு அது என்று அவர்கள் நினைத்தனர். இது அவமரியாதையான செயல் என்று நினைத் தனர். அதன் காரணமாக ஒப்பந்தம் கையெழுத்தாகவில்லை. நான்காம் ஈழப்போர் முடிந்தபிறகு பலாலி விமான தளத்தைச் சரிசெய்வதற்கான முழுச் செலவையும் இந்தியாவே ஏற்றுக் கொள்வதாக அறிவித்தது, இங்கே பெரும் முரண்!

ராஜபக்ஷே அரசு மிகவும் சாதுர்யமானது. முந்தைய வரலாறை அது நன்கு அறிந்திருந்தது. இந்தியாவின் அரசியலில் தமிழகத் தின் பங்கு அதற்குத் தெரிந்திருந்தது. அதே நேரம், இலங்கையின் நில-அரசியலில் இந்தியா தன் இடத்தை விட்டுக்கொள்ள விரும்பாது என்பதையும் இலங்கை அரசு அறிந்திருந்தது.

அதே நேரம், புலிகளுக்கு எதிரான போரில், என்னதான் சீனாவும் பாகிஸ்தானும் முழு உதவி செய்தாலும் இந்தியாவின் உதவி இல்லாமல் இயங்கமுடியாது என்பதை ராஜபக்ஷே சகோதரர்கள் அறிந்திருந்தனர். என்னதான் இருந்தாலும் இந்தியா இலங்கை யின் அண்டையில் உள்ள மிகப்பெரிய நாடு. இந்தியாவை அசட்டை செய்துவிட்டு இலங்கையால் எதையும் சாதிக்க முடியாது.

எனவே இந்தியாவுக்கும் இலங்கைக்கும் இடையில் அதிகார பூர்வமற்ற தகவல் பகிர்வு முறையை மகிந்த ராஜபக்ஷே

உருவாக்கினார். இலங்கைத் தரப்பில் பசில் ராஜபக்ஷே (மகிந்தவின் சகோதரர், நாடாளுமன்ற உறுப்பினர், குடியரசுத் தலைவரின் ஆலோசகர்), பாதுகாப்புச் செயலர் கோதபாய ராஜபக்ஷே, மகிந்தவின் தனிச் செயலர் லலித் வீரதுங்க ஆகியோர் அடங்கிய ஓர் உயர்மட்டக் குழு உருவாக்கப்பட்டது. இவர்கள் நடப்பு நிகழ்வுகளையெல்லாம் உடனுக்குடன் இந்தியாவுக்குச் சொல்லியவண்ணம் இருப்பார்கள்.

இந்தியா அதன் சார்பில் மூவர் அடங்கிய குழுவை உருவாக்கியது. இந்தியாவின் தேசியப் பாதுகாப்பு ஆலோசகர் எம்.கே.நாராயணன், வெளியுறவுத்துறைச் செயலர் ஷிவ் சங்கர் மேனன், பாதுகாப்புத் துறைச் செயலர் விஜய் சிங் ஆகியோர் அந்தக் குழுவில் இருந்தனர்.

இந்த இரு குழுக்களும் தொடர்ந்து தொலைபேசி மூலமும் நேரிலும் சந்தித்துப் பேசிக்கொண்டன. 2007-லிருந்து 2009-க்குள் இலங்கைக் குழு ஐந்து முறை புது தில்லிக்கு வந்து பேசியது. அதே காலகட்டத்தில் இந்தியக் குழு இலங்கைக்கு மூன்று முறை சென்றுவந்தது.

அனைத்து சந்திப்புகளுமே வெளியே அதிகம் தெரியாமல் நடந்தவை. 2008 ஜூனில் இந்தியக் குழு இலங்கை சென்றதுமட்டும் பெரிய அளவு வெளியே தெரிந்தது. அப்போதுதான் இலங்கை ராணுவம் மன்னார் மாவட்டத்திலிருந்து புலிகளை வடக்கு நோக்கித் துரத்திக்கொண்டிருந்தனர். மேலும், இரு மாதங்கள் கழித்து இலங்கையில் 15 நாடுகள் அடங்கிய தெற்காசிய நாடுகளின் (சார்க்) உச்சி மாநாடு நடக்க இருந்தது.

நாராயணன், மேனன், சிங் ஆகியோர் இந்திய விமானப் படை விமானத்தில் இலங்கை வந்து இறங்கியபோது, இரு நாடுகளிலும் உள்ள ராணுவ நிபுணர்கள், புலிகள் ஒரு மாபெரும் எதிர்த் தாக்குதலை நிகழ்த்தலாம் என்று எதிர்பார்த்திருந்தனர்.

ஆகஸ்ட் 2, 3 தேதிகளில் கொழும்பில் சார்க் உச்சி மாநாடு நடக்கும்போது புலிகள் அந்த மாநாட்டின்மீது தாக்குதல் நடத்தலாம் என்று தங்களிடம் நம்பத்தகுந்த தகவல்கள் கிடைத்திருப்பதாக இந்திய உளவுத் துறை சொன்னது.

எனவே, பாதுகாப்பு ஏற்பாடுகள் கச்சிதமாக உள்ளனவா என்பதைக் கண்காணிக்கவே இந்தியக் குழு அங்கே சென்றிருந்தது.

அந்த மாநாட்டின்போது பாதுகாப்பு ஏற்பாடுகளுக்கு தங்கள் உதவியைப் பெற்றுக்கொள்ளுமாறு இந்தியா இலங்கையை வற்புறுத்தியது. அப்படி ஏற்றுக்கொள்ளாவிட்டால், இந்தியா அந்த மாநாட்டில் கலந்துகொள்ளாமல் இருக்க நேரிடலாம் என்றும் மிரட்டல் விடுக்கப்பட்டது. விளைவாக, இந்தியாவின் போர்க் கப்பல்கள், விமான எதிர்ப்பு பீரங்கிகள், ஹெலிகாப்டர் கள் ஆகியவை கொழும்பைச் சுற்றி இருக்குமாறு மிகவும் தயக்கத்துடனேயே இலங்கை அனுமதித்தது.

அந்த நேரத்தில் பிரதமர் மன்மோகன் சிங்குடன் சென்ற பத்திரிகையாளர்கள் குழுவில் நானும் இருந்தேன். அந்த அளவுக் கான கடுமையான பாதுகாப்பு ஏற்பாடுகளை நான் இலங்கையில் பார்த்ததே இல்லை. மாநாடு முடியும்வரை கொழும்பு இறுக்க மாக இழுத்துப் பூட்டப்பட்டது என்றே சொல்லவேண்டும். இந்தியப் பிரதமரும் இந்தியக் குழுவில் இருந்தவர்களும் பண்டாரநாயக சர்வதேச விமான நிலையத்தில் இருந்து கொழும்புக்கு இந்தியா ராணுவ ஹெலிகாப்டர்களிலேயே அழைத்துச் செல்லப்பட்டனர். விஐபிகள் செல்லும் சாலைகள் அனைத்துமே சில மணி நேரங்கள் முன்னதாகவே போக்கு வரத்துக்குத் தடை செய்யப்பட்டிருந்தன. கொழும்பில் இருந்த என் நண்பர்கள் பலரும் இதனாலேயே ஊரை விட்டு வெளியே சென்றுவிட்டனர்.

சார்க் மாநாடு அமைதியாகவே கழிந்தது. இந்திய, பாகிஸ்தான் பிரதமர்களுக்கு இடையேயான சந்திப்பு, மற்ற எல்லா வற்றையும் பின்னுக்குத் தள்ளி, முதலிடத்தைப் பிடித்துக் கொண்டது.

ஆனால், சார்க் மாநாட்டின் பாதுகாப்பு ஏற்பாடுகளில் மட்டும் இந்தியக் குழு கவனம் செலுத்தவில்லை. அதற்குமேலாக, அவர்கள், வடக்கில் நடக்கும் போர் பற்றிய முழுமையான தகவலைப் பெற விரும்பினர். பாதுகாப்பு அமைச்சகத்தில் நடந்த சந்திப்பில் ஜெனரல் ஃபொன்சேகா, வைஸ் அட்மிரல் கரனகோடா ஆகியோர் சந்தோஷமாக, வேண்டிய தகவல்களை அளித்தனர்.

நடக்கும் போரில் சீன, பாகிஸ்தான் தொடர்பு அதிகமாக உள்ளதைப் பற்றிய தங்கள் கவலையை இந்தியக் குழு எடுத்து வைத்ததாக ஒரு 'உள்வட்ட ஆசாமி' என்னிடம் தெரிவித்தார்.

இந்தியா தேவையான ஆயுதங்களைத் தர மறுத்தத்தால்தான் இலங்கை வேறிடத்தில், முக்கியமாக சீனாவில் ஆயுதங்கள் வாங்கவேண்டியிருந்தது என்பதை இலங்கைத் தரப்பு தெளிவாக எடுத்துச் சொல்லியுள்ளது.

மிகவும் முக்கியமாக, இந்தியத் தரப்பு, குடியரசுத் தலைவர் மகிந்த ராஜபக்ஷேயிடம் வேறு ஒன்றைப் பற்றியும் பேசியுள்ளது. நான்காம் ஈழப்போரை 2009 கோடைகாலத்துக்குள் முடித்து விடுங்கள் என்பதுதான் அது. இந்தியாவின் மக்களவைக்கு அப்போதுதான் பொதுத் தேர்தல் நடக்க இருந்தது.

இலங்கை இனப் பிரச்னை முற்றி இருக்கும் நிலையில் மீண்டும் தேர்தலைச் சந்திக்க காங்கிரஸ் விரும்பவில்லை. அது தமிழக அரசியலில் தேவையில்லாத குழப்பங்களை விளைவிக்கும். ராஜபக்ஷே இதற்கு எந்த ஒப்புதலும் தரவில்லை என்றாலும், போரை விரைவுபடுத்த ஆவண செய்வதாகச் சொல்லியுள்ளார். இந்தியக் குழுவுக்கு முழுத் திருப்தி இல்லை என்றாலும் ஓரளவுக்கு வேலை முடிந்த திருப்தி இருந்தது.

போரை விரைந்து முடிக்கவேண்டும் என்ற இந்தியாவின் எதிர்பார்ப்பு ஏற்புடையதாக இல்லாவிட்டாலும், இந்தியாவின் கடற்படை செய்த உதவிக்கு இலங்கை பெரும் நன்றி சொன்னது. இந்தியாவின் உதவியுடன்தான் இலங்கையால் புலிகள் நடுக் கடலில் வைத்திருந்த 10 மிதவைக்கிடங்குகளைக் கண்டுபிடித்து, அழிக்கமுடிந்தது.

இந்தக் கப்பல்கள் பல்வேறு கொள்ளளவு கொண்டவை. இவற் றில் புலிகள் ஆயுதங்கள், தளவாடங்கள், கவச வாகனங்கள் ஆகியவற்றைச் சேமித்து வைத்திருந்தனர். பெயரோ, அடையாளக் குறிப்புகளோ இல்லாத இந்தக் கப்பல்கள் பல மாதங்களாகக் கடலில் இருந்துவந்தன. புலிகளுக்குத் தேவைப்படும்போது இவை கரை ஓரத்தில் ஒதுங்கும். அங்கிருந்து சிறு கப்பல்களிலும் படகுகளில் ஆயுதங்கள் ஏற்றப்பட்டு கடற்புலிகளின் முகாமுக்குக் கொண்டுவரப்பட்டு ஊருக்குள் எடுத்துச் செல்லப்படும்.

2006-க்கும் 2009-க்கும் இடைப்பட்ட காலத்தில் இந்திய, இலங்கை கடற்படைகளின் ஒருங்கிணைந்த செயல்பாட்டால் கடற்புலி களிகளின் முதுகெலும்பு உடைக்கப்பட்டது என்று இரு கடற் படைகளின் உள்ளே இருப்பவர்கள் என்னிடம் தெரிவித்தனர்.

இந்தியக் கடற்படை எப்படியெல்லாம் உதவியது என்று இலங்கைத் தரப்பு எனக்குச் சொன்னது.

உதாரணத்துக்கு, ராமநாதபுரத்தில் உள்ள இந்தியக் கடற்படை யின் டார்னியர் விமானங்கள் இலங்கைக் கரையைச் சுற்றி ரோந்து போகும். இந்த விமானங்களில் சக்தி வாய்ந்த ரேடார் கருவிகள் பொருத்தப்பட்டிருந்தன. சந்தேகத்துக்கிடமான கப்பல்கள் இருக்கும் இடங்களை இந்த விமானங்கள் கண்டறிந்ததும், அந்தத் தகவலை இந்தியக் கடற்படை உடனே இலங்கைக்கு அனுப்பும். உடனே இலங்கைக் கடற்படை அந்தத் தகவலைக் கொண்டு சம்பந்தப்பட்ட கப்பல் உள்ள இடத்துக்குச் சென்று தாக்கி அழிக்கும்.

அப்படிப்பட்ட புலிகளின் முதல் கப்பல் அழிக்கப்பட்டது 17 செப்டெம்பர் 2006 அன்று, இலங்கையில் கிழக்கே 120 நாட்டிகல் மைல் தொலைவில். 2007-ல் இப்படிப்பட்ட மூன்று கப்பல்கள் அழிக்கப்பட்டன.

மேலும், இரு நாடுகளுக்கும் இடையே உள்ள ஒப்பந்தம் ஒன்றின்படி, இரு நாடுகளின் கப்பல்களும் பாக் நீரிணையையும் மன்னார் வளைகுடாவையும் தொடர்ந்து ரோந்து சுற்றிவந்தன. இதனால் கடற்புலிகளின் செயல்பாடுகள் வெகுவாகப் பாதிக்கப் பட்டன. இதைத்தவிர பிற இடங்களில் உள்ள இந்தியக் கடற் படைக் கப்பல்களும் அந்தப் பகுதிகளில் சந்தேகத்துக்கிடமான கப்பல்கள் உள்ளனவா என்பதைக் கண்டறிந்து தகவல் சொல்ல வேண்டும். இப்படி இரு நாடுகளும் தொடர்ந்து தகவல்களைப் பரிமாறியதன் விளைவாக இலங்கைக் கடற்படையால் வேக மாகச் சில செயல்களைச் செய்யமுடிந்தது.

இலங்கைக் கடற்படைத் தளபதி அட்மிரல் வசந்த கரனகோடா இந்தியக் கடற்படையை வெகுவாகப் பாராட்டினார். 2008-ல் என்னிடம் பேசும்போது இவ்வாறு சொன்னார்:

விடுதலைப் புலிகளை அடக்குவதில் இந்தியாவின் ஒத்துழைப்பு மிகவும் பயனுள்ளதாக இருந்தது. ஒவ்வோர் ஆண்டும் இலங்கைக் கடற்படை, இந்தியக் கடற்படையுடனும் கரையோரக் காவல்படையுடனும் நான்கு சந்திப்புகளை நடத்தும். இப்போது இரு கடற்படைகளும் சேர்ந்து ரோந்துப் பணிகளில் ஈடுபடுகிறோம்.

160

புலிகள் இலங்கை ராணுவத்தைத் தாக்குவதற்குப் பயன்படுத்தக் கூடிய அத்தனை படகுகளையும் அழித்துவிட்டோம். ஒரே ஆண்டில் 8 மிதவைக்கிடங்குகளை அழித்துள்ளோம். அவற்றில் 10,000 டன் யுத்த தளவாடங்கள் இருந்தன. பீரங்கிகள், குண்டுகள், மூன்று சிறு விமானங்களின் பிரிக்கப்பட்ட பகுதிகள், குண்டு துளைக்காத வாகனங்கள், கடலுக்கடியில் செல்லும் வாகனங்கள், ஸ்கூபா டைவிங் கருவிகள், ரேடார்கள் ஆகியவையும் இவற்றில் அடக்கம்.

ஒரு கட்டத்தில், இந்தியக் கடற்படையின் துல்லியமான தகவலைக் கொண்டு, இலங்கைக் கடற்படைக் கப்பல்கள் நாட்டுக்குத் தென்கிழக்கே 1,600 நாட்டிகல் மைல் தொலைவில், கிட்டத்தட்ட இந்தோனேசியா, ஆஸ்திரேலியா அருகே சென்று மூன்று கப்பல்களை 10-11 செப்டெம்பர் 2007 சமயத்தில் அழித்தன. தப்பித்த நான்காவது கப்பலை மூன்று வாரங்கள் கழித்து, 7 அக்டோபர் அன்று அழித்தன.

புலிகளின் ஆயுதக் கடத்தல் படகு ஒன்றைத் துரத்திச் சென்று, இலங்கையின் தென்கோடி முனையிலிருந்து 1,700 கிலோமீட்டர் தாண்டியுள்ள இடத்தில் இலங்கைக் கடற்படை அழித்தது. அந்தப் படகில் இருந்த 12 புலிகளும் கொல்லப்பட்டனர்.

கரனகோடா, ஜேன்ஸ் நேவி இண்டெர்நேஷனல் என்ற பத்திரிகைக்கு மார்ச் 2009-ல் அளித்த பேட்டியில், 'ஆஸ்திரேலியாவரை சென்று கடைசி நான்கு படகுகளை அழித்தோம்' என்றார். 'எங்களது படை பெரிய படையல்ல. இருப்பதை வைத்துக் கொண்டு சில முன்னேற்றங்களைச் செய்யவேண்டியிருந்தது. எங்களிடம் பெரிய ஃப்ரிகேட் வகைக் கப்பல்கள் கிடையாது. எனவே கரையோர ரோந்துக் கப்பல்கள், பழைய டேங்கர் கப்பல்கள், வணிகக் கப்பல்கள், மீன்பிடிப் படகுகள் ஆகிய வற்றைப் பயன்படுத்தினோம்.'

ஆனால் அவர் சொல்லாமல் விட்டது ஒன்று இருந்தது. இந்த அனைத்துச் செயல்களிலும் இந்தியக் கடற்படை அளித்த உளவுத் தகவல்கள். மார்ச் 2009 பேட்டியின்போது கரனகோடா வேண்டுமென்றே இந்தத் தகவலைச் சொல்லவில்லை. அப் போது இந்தியாவில் தேர்தல் பிரசாரம் நடந்துகொண்டிருந்தது. நான்காம் ஈழப்போர் அதன் கடைசிக் கட்டத்தில் இருந்தது. இந்தியாவின் பங்கு பற்றி வெளியே தெரிந்தால் தமிழகத்தில்

161

இது பெரிய பிரச்னையைக் கிளப்பும். இதனால் இந்தியாவுக்கும் இலங்கைக்குமான உறவு பாதிக்கப்படும்.

ஆனாலும், 2007-ன் பின்பாதியில் இருந்தே, இந்தியக் கடற் படையின் தென்னகத் தலைமை, மூன்று வேகப் படகுகள், ஒரு ஏவுகனை பொருத்திய கார்வெட் ஆகியவற்றைக் கொண்டு பாக் நீரிணையில் புலிகளைத் தேடும் பணியில் ஈடுபட ஆரம்பித்தது என்பது உண்மை. இத்தனைக்கும் காரணம் புலிகள் 2007-ல் யாழ்ப்பாணத்தின் டெஃப்ட் தீவில் நடத்திய தாக்குதல்தான்.

டெஃப்ட் தீவு, யாழ் தீபகற்பத்திலேயே மக்கள் வாழும் மிகப்பெரிய தீவு. ராமேஸ்வரத்துக்கும் யாழ்ப்பாணத்துக்கும் சரியாக நடுவில் உள்ள இடம். இந்த இடத்தில் இருந்தபடி, இலங்கைக் கடற்படை, யாழ்ப்பாணம், மன்னார், தமிழகக் கரை ஆகிய இடங்களை நோக்கிச் செல்லும் கடல் மற்றும் வான் போக்குவரத்தைக் கண்காணிப்பார்கள். மே 2007-ல் இந்த இடத்தின்மீது தாக்குதல் நடத்திய புலிகள், 7 வீரர்களைக் கொன்றபிறகு, இரு விமான எதிர்ப்பு பீரங்கிகள், இரு மெஷின் துப்பாக்கிகள், தோளில் ஏந்திச் சுடும் ராக்கெட் லாஞ்சர், 8 துப்பாக்கிகள் ஆகியவற்றைக் கைப்பற்றி எடுத்துச் சென்றனர்.

மற்றொரு தகவலின்படி, இந்தத் தீவில் இருந்த ரேடார் கருவி ஒன்றையும் புலிகள் எடுத்துச் சென்றிருக்கலாம். இந்தத் தாக்கு தலால் அதிர்ச்சி அடைந்த இலங்கைக் கடற்படை இந்தியாவிடம் உதவி வேண்டி வந்தது. இந்தியாவும் உடனேயே உதவுவதாகச் சொன்னது. ஆனால் வெளியே தகவல் கசியாமல் இருக்க வேண்டும் என்று இரு தரப்பும் ஒப்புக்கொண்டன.

இப்படி இரு கடற்படைகளுக்கும் இடையே நெருங்கிய தொடர்புகள் இருந்தபோதும், இலங்கை சீனாவுடனும் பாகிஸ் தானுடனும் நெருங்கிப் பழகுவது இந்தியாவுக்குப் பிடிக்க வில்லை. இந்தியாவின் கொல்லைப்பக்கத்தில் பாகிஸ்தானும் சீனாவும் நுழைந்திருப்பது இந்தியாவுக்கு நன்கு தெரிந் திருந்தது.

மே 2007-ல் எம்.கே.நாராயணன் கவலையுடன் பேசினார். ‘இந்தப் பகுதியில் இந்தியாதான் வலுவான சக்தி என்பதை இலங்கை உணரவேண்டிய நேரம் வந்துவிட்டது. பாகிஸ்தான், சீனா ஆகிய நாடுகளில் ஆயுத உதவி கேட்பதற்குபதில் இலங்கை

இந்தியாவுடன் பேசவேண்டும். எங்களது அயலுறவுக் கொள்கை அனுமதிக்கும் சட்டகத்துக்குள்ளாக நாங்களும் இலங்கைக்கு உதவத் தயாராக உள்ளோம்.'

ஆனால், அப்படியென்றால், இந்தியா இலங்கைக்கு தற்காப்புக் கருவிகளை மட்டுமே தரமுடியும்.

இந்தியா இருதலைக்கொள்ளி எறும்பாகத் தவிப்பது நாராயண னின் பேச்சில் நன்றாக வெளிப்பட்டது. ஆனால் இந்தப் பிரச்னை முழுவதுமே இந்தியாவினுடையது. திமுகவும் பிற சிறு கட்சிகளும் மத்தியில் ஆளும் கூட்டணியை இரும்புப்பிடியில் வைத்திருந்தன. எனவே மத்திய அரசால் வெளிப்படையாக இலங்கை அரசு புலிகளை அழிக்கும் முயற்சியில் இறங்குவதை ஆதரிக்கமுடியவில்லை.

கொழும்பு இதனை நன்கு புரிந்துவைத்திருந்தது. இந்தியாவிடம் சரியான ஆயுதங்கள் கிடைக்கப்போவதில்லை என்றபட்சத்தில் வேறு இடங்களுக்குச் செல்லவேண்டியது இலங்கைக்கு அவசியமாகிவிட்டது.

சரத் ஃபொன்சேகா இதனை என்னிடம் ஒப்புக்கொண்டார். 'இந்தியா தாக்குதல் ஆயுதங்களை எங்களுக்குத் தராது என்று தெரிந்தபிறகே நாங்கள் வேறு இடங்களில் ஆயுதங்கள் வாங்கும் முயற்சியில் ஈடுபட்டோம். முதலில் மேற்கு நாடுகளைத் தொடர்புகொண்டோம். ஆனால் அவர்களது விலை அதிகமாக இருந்தது. மேலும் ஆயுதங்களையோ தளவாடங்களையோ அவர்கள் தொடர்ந்து தருவார்கள் என்று நம்பமுடியாது. திடீரென எங்கள் போர் விமானங்களுக்கும் ஹெலிகாப்டர் களுக்கும் சில உதிரி பாகங்கள் தேவைப்பட்டபோது இந்த நாடுகள் தர மறுத்துவிட்டன. எனவேதான் சீனாவை அணுகி னோம். சீனாவும் எங்களுக்குச் சாதகமான முறையில் ஆயுதங் களைத் தர ஒப்புக்கொண்டது. ஐந்து ஆண்டுகள் கடன் வசதியும் தந்தனர். கவச வாகனங்கள், பீரங்கிகள், தரைப்படை வீரர்களுக் கான ஆயுதங்கள், குண்டுகள் ஆகியவற்றை அவர்களிடமிருந்து வாங்கினோம். பாகிஸ்தானைப் பொருத்தமட்டில் அவசரகால ஆயுதங்களை மட்டும்தான் அவர்களிடமிருந்து பெற்றோம்.'

இதே விஷயத்தைத்தான் பாதுகாப்புச் செயலர் கோதபாய ராஜபக்ஷேவும் என்னிடம் சொன்னார்.

இந்தியாவின் குழப்பத்தை, சீனாவும் பாகிஸ்தானும் தங்க ளுக்குச் சாதகமாக எடுத்துக்கொண்டன. பிப்ரவரி 2007-க்குள் கோதபாய, சீனாவுடன் பல ஆயுதம் வாங்குதல் ஒப்பந்தங்களைச் செய்துகொண்டார்.

நான்காம் ஈழப்போரின்போது முதல் ஆயுதம் வாங்குதல் ஏப்ரல் 2006-ல் நடைபெற்றது. சீனாவின் பாலி டெக்னாலஜீஸ் நிறு வனத்திடமிருந்து 37.6 மில்லியன் டாலர் பெறுமானமுள்ள ஆயுதத் தளவாடங்களை இலங்கை பெற்றது. சைனா நேஷனல் எலெக்ட்ரானிக்ஸ் இம்போர்ட் எக்ஸ்போர்ட் கார்பொரேஷனிட மிருந்து 5 மில்லியன் டாலர் பெறுமானமுள்ள JY 11 3D ரேடார் கருவியை வாங்கியது.

லண்டனிலிருந்து வெளியாகும் ஜேன்ஸ் டிஃபென்ஸ் வீக்லி பத்திரிகை இலங்கை வாங்கிய ஆயுதங்களின் பட்டியலை வெளியிட்டது. ஒரு லட்சம் 14.5 மில்லிமீட்டர் கார்ட்ரிட்ஜ், 2,000 RPG-7 ராக்கெட்டுகள், ஐநூறு 81 மில்லிமீட்டர் பீரங்கிக்குண்டு கள், ஐம்பது டைப்-82 14.5 மில்லிமீட்டர் இரட்டைக்குழல் கடற்படைத் துப்பாக்கிகள், இருநூறு டைப்-85 12.7 மில்லிமீட்டர் கனரக மெஷின் துப்பாக்கிகள், இருநூறு டைப்-80 7.62 மில்லிமீட்டர் மெஷின் துப்பாக்கிகள், ஆயிரம் டைப்-56-2 7.62 மில்லிமீட்டர் சப்மெஷின் துப்பாக்கிகள், ஆயிரம் டைப்-56 7.62 மில்லிமீட்டர் சப்மெஷின் துப்பாகிகள்.

ஆயுதங்கள் தருவதில் சீனா மட்டும்தான் என்றில்லை. பாகிஸ் தானும் இருந்தது. ஜனவரி 2008-ல், இஸ்லாமாபாத்திலிருந்து ஒரு உயர்மட்டக் குழு ஆயுதங்களை விற்பதற்காக கொழும்பு சென்றது.

பாகிஸ்தான் ஆயுதச் சாலைத் தலைவர் லெஃப்டினண்ட் ஜெனரல் சையத் சபாஹத் ஹுசைன், இலங்கை பாதுகாப்புச் செயலருட னும் ராணுவ அதிகாரிகளுடனும் விரிவாகப் பேச்சுவார்த்தை நடத்தினார். பாகிஸ்தான் குழுவில் ஆயுதச் சாலையின் ஏற்றுமதி இயக்குனர் உஸ்மான் அலி பட்டி, பொது மேலாளர் அப்பாஸ் அலி ஆகியோரும் இருந்தனர்.

பாகிஸ்தான் ஆயுதச் சாலை, பாகிஸ்தானின் மிகப்பெரிய ஆயுதம் தயாரிக்கும் நிறுவனம். அதனிடம் 14 தொழிற்சாலைகளும் நான்கு உதிரி பாகங்கள் தயாரிக்கும் நிறுவனங்களும் உள்ளன.

164

தரைப்படை ஆயுதங்கள், டாங்குகள், விமானத் தளவாடங்கள், விமான எதிர்ப்பு ஆயுதங்கள், பீரங்கிகள், ராக்கெட்டுகள், வானிலிருந்து போடும் குண்டுகள், கையெறிகுண்டுகள், பீரங்கி குண்டுகள் ஆகியவற்றைத் தயாரிக்கின்றன.

சீனா, பாகிஸ்தான் ஆகியவற்றிடமிருந்து உதவிகளைப் பெற்றால் மட்டும் போதாது. இலங்கையின் முப்படைகளையும் மாற்றி அமைக்கவேண்டிய நேரம் வந்திருந்தது. எனவே உள்ளத்திலேயே பலவீனமான அமைப்புகளான இலங்கைக் கடற்படையையும் இலங்கை விமானப்படையையும் மறுசீரமைக்கும் வேலையில் இறங்கினார் கோதபாய ராஜபக்ஷே.

10
தேரை ஒன்றாகப் பிடித்திழுத்தல்

பல ஆண்டுகளாக இலங்கை ராணுவ அமைப்பில் தரைப்படை மட்டும்தான் முதன்மை பெற்றிருந்தது. இலங்கை விமானப் படை என்பது தரைப்படைச் சிப்பாய்களை இங்கும் அங்கும் கொண்டுபோய் விடும் வாகன ஓட்டி வேலையை மட்டும்தான் செய்துகொண்டிருந்தது என்று இந்திய அமைதிப்படையில் பணியாற்றிய ஒருவர் என்னிடம் சொன்னார். அமைதிப்படை இலங்கையை விட்டு வெளியே வந்தபிறகு இலங்கை ராணுவம் இரண்டு ஈழப்போர்களில் ஈடுபட்டிருந்தது. அப்போதும்கூட விமானப் பிரிவு பயனற்ற ஓர் அங்கமாகவே இருந்தது.

'முன்னரெல்லாம் இரவில் பறப்பதற்கே இலங்கை விமானப் படையினர் பயப்படுவார்கள். புலிகளின் விமான எதிர்ப்பு பீரங்கிகளைக் கண்டால் நடுங்குவார்கள். வன்னிக் காடுகளின் மீது பறக்க விரும்பமாட்டார்கள். ஆனால் நான்காம் ஈழப் போரின்போது, தரைப்படையினருக்கு நெருங்கிய உதவி அளித்த தோடு தானாகவே புலிகளின் தலைவர்களையும் வளங்களையும் தாக்கி அழிப்பதன்மூலம், இழந்த தனது மதிப்பை மீட்டனர்' என்றார் பத்திரிகையாளர் பி.கே.பாலச்சந்திரன்.

இலங்கைக் கடற்படை இன்னமும் மோசமான நிலையில் இருந் தது. வெறும் அலங்காரப் பொருளாகக் கருதப்பட்ட கப்பற்

படை, புலிகளுக்கு எதிரான போர்களில் எல்லாம் இரண்டாம் நிலையிலேயே இருந்தது. கடற்புலிகள் புதுமையாகச் சண்டை போடுபவர்கள், மிகவும் ஆக்ரோஷமாகத் தாக்குபவர்கள். எனவே போரில் கடற்படையை ஈடுபடுத்தாமலேயே இலங்கை ராணுவம் திட்டம் தீட்டிவந்தது. ஆனால் அதெல்லாம் 2003 வரைதான்.

விதிவசத்தால் நான்காம் ஈழப்போருக்குச் சற்றுமுன்னர்தான் விமானப்படை, கடற்படை என இரண்டுக்கும் தலைவர்களாக ஏர் சீஃப் மார்ஷல் ரோஷன் குணதிலக, வைஸ் அட்மிரல் வசந்த கரனகோடா ஆகியோர் வந்திருந்தனர். சரியான ஆதரவு இருந்தால் போரின்போது தங்களால் சரியான பங்களிப்பைத் தரமுடியும் என்று இருவருமே கருதினர். அந்த ஆதரவு கோதபாய ராஜபக்ஷேவிடமிருந்து கிடைத்தது. பாதுகாப்புச் செயலரும் ராணுவத்தில் பணியாற்றியவர். முப்படைகளுக்கும் இடையே சரியான ஒருங்கிணைப்பு இல்லை என்ற காரணத்தாலேயே முன்னர் வெற்றி கிட்டாமல் போயுள்ளது என்பதை அவர் நன்கு அறிவார்.

எனவே பாதுகாப்புச் செயலர் பணியை ஏற்றவுடனேயே அவர் செய்த முதல் காரியம், விமானப்படை, கடற்படைத் தளபதிகளை அழைத்து அவர்களது படைகளை முற்றிலுமாக மாற்றியமைக்க முழுச் சுதந்தரம் அளித்ததே. அதிர்ஷ்டவசமாக, படைத் தளபதிகளும் அவருக்கு முழு ஒத்துழைப்பைக் கொடுத்தனர்.

முக்கியமாக, கடற்படை புதிய திட்டங்களை உருவாக்கியதன் மூலம் புலிகளின் பொருள்கள் கப்பல்மூலம் வேண்டிய இடங்களுக்குச் செல்லாமல் தடுக்கமுடிந்தது. அத்துடன் கடற்புலிகளின் திறனையும் கடற்படை வெகுவாகக் குறைத்தது. இந்தியக் கடற்படையின் முற்றுகை ஒருபக்கம் நடந்தபடி இருக்க, இலங்கைக் கடற்படை கடற்புலிகளை முற்றிலுமாக அழிப்பதற்கான திட்டங்களைத் தீட்டியது.

2005-ல் கடற்படைத் தலைமையை ஏற்றுக்கொண்ட அட்மிரல் கரனகோடா, கடற்படையின் பலவீனங்களை ஆராய்ந்தார். ஆழம் அதிகமற்ற கடல்பகுதிகளில், புலிகளின் வேகமாக நகரும் படகுகளுடன் ஒப்பிடுகையில் கடற்படையின் ட்வோரா தாக்குதல் படகுகள் மெதுவாகச் செல்பவை என்ற முடிவுக்கு அவர் வந்தார்.

அந்தக் கட்டத்தில் கடற்படையின் முக்கியமான கப்பல்கள் ட்வோரா வகையைச் சேர்ந்தவையே. அவை விலை அதிக மானவையும்கூட. ஒவ்வொன்றும் 13-15 மில்லியன் டாலர் பிடிக்கும். கடற்படையிடம் நிறையப் பணம் இல்லை யென்றாலும் 2003-லிருந்து 30 ட்வோரா கப்பல்களை அவர்கள் வாங்கியிருந்தனர். ஆழ்கடலில் இவை பயனுள்ளதாக இருந் தாலும் கடற்புலிகளின் தற்கொலைத் தாக்குதலை எதிர்கொள்ள முடியாத நிலையிலேயே அவை இருந்தன. கடற்புலிகளின் படகுகள் நேராக ட்வோராவை நோக்கிவந்து மோதி வெடிக்கும்போது அவற்றால் ஒன்றும் செய்ய இயலவில்லை. ஒவ்வொரு ட்வோரா படகை இழக்கும்போதும் பணமும் வீணானது, அந்தக் கப்பலில் இருந்த கிட்டத்தட்ட ஒரு டஜன் நன்கு பயிற்சி பெற்ற வீரர்களும் கொல்லப்பட்டனர். கடற்படைக்கு இது ஈடுசெய்யமுடியாத இழப்பாக இருந்தது.

எனவே அட்மிரல் கரனகோடாவும் அவரது மூத்த அதிகாரிகளும் தாங்களே சில தாக்குதல் படகுகளைத் தயார் செய்துவிடுவது என்ற முடிவுக்கு வந்தனர். பல மாதங்கள் ஆராய்ச்சிக்குப்பிறகு, 2007-ன் நடுப்பகுதியில் 'அம்புப் படகு' என்ற ஒன்றை அவர்கள் உருவாக்கியிருந்தனர். அதன் எடையும் சுடும் திறனும் சரியாகச் சமநிலையில் இருந்தன. உறுதியானதாகவும் வேகம் கொண்ட தாகவும் அந்தப் படகுகள் இருந்தன.

சொல்லப்போனால் இந்தப் படகுகள் இலகுவான வெளிச்சுவர், வெளியே பொருத்தப்பட்டு எஞ்சின் ஆகியவற்றுடன், பார்ப்பதற்கு கடற்புலிகளின் படகுகள்போன்றே இருந்தன. கரைக்கு அருகிலும், ஆழமற்ற நீரிலும் இந்தப் படகுகளால் சண்டைபோட முடிந்தது. லைட் மெஷின் கன், மல்டி பர்பஸ் மெஷின் கன் போன்ற தரைப்படை ஆயுதங்களை இந்தப் படகில் பொருத்த முடிந்தது. இந்தப் படகுகளைக் கொண்டு இரண்டு அமைப்புகள் உருவாக்கப்பட்டன: சிறு படகுகள் ஸ்குவாட்ரன், அதிவேகப் படகுகள் ஸ்குவாட்ரன். அதிவேகப் படகுகள் ஒவ்வொன்றிலும் மூன்று வீரர்கள் இருந்தனர். பெரும்பாலான சண்டைகளில் அதிவேகப் படகுகளே பயன்பட்டன. புலிகளின் படகுக் கூட்டங்களைத் தாக்குவதற்கு மட்டும் சிறு படகுகள் ஸ்குவாட்ரன் பயன்படுத்தப்பட்டது.

கடலில், நான்கு படகுகள் ஒன்றுசேர்ந்த அமைப்புகள் பலவும் சேர்ந்து செயல்படும். இலங்கையின் ராணுவ முக்கியத்துவம்

வாய்ந்த இடங்களில் இந்த ஸ்குவாட்ரன்கள் நிறுத்திவைக்கப் பட்டன. அதிவேகமாகச் செயல்பட்டு எதிரிகளைத் தடுத்து நிறுத்தும் வேலையை இவை செய்தன. இவை கரைக்கு அருகில் நிறுத்திவைக்கப்பட்டிருக்கும். அதே நேரம், ஆழ்கடலில், மோசமான அலைகள் இருக்கும் இடத்தில் ட்வோரா கப்பல்கள் நிறுத்தப்பட்டன. இதனால் கடற்படையால் கடற்கரைப் பகுதிகளில் இரண்டு அடுக்குத் தடுப்பை உருவாக்க முடிந்தது. அதற்கும் அடுத்த வெளி அடுக்கை இந்தியக் கப்பற்படை பார்த்துக்கொண்டது.

ஜேன்ஸ் நேவி இண்டர்நேஷனல் பத்திரிகைக்கு மார்ச் 2009-ல் அளித்த பேட்டியில் அட்மிரல் கரனகோடா, 'இரண்டு புது அமைப்புகளை உருவாக்கியதால் புலிகளின் செயல்பாட்டில் பெரும் பின்னடைவைக் கொண்டுவரமுடிந்தது. முந்தைய கடற்படை வீரர்களைவிட தற்போதைய வீரர்கள் நன்கு பயிற்சி பெற்றவர்கள்' என்றார்.

இந்த வீரர்களுக்கான பயிற்சி, இந்திய மரைன் கமாண்டோக்கள், அமெரிக்க கிரீன் பெரெட்கள், அமெரிக்கக் கடற்படையினர் ஆகியோரிடமிருந்து கிடைத்தது என்று ஜேன்ஸ் நேவி இண்டர் நேஷனல் தெரிவித்தது. சிறு படகுகளை இயக்குவோருக்காகத் தேர்தெடுக்கப்பட்டவர்கள் (400 பேர்) போக, மீதமுள்ளவர்களில் நல்ல உடல் வலு கொண்டவர்களுக்கு அதிவேகப் படகுகளை இயக்கும் பயிற்சி கொடுக்கப்பட்டது என்றும் இந்தப் பத்திரிகை தெரிவித்தது.

அனைத்து கடற்படை அதிகாரிகளுக்கும் அடிப்படைப் பயிற்சி திருகோணமலை நேவல் அண்ட் மாரிடைம் அகாடெமியில் வழங்கப்பட்டது. கடற்படைச் சிப்பாய்களுக்கும் இந்த இடத்தில் பயிற்சிகள் வழங்கப்பட்டன. அடிப்படைப் பயிற்சி களுக்குப்பின் அதிகாரிகள் அனைவரும் தகவல் தொடர்பு, துப்பாக்கி சுடுதல், நீரியல், கப்பலோட்டுதல் ஆகியவற்றில் சிறப்புப் பயிற்சி பெற ஆஸ்திரேலியா, பங்களாதேஷ், இந்தியா, பாகிஸ்தான், பிரிட்டன், அமெரிக்கா போன்ற இடங்களுக்குச் செல்வார்கள்.

அக்டோபர் 2005-ல் சிறு படகுகள் ஸ்குவாட்ரனை ஆரம்பித்த போது அதில் 36 பேர் வேலை செய்தனர். இப்போது அதில் 600 பேர் பணியாற்றுகிறார்கள். இதில் வேலைசெய்வோர் நல்ல

உடல் தகுதி கொண்டவர்களாகவும் தரையிலும் கடலிலும் சிறந்த போர்ப்பயிற்சி பெற்றவர்களாகவும் இருக்கவேண்டும். நான்கே ஆண்டுகளில் சிறு படகுகள் ஸ்குவாட்ரனும் அதிவேகப் படகுகள் ஸ்குவாட்ரனும் ஒன்றுசேர்ந்து புலிகளின் கடல் திறனை முற்றிலுமாக அழித்ததோடு, வெளி நாடுகளிலிருந்து புலிகளுக்கு வரும் ஆயுதங்களையும் முற்றிலுமாகத் தடுத்து விட்டன. ஆக, முதல்முறையாக கடற்படை ஈழப்போரில் பெரும் பங்கை ஆற்றியது.

ஒருபக்கம் கடற்படையின் செயல்பாடுகள் இப்படி இருந்தன வென்றால், மறுபக்கம் விமானப்படை, நான்காம் ஈழப்போரின் போது புலிகள் படையின் வலுவைக் கடுமையாகக் குறைத்து அவர்களது போரிடும் திறனை நசுக்கியது. போர் நடந்த 33 மாதங்களில் விமானப்படை 3,000 முறை குண்டுவீச்சுகளை நிகழ்த்தியது.

இலங்கை விமானப்படையில் மூன்று ஜெட் ஸ்குவாட்ரன்கள் இருந்தன. நம்பர் 10 ஸ்குவாட்ரனில் இஸ்ரேலி கிஃபிர் ரக விமானங்கள் இருந்தன. நம்பர் 12 ஸ்குவாட்ரனில் ரஷ்யாவின் மிக் ரக விமானங்கள் இருந்தன. நம்பர் 5 ஸ்குவாட்ரனில் சீன F-7 ரக விமானங்கள் இருந்தன. ஹெலிகாப்டர் படையில் Mi-17, Mi-24, Bell வகை ஹெலிகாப்டர்கள் இருந்தன. இவை அனைத் தும் சேர்ந்து புலிகளை நகரவிடாமல் செய்தன. முக்கியமாக அவர்களால் எதிர்த்தாக்குதல் நடத்தமுடியாமல் செய்தன.

Mi-24 ஹெலிகாப்டர் ஸ்குவாட்ரன் வவுனியாவுக்கு வடக்கே ஹிங்குரகோடா என்ற இடத்தில் இருந்தது. இது கிழக்கிலும் வடக்கிலும் 400-க்கும் மேற்பட்ட குண்டுவீச்சுப் பயணத்தில் ஈடுபட்டது. நம்பர் 9 ஸ்குவாட்ரன் என்று பெயர்பெற்ற இந்தப் படை, இலங்கை ராணுவத்தின் முன்னோக்கிய பாய்ச்சலின் போது புலிகளின் தடுப்பரண்களை உடைப்பதில் பெரிதும் உதவியது.

தி ஐலண்ட் பத்திரிகைப் பேட்டியின்போது, இந்த ஸ்குவாட் ரனின் கமாண்டிங் அதிகாரி, விங் கமாண்டர் சம்பத் துயகோந்தா, தங்கள் ஹெலிகாப்டர்களை புலிகள் சுட்டு பாதிப்பை ஏற்படுத்தியதாகக் கூறினார். 'பல நேரங்களில் பாதிப்புக்கு ஆளான ஹெலிகாப்டர்கள் கடுமையாகப் போர் நடக்கும் இடங்களிலேயே கீழே இறங்க நேரிட்டது. அப்போதெல்லாம்

பொறியியல் பிரிவினர் வேகமாக வந்து அவசர நிலையை எதிர்
கொண்டனர். விமானிகளும் பராமரிப்போரும் ஒருங்கிணைந்து
செயல்பட்டதால் ஸ்குவாட்ரனின் செயல்பாடுகள் எந்தக்
கட்டத்திலும் நிறுத்தப்படவில்லை.'

தி ஐலண்டின் போர் நிருபர் ஷமிந்தா ஃபெர்னாண்டோ, 35 அதி
காரிகள், 375 வீரர்களைக் கொண்ட Mi-24 ஸ்குவாட்ரன், வன்னிப்
பகுதி முழுவதிலும் கடுமையான பாதிப்புகளை உண்டாக்கிய
தாகக் குறிப்பிட்டார்.

Mi-24 ஹெலிகாப்டர்கள் நான்கு முறை, தொலைதூர தாக்குதல்
படையைச் சேர்ந்தவர்கள் மிகவும் அபாயகரமான நிலையில்
இருந்தபோது எதிரிகளின் பகுதிக்கு விரைந்துசென்று அவர்
களைக் காப்பாற்றியது என்றார் துயகோந்தா. A-9 நெடுஞ்சாலை
யின் கிழக்கிலும் மேற்கிலும் மிக முக்கியமான இலக்குகள்மீது
ஹெலிகாப்டர்கள் தாக்குதல் நடத்தின. 'பலமுறை புலிகளின்
பகுதி உள்ளிருந்து தொலைதூரத் தாக்குதல் படையினரை
அழைத்துக்கொண்டு, துப்பாக்கிச் சூட்டிலிருந்து தப்பித்தபடியே
வெளியே வந்தோம்' என்றார் துயகோந்தா.

நம்பர் 9 ஸ்குவாட்ரனின் தலைமைப் பொறியாளர், ஸ்குவாட்ரன்
லீடர் சந்தன லியானகே, ஒரு முறை ஒரு Mi-24 ஹெலிகாப்டர்
தாக்கப்பட்ட இரணமடு பகுதியில் போர் நடக்கும் இடத்துக்கு
நடுவில் விழுந்தது என்றும் சில மணி நேரங்களுக்குள்ளாக
அதனைப் பழுதுபார்த்து முடித்ததாகவும், அப்படிச் செய்திருக்கா
விட்டால் அது புலிகள் கையில் விழாமல் இருக்க, அதனை
அங்கேயே அழித்திருக்கவேண்டியிருக்கும் என்றும் விளக்கி
னார். பழுது பார்த்தபிறகு அந்த ஹெலிகாப்டர் பத்திரமாகப்
பறந்து வவுனியா சென்றது.

விமானிகளும் பொறியாளர்களும் காட்டிய இந்த தீரத்தால்தான்,
விமானப்படையின் முந்தைய மோசமான செயல்பாடுகள்
அழிக்கப்பட்டன. புலிகள் பகுதிக்குப் போகவே அஞ்சிக்
கொண்டிருந்த விமானிகள் இப்போது காட்டிய தீரம் ஆச்சரிய
மானதே.

ஃபைட்டர் ஸ்குவாட்ரன்கள் வேறுவிதமான வேலையைச்
செய்தன. தரைவழித் தாக்குதலுக்கு முன்னதாக, முதலில்
குறிப்பிட்ட இலக்கை மென்மைப்படுத்த அவை பயன்பட்டன.

பல இடங்களில் புலிகளின் பீரங்கிகளை முதலில் இவை தாக்கி அழித்தபின், தரைப்படை அந்த இடத்தை நோக்கிப் போகும். மேலும் எப்போது வேண்டுமானாலும் விமானங்கள் தாக்கும் என்ற நிலையால் புலிகளின் தலைமை அங்கும் இங்கும் வெளியே செல்வது வெகுவாகத் தடைப்பட்டது. இந்தப் படையின் மிக முக்கியமான சாதனை, கிளிநொச்சியில் புலிகளின் தலைமையகத்தைத் தாக்கி எஸ்.பி. தமிழ்ச்செல்வனைக் கொன்றது.

ஆனால் யாருக்கும் அதிகம் தெரியாதது, புதுக்குடியிருப்பின்மீது தாக்குதல் நிகழ்த்தியபோது வேலுப்பிள்ளை பிரபாகரனைக் கிட்டத்தட்டக் கொல்லும் நிலைக்கு விமானப்படை வந்தது என்பது. குண்டுகள் வீசப்படுவதற்குச் சில வினாடிகள் முன்புதான் பிரபாகரன் முகாமிலிருந்து வெளியே சென்றிருந்தார். வன்னியில் பிரபாகரனின் நடமாட்டம் பற்றி உளவுத்துறை தகவல் அனுப்பியதுமே, இரு இடங்கள்மீது தாக்குதல் நிகழ்த்த 5 மிக்-27, 4 கிஃபிர், 3 எஃப்-7 விமானங்கள் அனுப்பப்பட்டன. பிரபாகரன் அந்த இரு இடங்களில் ஓரிடத்தில் இருக்கலாம் என்று கருதப்பட்டது.

இவை அனைத்தையும்விட விமானப்படையின் மிக முக்கியமான பங்களிப்பு, இஸ்ரேலில் தயாரிக்கப்பட்ட ஆளில்லா பறக்கும் வாகனங்களை இயக்கி உளவு பார்ப்பதில்தான் இருந்தது. ட்ரோன் எனப்படும் இந்த விமானங்கள் சண்டை நடக்கும் இடங்களில் தாழப்பறந்து போராளிகள் பற்றிய தகவலைப் படம் பிடித்து அனுப்பின. போரின் கடைசிச் சில மாதங்களில், புலிகளிடம் மாட்டியிருந்த லட்சக்கணக்கான சிவிலியன்களின் நடமாட்டம் பற்றிய தகவலையும் இந்த ட்ரோன்கள் இலங்கை அரசுக்கு அளித்தன.

ஏப்ரல் 2009 பாதியில் போர்முனையில் மக்கள் எங்கிருக்கிறார்கள் என்பதை அறிந்து அவர்களைக் காப்பாற்றும் நடவடிக்கையில் அரசு இறங்குவதற்கு இந்த ட்ரோன்கள் உதவின.

நந்திக்கடல் பகுதியில் பிரபாகரனும் பிற புலிகள் தலைவர்களும் கொல்லப்பட்ட கடைசிச் சில மணி நேரச் சண்டையின்போது ஏர் சீஃப் மார்ஷல் குணதிலக இரண்டு மிக் விமானங்களை, கிழக்கில் சீனன் குடா பகுதியில் நிறுத்தி வைத்திருந்தார். விடுதலைப் புலிகளின் தலைமை கடல் மார்க்கமாகத் தப்பிப்பதாகச்

செய்தி தெரிந்தால் உடனடியாக அவர்களைப் பிடிப்பதற்காகவே இந்த முயற்சி.

1990-களில் யாழ்ப்பாணத்தில் புலிகளிடம் மூன்று விமானங்களை இழந்து, கடுமையாகத் தோற்றுப்போன விமானப்படை, பெரிய அளவு முன்னேற்றத்துடன் இந்தப் போரில் மிக முக்கியமான பங்கை ஆற்றியது.

இந்தியாவின் உதவியுடன் கடற்படை மாற்றம் பெற்றது என்றால், பாகிஸ்தான், சீனா உதவியுடன் விமானப்படை மாற்றம் அடைந்தது. சீனா முக்கியமான நேரத்தில், உதிரி பாகங்களைக் கொடுத்து உதவியது. பாகிஸ்தானியர்கள் பயிற்சிக்கும் பராமரிப்புக்கும் உதவினர்.

ஜனவரி 2008-ல் சீனா இலங்கைக்கு 4 F7 GS ஃபைட்டர் விமானங்களைக் கொடுத்து உதவியது. இவைதான் இலங்கை விமானப் படையில் உள்ள மிக உயர்ந்த ரக விமானங்கள். இவற்றில் ரேடார் வசதி உண்டு. வெப்பத்தை உணர்ந்து சென்று தாக்கும் ஏவுகணைகள் நான்கு இவற்றில் பொருத்தப்பட்டுள்ளன. இந்த ஏவுகணைமூலமாகத்தான் ஒரு புலிகளின் விமானம் இரணைப் பாளையில் சுட்டு வீழ்த்தப்பட்டது.

வடக்கில் போர் வலுக்கவே, புலிகளின் எஞ்சிய இடங்களான கிளிநொச்சியையும் முல்லைத்தீவையும் தாக்க விமானப்படையும் கடற்படையும் மேலும் மேலும் அதிகமாகப் பயன்படுத்தப் பட்டன.

11

முல்லைத்தீவை நோக்கி

நவம்பர் 2008 பாதியில் பூநகரி வீழ்ந்தபிறகு, ஜெனரல் ஃபொன்சேகா கிளிநொச்சிமீது மூன்று திசைகளிலிருந்தும் தாக்குவதற்கான திட்டத்தை வகுத்தார். கிளிநொச்சிதான் புலிகளின் தலைமை நிர்வாகப் பீடமாக இருந்தது.

A-9 நெடுஞ்சாலையில் ஆனையிறவுக்கு அருகில் அமைந்திருந்த கிளிநொச்சி, 2000-க்குப்பிறகு வன்னியை இரும்புக்கரம் கொண்டு ஆண்டுவரும் புலிகளின் நரம்பு மையமாக இருந்தது.

பிரபாகரன் கிளிநொச்சியில் வசிக்காவிட்டாலும் பிற தலைவர்கள் தேவைப்படும்போதெல்லாம் அங்கு வந்துபோனார்கள். புலிகளின் அரசியல் தலைவராக முதலில் எஸ்.பி. தமிழ்ச்செல்வனும் அதன்பிறகு பி. நடேசனும் அங்கிருந்தே செயல்பட்டனர். இலங்கை விமானப்படைத் தாக்குதலில் கொல்லப்படுவதற்குமுன், இங்குதான் தமிழச்செல்வன் சர்வதேச அமைதித் தூதுவர்களையும் தொண்டு நிறுவனங்களின் பிரதிநிதிகளையும் பத்திரிகையாளர்களையும் வரவேற்றுப் பேசினார். புலிகளின் அமைதிச் செயலகமும் இங்கிருந்தே செயல்பட்டது.

கிளிநொச்சி மீதான பலமுனைத் தாக்குதலில் ஃபொன்சேகா 53, 55, 57, 58 ஆகிய டிவிஷன்களைப் பயன்படுத்த முடிவுசெய்தார்.

A-9 நெடுஞ்சாலைக்குக் கிழக்காக, இரணமடு குளத்திலிருந்து ஆதம்பன் வழியாக அக்கறையன் குளம் வரையிலான பகுதியில் இருந்த புலிகளின் தடுப்பரணை 57-வது டிவிஷன் தாக்கும். மன்னார் முதல் மேற்குக் கடற்கரைப் பகுதியில் A-32 நெடுஞ்சாலை வரை கைப்பற்றியிருந்த 58-வது டிவிஷன், ஆதம்பனிலிருந்து யாழ் காயல் பகுதிகளைத் தாக்கும்.

ஆனையிறவுக்கு வடக்கில் யாழ் தீபகற்பத்தில் இருந்த 55-வது டிவிஷன் வடக்கிலிருந்து தெற்கு நோக்கி நகரும். 53-வது டிவிஷன் A-9 நெடுஞ்சாலைக்குத் தெற்கிலிருந்து கிளம்பும்.

தாக்குதல் தொடங்கி ஒரே வாரத்தில் நான்கு டிவிஷன்களுமே ஈழப்போரில் அதுவரையிலான மிகக் கடுமையான தாக்குதலை எதிர்கொள்ளவேண்டியிருந்தது. கிளிநொச்சியைக் காக்க, புலிகள் தங்களிடமிருந்த போர் அனுபவம் மிக்க படைகளைக் களத்தில் இறக்கியிருந்தனர். தங்களது மூத்த தளபதிகளான தீபன், பானு, ஜெர்ரி ஆகியோரை வெவ்வேறு முனைகளில் தலைமை தாங்க அழைத்திருந்தனர். டிசம்பரில் ஒரு நாள், 24 மணி நேரத்துக்குள் இலங்கைத் துருப்புகள் அலை அலையான புலிகளின் தாக்குதலை எதிர்கொள்ளவேண்டியிருந்தது. முந்தைய காலங்களைப் போலவே இடையறாத பீரங்கித் தாக்குதல்களை புலிகள் நிகழ்த்தினர். இதனால் இலங்கை ராணுவத்தினர் கலைந்துபோய் சிதறிவிடுவார்கள் என்று புலிகள் எதிர்பார்த்திருக்கலாம். ஆனால் இந்த ராணுவம் முந்தைய ராணுவங்களைப் போலன்றி வித்தியாசமானதாக இருந்தது. ராணுவத் தலைமையும் உயிரிழப்பைப் பற்றிக் கவலைப்படவில்லை. நோக்கம் நிறைவேறவேண்டும். அவ்வளவுதான்.

58-வது டிவிஷனின் மூன்று பிரிகேடுகளுக்கும் கொடுக்கப்பட்ட இலக்கு, பூநகரி-பரந்தன் சாலையில், யாழ்ப்பாணக் காயலில் இருந்து ஆதம்பன் வரையிலான ஆறு மைல் நீளமுள்ள புலிகளின் தடுப்பரண்.

ஆனால் அது அவ்வளவு எளிதாக இல்லை. வடகிழக்குப் பருவ மழையினால் சேறாகியிருந்த தரையில் கவச வாகனங்களால் செல்லமுடியவில்லை. பூநகரி-பரந்தன் B-69 சாலை இரண்டு விதமான நில அமைப்பை வெட்டிச் சென்றது. சாலையின் வடக்கில் சேறும் சகதியுமான நிலம். தெற்கில் நெல் வயல்கள். ஆறுகளும் கால்வாய்களும் படைகளின் நகர்வை தாமதப்படுத்தின.

நெஞ்சளவு நீரில் படையினர் நடந்துசெல்ல வேண்டியிருந்தது. முழங்கால்வரையிலான சேற்றில் நடக்கவேண்டியிருந்தது. இதற்கிடையில் புலிகளின் துப்பாக்கித் தாக்குதல்.

இடையிடையே, யாழ் காயல் வழியாக ஊடுருவி வரும் கடற் புலிகளும் படையினர்மீது தாக்குதல் தொடுத்தனர். அப்போது தான் Mi-24 ஹெலிகாப்டர்கள் படைகளுக்கு உதவியாகக் களத்தில் குதித்து, கடற்புலிகளைத் தாக்க ஆரம்பித்தன.

ஆனையிறவுக்கு வடக்கே முகமலை, நாகர் கோவில், கிளாலி ஆகிய இடங்களில் இருந்த 55-வது, 53-வது டிவிஷன்கள், முக மலை தடுப்பரணைக் கைப்பற்ற மிகக் கடுமையான போரில் இறங்கின.

8-பேர் குழுக்களும் ஊடுருவித் தாக்கும் குழுக்களும் சேர்ந்து புலிகளின் பகுதிக்குள் நுழைந்து தாக்கியதால் இந்தப் பகுதியில் சண்டை ராணுவத்துக்கு ஆதரவாக அமைந்தது. ஆனையிறவு பக்கத்தில் புலிகள் மிகக் கடுமையாகப் போராடுவார்கள் என்பதை 55-வது டிவிஷனின் தளபதி பிரிகேடியர் பிரசன்ன சில்வா வும் 53-வது டிவிஷனின் தளபதி பிரிகேடியர் கமல் குணரத்னே யும் உணர்ந்திருந்தனர். எனவே ஏர் மொபைல் பிரிகேடையும் மெக்கனைஸ்ட் இன்ஃபண்ட்ரி பிரிகேடையும் உதவிக்கு அழைத்தனர்.

இந்த இரு டிவிஷன்களும் ஒரு வாரம் சண்டையிட்டபிறகு, வெறும் 800 மீட்டர் தூரத்தை மட்டுமே கடந்து புலிகளின் முதல் தடுப்பரணை அடையமுடிந்தது என்றால் போர் எவ்வளவு கடுமையாக இருந்தது என்பதை உணர்ந்துகொள்ளலாம். 58-வது டிவிஷனைப் போலவே இந்த இரு டிவிஷன்களும் டிசம்பரில் பெய்த கடும் மழையில் சிக்கிக்கொண்டன. புலிகளும் எளிதில் விட்டுக்கொடுக்கத் தயாராக இல்லை. இரு பக்கமும் நிறைய உயிரிழப்புகள் இருந்தன. ஆனால் ராணுவத்தைப் போலன்றி, புலிகளால் நல்ல உடல் வலுவுடைய இளைஞர்களைக் கொண்டு இழப்புகளை ஈடுகட்ட முடியாமல் போனது.

கிளிநொச்சியின் தெற்குப் பகுதித் தடுப்பரணைத் தாக்கும் மிகவும் கடினமான வேலை 57-வது டிவிஷனிடம் கொடுக்கப் பட்டிருந்தது. புதுமுறிப்புக்குளம், தெரு முறிகண்டி ஆகிய இரு இடங்களில் மண் வரப்பின்மீது 57-வது டிவிஷன் தாக்குதலை

ஆரம்பித்தது. A-9 சாலையின் குறுக்கே செல்லும் 1.2 கிலோ மீட்டர் மண் வரப்பை படைகள் கைப்பற்றின.

புலிகள்மீது மேலும் அழுத்தம் கொடுக்க, வெலி ஓயாவுக்கு வடக்கே இருந்த 59-வது டிவிஷனை மேலும் வடக்கு நோக்கிச் சென்று புலிகளின் தடுப்பைப் பின்னோக்கித் தள்ளுமாறு ஃபொன்சேகா ஆணையிட்டார். 59-வது டிவிஷனின் தாக்குத லால், முல்லைத்தீவில் இருந்த புலிகளை கிளிநொச்சிக்கு அனுப்பி, அங்குள்ள போராளிகளுக்கு ஆதரவாகப் போரிட வைக்க முடியாத நிலை பிரபாகரனுக்கு ஏற்பட்டது.

20 டிசம்பர் சமயத்தில் புலிகளின் வளங்கள் மிகக் கடுமையாக இழுக்கப்பட்டிருந்தன. புலிகளின் மூத்த தளபதிகள் வெவ்வேறு பகுதிகளுக்கும் சென்று போராளிகளை ஊக்குவிக்கவேண்டி யிருந்தது. கொத்து கொத்தாக மடியும் போராளிகளுக்கு இடையே, புதிய போராளிகளுக்கு வழிகாட்டவேண்டி யிருந்தது. புலிகளின் வயர்லெஸ் தொடர்பைக் கண்காணித்து வந்த ராணுவ உளவுத்துறை, லாரன்ஸ் என்ற தளபதிக்கு பதில் சுவர்ணம் என்பவரை கிளிநொச்சிக்குத் தெற்கில் உள்ள தடுப்புகளைக் கையாள பிரபாகரன் நியமித்திருப்பதைக் கண்டு பிடித்தது. ஆனால் 2007-ல் கிழக்குப் பிராந்தியத்தில் மட்டக் களப்பைக் காக்கமுடியாமல் சுவர்ணம் ஓடியதுபற்றி ஏற் கெனவே பார்த்திருக்கிறோம்.

57-வது டிவிஷனுக்குப் பக்கபலமாக இருந்த டாஸ்க் ஃபோர்ஸ் 3, இப்போது சுவர்ணத்தையும் பிற தளபதிகளையும் குறி வைத்துத் தாக்குதலில் இறங்கியது. திடீர் திடீரென புலிகள் பகுதிக்குச் சென்று தாக்கிவிட்டுத் திரும்பிவந்த டாஸ்க் ஃபோர்ஸ் 3, டிசம்பர் பாதியில் மண்குளம் அருகே, சுவர் ணத்தைக் கிட்டத்தட்ட உயிரோடு பிடிக்கும் வாய்ப்பைப் பெற்றது.

ஒருநாள் அவர்கள் எதிரியின் பகுதியில் தாக்குதலில் ஈடு பட்டிருந்தபோது இரண்டு பச்சை நிற வண்டிகள் அவர்களுக்குப் பக்கத்தில் வருவதைக் கண்டனர். அந்த வண்டிகளுக்குமுன் மூன்று மோட்டார்சைக்கிள்கள் பாதுகாப்பாக வந்தன. எனவே யாரோ முக்கியமானவர் வருகிறார் என்பது தெரிந்துவிட்டது. அப்போது பிளாடூன் கமாண்டர், வண்டியிலிருந்து சுவர்ணம் இறங்குவதைப் பார்த்துவிட்டார்.

புலிகளின் மூத்த தலைவர் ஒருவரைக் கொல்லும் வாய்ப்பு கிடைத்துவிட்டது என்று ராணுவத்தினர் உடனே சுட ஆரம்பித் தனர். ஆனால் போராளிகள் உஷாராக திருப்பிச் சுட்டு, சுவர் ணத்தை மற்றொரு வண்டியில் ஏற்றி அங்கிருந்து பாதுகாத்து அழைத்துச் சென்றனர்.

இதற்கிடையில் போரின் மற்றொரு அம்சமாக, பரந்தனிலும் கிளிநொச்சிக்குக் கிழக்கிலும் தெற்கிலும் வசித்த சிவிலியன்கள் ராணுவத்தினருக்கு இடையூறாக இருந்தனர். புலிகள் மக்கள் வாழும் பகுதிகளில் பீரங்கிகளைப் பொருத்தி, அங்கிருந்தபடி முன்னேறும் படைகளை நோக்கிச் சுட ஆரம்பித்தனர். பதி லுக்குத் திருப்பிச் சுட்டால் மக்கள் பாதிக்கப்படுவார்கள் என்ற நிலை. சில இடங்களில் வீடுகளிலிருந்து திடீரென வெளியே வரும் புலிகள் படையினரை நோக்கிச் சுடுவார்கள். ராணுவத் தினர் பதிலுக்குச் சுடும்போது இடையில் மாட்டி அப்பாவி சிவிலியன்கள் கொல்லப்படுவார்கள்.

இவ்வாறு புலிகள் சிவிலியன்களை மனிதக் கேடயங்களாகப் பயன்படுத்த ஆரம்பித்தது ராணுவத் தளபதிகளுக்குத் தலை வலியைக் கொடுத்தது. மன்னார் நெற்களஞ்சியப் பகுதியிலும் பூநகரி-பரந்தன் சாலை நெடுகிலும் வசித்த மக்களை புலிகள் கட்டாயப்படுத்தி தாங்கள் பின்வாங்கும்போது தங்களுடன் சேர்த்து கிளிநொச்சிக்கு அழைத்துச் சென்றிருந்தது ராணுவத் துக்குத் தெரிந்திருந்தது. ஆனால் இப்படி எத்தனை மக்கள் நகர்த்தப்பட்டிருந்தனர் என்ற எண்ணிக்கை தெரியவில்லை. நவம்பர், டிசம்பரில் சுமார் 80,000 முதல் ஒரு லட்சம் பேர் - குழந்தைகள், பெண்கள், ஆண்கள், இளையவர், முதியவர் - கையில் மிகச் சில பொருள்களோடு இழுத்துச் செல்லப்பட்டனர் என்று தெரியவந்தது.

ராணுவம் எதிரியின் எல்லைக்குள் நுழையும்போது, புலிகளைக் கொல்வதா அல்லது சிவிலியன்கள் உயிர் போகாமல் பார்த்துக்கொள்வதா என்ற சிக்கலில் மாட்டுவார்கள் என்பது தெளிவானது. ஆனால் அதிர்ஷ்டவசமாக, பல இடங்களில் மக்கள் தங்கள் உயிரையும் பொருட்படுத்தாது புலிகளிடமிருந்து தப்பி அரசுப் பகுதிகளுக்கு ஓடிவரத் தொடங்கினர். கிறிஸ்மஸ் தினத்தன்று ஒரு மக்கள் குழு புலிகளிடமிருந்து தப்பி அரசுப் பகுதிக்கு வந்ததாக defence.lk தளம் அறிவித்தது.

முல்லைத்தீவில் கொக்கு துடுவை என்ற இடத்தில் 21 தமிழ் சிவிலியன்கள் புலிகளிடமிருந்து தப்பி, காலை 7.15 மணிக்கு ராணுவத்தினரிடம் வந்ததாக செய்தி ஒன்றில் அது தெரிவித்தது. அதில் 9 பேர் குழந்தைகள், 8 பேர், வயதான ஆண்கள், 4 பேர் பெண்கள்.

'விடுதலைப் புலிகள் குழந்தைகளைக் கட்டாயமாகப் பிடித்து சண்டைக்கு அழைத்துச் செல்வதாகவும், தங்களது குழந்தைகளை புலிகளிடமிருந்து காக்க விரும்புவதாகவும்' அந்த வயதானவர்கள் சொன்னதாக அந்த இணையத்தளம் தெரிவித்தது.

மாங்குளத்துக்குத் தெற்கே, 200 பேர் பாதுகாப்பு தேடி அரசுப் பகுதிக்கு வந்தனர். இவ்வாறு மக்கள் வர ஆரம்பித்ததால், அரசு பல இடங்களில் நிவாரண முகாம்களை அமைக்க ஆரம்பித்தது. இந்தச் சிறு துளி, அடுத்த நான்கு மாதங்களில் பெரு வெள்ளமாகப் போகிறது என்பதை ராணுவம் உணரவில்லை.

பொதுமக்களுக்கு எந்த ஆபத்தும் நேரக்கூடாது என்ற கோரிக்கை மனித உரிமை அமைப்புகள், இந்திய, அமெரிக்க அரசுகள் ஆகியவற்றிடம் இருந்து வர ஆரம்பித்தன. குடியரசுத் தலைவர் மகிந்த ராஜபக்ஷேயும் பாதுகாப்புச் செயலர் கோதபாய ராஜபக்ஷேயும் கடுமையான அழுத்தத்தில் சிக்கிக்கொண்டனர். புலிகள்தான் மக்களை பிணைக்கைதிகளாக வைத்துள்ளனர் என்று அரசு, கவலைகொண்ட சர்வதேச சமுதாயத்திடம் சொன்னது. குடியரசுத் தலைவர் ராஜபக்ஷே, சிவிலியன்கள் விஷயத்தில் சர்வ ஜாக்கிரதையாக நடந்துகொள்ளுமாறு ராணுவத்திடம் கேட்டுக்கொண்டார்.

ஐநா சபையும் கவலைப்பட்டது. மனித நலப் பணிகளுக்கான ஐநா அண்டர் செக்ரட்ரி ஜெனரலும் ஐநாவின் அவசரகால நிவாரணத்துக்கான ஒருங்கிணைப்பாளருமான ஜான் ஹோம்ஸ், டிசம்பர் நான்காம் வாரம் விடுத்த வேண்டுகோளில், மக்கள் எங்கு சென்றால் பாதுகாப்பாக இருப்பதாக உணர்கிறார்களோ அந்த இடத்துக்குச் சுதந்தரமாகச் செல்ல புலிகள் மக்களை அனுமதிக்க வேண்டும் என்றார். புதிதாக வரும் மக்களை சர்வதேச நாடுகள் ஏற்றுக்கொண்ட கொள்கையின்படி வரவேற்கவேண்டும் என்று அவர் இலங்கை அரசைக் கேட்டுக்கொண்டார். தனது வேண்டுகோளில் அவர் இவ்வாறு சொல்லியிருந்தார்:

மக்கள் குடிபெயர்ந்துள்ள பகுதிகளைச் சுற்றி சண்டை நடக்கும் போது, எங்கே செல்வது என்பதில் அவர்களுக்கு வாய்ப்புகள் அதிகம் இல்லை. சண்டையினால் அவர்களுக்குத் தீங்கு வர வாய்ப்புள்ளது.

அவர்களுக்குத் தேவையான உணவு அரசின்மூலமாகவும் ஐநா அமைப்பின் மூலமாகவும் கிடைத்தாலும் அவர்களுக்குத் தேவையான தங்குமிடம், நீர், சுகாதார வசதிகள் ஆகியவை போதவில்லை. இதில் பலர், கடந்த சில வாரங்களிலும் மாதங் களிலும் பலமுறை இடம்பெயர்ந்துள்ளனர்.

அந்தக் கட்டத்தில், ஐநா மனித நலப்பணி ஒருங்கிணைப் பாளரின் அலுவலகம், 2008-ன் இரண்டாம் பாதியிலிருந்து, வடக்கில் மட்டும் சுமார் 2,30,000 பேர் போர் காரணமாக இடம்பெயர்ந்திருக்கலாம் என்று கணக்கிட்டது.

மனித நெருக்கடி அதிகரிப்பது ஒருபக்கம் இருக்க, டிசம்பர் மூன்றாம் வாரத்தில் மழை சற்றே குறைந்தது. இதனால் மறுபடி யும் பல முனைகளிலும் பெரிய அளவில் சண்டை ஆரம்பித்தது.

24 டிசம்பர் அன்று, டாஸ்க் ஃபோர்ஸ் 3-ன் படையினர் இரணமடு குளம் அருகே அம்பகாமம் பகுதியில் காடுகளைக் கழித்து புலிகள் உருவாக்கியிருந்த விமான ஓடுதளப் பாதை ஒன்றைக் கண்டுபிடித்தனர்.

அந்த ஓடுதளம் 25 மீட்டர் அகலமும் 350 மீட்டர் நீளமும் கொண்டதாக இருந்தது. இது படைகள் கண்டுபிடித்த மூன்றா வது ஓடுதளம். முதல் ஓடுதளத்தை 57-வது டிவிஷன் பனிக்கங் குளம் பகுதியில் கண்டுபிடித்து அழித்தது. இரண்டாவது ஓடு தளத்தை நிவில் பகுதியில் 58-வது டிவிஷன் கண்டுபிடித்துக் கைப்பற்றியது. ஆனால் புலிகளிடமிருந்த விமானங்கள் இன்னும் கண்ணுக்குப் படவில்லை.

கிறிஸ்துமஸ் அன்று ஜெனரல் சரத் ஃபொன்சேகா வவுனியா சென்று போர்த் திட்டங்களைப் பரிசீலனை செய்தார். வன்னியின் பாதுகாப்புப் படைத் தலைமையகத்தின் தளபதி மேஜர் ஜெனரல் ஜகத் ஜயசூரியா போர்க்கள நிலவரத்தை விளக்கினார். அனைத்து டிவிஷன், பிரிகேடுகளின் தளபதிகளும் அங்கே குழுமியிருந் தனர். புலிகளின் எதிர்ப்பு பலமாக இருந்தாலும் படைகள் கிளிநொச்சிக்குள் எந்த நேரத்திலும் நுழைந்துவிடலாம் என்ற

நிலையில், இந்தச் சந்திப்பு முக்கியத்துவம் வாய்ந்ததாகக் கருதப் பட்டது.

இந்தச் சந்திப்புக்கு மறுநாள், விமானப்படை விமானங்கள், இரணமடு, பரந்தன் பகுதிகளில் உள்ள மண் வரப்புகள்மீதும், இந்த வரப்புகளைக் கட்டிக்கொண்டிருக்கும் மண் பெயர்க்கும் இயந்திரங்கள்மீதும் கடுமையான வான்வழித் தாக்குதலை மேற்கொண்டன.

2008 முடிவடையும் நேரத்தில், பிரிகேடியர் ஷவீந்திர சில்வாவின் 58-வது டிவிஷன், இறுதியான புலிகளின் எதிர்ப்பைக் கடந்து, பரந்தன் சந்திப்பை வந்தடைந்தது. 31 டிசம்பர் நடந்த சண்டை யில் 31 புலிகள் கொல்லப்பட்டனர்.

கிளிநொச்சியிலிருந்து 4.5 கிலோமீட்டர் தொலைவில் இருந்த பரந்தன், A-9 நெடுஞ்சாலையில் வடக்கையும் தெற்கையும் இணைக்கும் மிக முக்கியமான சந்திப்பாகும். இந்தச் சந்திப்பு நான்கு முக்கியமான இடங்களை இணைக்கிறது. தெற்கில் கிளிநொச்சி, மேற்கில் பூநகரி, கிழக்கில் முல்லைத்தீவு, வடக்கில் யாழ்ப்பாணத்தின் வாயில் எனப்படும் ஆனையிறவு.

பரந்தனைப் பிடித்தவுடன் படைகளால், வடக்கில் 9 கிலோ மீட்டர் தொலைவில் இருந்த ஆனையிறவை நோக்கிச் செல்லமுடிந்தது. அங்கு ஆனையிறவு கோட்டையில் இருந்த புலிகள்மீது கிடுக்கிப்பிடித் தாக்குதல் தொடுக்கமுடிந்தது. மேலும் படைகளால் இப்போது கிளிநொச்சியை மூன்று பக்கங்களிலிருந்தும் நசுக்கமுடியும்.

ராணுவம் கிளிநொச்சிமீது முற்றுகையை ஆரம்பித்தபோதும், புலிகளின் அரசியல் தலைவர் பி. நடேசன், சர்வதேச பத்திரிகை ஏஜென்சி ஒன்றுக்கு அளித்த பேட்டியில் புலிகள் தந்திரோபாய மாகவே பரந்தனிலிருந்து பின்வாங்கியுள்ளனர் என்றே தெரிவித்தார். அசோசியேடட் பிரெஸ்ஸுக்கு அவர் அளித்த பேட்டியில், 'எங்களது மக்களின் உயிரைக் காக்கவும் எங்களது படைகளின் பலத்தை அதிகரிக்கவுமே, நாங்கள் பல இடங் களிலிருந்து தந்திரோபாயமாக வெளியேறியுள்ளோம். சரியான நேரமும் இடமும் வாய்க்கும்போது இழந்த இடங்களைத் திரும்பப் பிடித்துவிடுவோம்' என்றார். மின்னஞ்சல் மூலம் நடந்த இந்த நேர்காணலில் புலிகள் அமைதிப் பேச்சு

181

வார்த்தைக்குத் தயாராக இருப்பதாகவும், அரசுதான் அதற்குத் தயாராக இல்லை என்றும் அவர் கூறியிருந்தார்.

நடேசனின் பேட்டிக்கு ஒரு வாரம் முன்புதான் குடியரசுத் தலைவர் ராஜபக்ஷே, எந்தக் காரணம் கொண்டும் புலிகளுடன் பேச்சுவார்த்தைக்கோ சமாதானத்துக்கோ தாங்கள் தயாராக இல்லை என்று சொல்லியிருந்தார்.

பரந்தனைப் பிடித்தது பெரும் வெற்றி என்றால், அதைவிடப் பெரிய வெற்றி அடுத்த 48 மணி நேரங்களுக்குள்ளாகக் கிடைக்க இருந்தது. 2 ஜனவரி 2009 அன்று 57-வது, 58-வது டிவிஷன்கள், கடந்த பத்தாண்டுகளுக்கும் மேலாக விடுதலைப் புலிகளின் நிர்வாகத் தலைமையகமாக இருந்த கிளிநொச்சி நகருக்குள் நுழைந்தன.

மேஜர் ஜெனரல் ஜகத் டயஸ் தலைமையிலான 57-வது டிவிஷன் கிளிநொச்சியின் தெற்கு, தென்மேற்கு எல்லையிலிருந்தும் பிரிகேடியர் ஷவீந்திர சில்வாவின் 58-வது டிவிஷன் வடக்கு, வடமேற்கிலிருந்தும் உள்ளே நுழைந்தன.

ராணுவ முக்கியத்துவம் என்ற வகையில் கிளிநொச்சி அவ்வளவு பெரிய வெற்றியல்ல என்றாலும் இலங்கை அரசைப் பொருத்த மட்டில் அதற்கென ஒரு மதிப்பு இருந்தது. கடந்த இருபது ஆண்டுகளில் கிளிநொச்சி இருமுறை கை மாறியிருந்தது. 1990-ல் ராணுவம் கிளிநொச்சியிலிருந்து வெளியேறியதும், புலிகள் அந்த இடத்தைக் கைப்பற்றினர். 1996-ல் ஆபரேஷன் சத்ஜய 1, 2, 3 ஆகியவற்றின்போது ராணுவம் மீண்டும் கிளிநொச்சியைக் கைப்பற்றியது. 1998-ல் புலிகள் மீண்டும் அந்த நகரைத் தம் பிடிக்குள் கொண்டுவந்தனர். அப்போதிலிருந்து கிளிநொச்சி, புலிகளின் தலைநகராக இருந்துவந்துள்ளது.

கிளிநொச்சியை மீண்டும் கைப்பற்றியது குடியரசுத் தலைவர் ராஜபக்ஷேவுக்கு மிகவும் மகிழ்ச்சியை அளித்தது. அவர், புலிகளுக்கு எதிராகப் பெரும் சூதாட்டத்தை நிகழ்த்தி, நாட்டையே பெரும் போரில் ஆழ்த்தியிருந்தார். வெல்லவே முடியாத போர் என்றே பலரும் நினைத்தனர். ஆனால் ராணுவம் அவரைக் கைவிடவில்லை. எனவேதான், கிளிநொச்சி வீழ்ந்ததை அவரே உலகுக்கு அறிவித்தார். கொழும்பில், குடியரசுத் தலைவர் மாளிகையில் அவசர அவசரமாகக் கூட்டிய கூட்டத்தில்

அரசின் அனைத்து முக்கிய நிர்வாகிகளுக்கும் முன் அவர் இவ்வாறு பேசினார்:

> சிறிது நேரம் முன்னதாக, நமது வீரம் செறிந்த நாயகர்கள், புலிகளின் கோட்டை என்று கருதப்பட்ட கிளிநொச்சியை முழுமையாகக் கைப்பற்றியுள்ளனர். உலகின் மிகப் பயங்கரமான தீவிரவாதக் குழு என்று நம் தலைவர்களும் இந்த உலகமுமே கருதும் புலிகளின் கோட்டையை நம் படையினர் முழுவதுமாகப் பிடித்துள்ளனர்.
>
> எந்த மொழியிலும் எந்த வார்த்தைகளிலும் சொல்வதானாலும் இந்த வெற்றி ஈடு இணையே இல்லாதது. நமது படைகள் புலிகளின் சிறந்த கோட்டை ஒன்றை மட்டும் கைப்பற்றவில்லை; பயங்கரவாதத்துக்கு எதிரான உலகு தழுவிய போராட்டத்தில் பெரும் வெற்றியைப் பெற்றுள்ளனர். இந்த உலகமே இலங்கை ராணுவத்தின் இந்த மகத்தான வெற்றியைப் பாராட்ட வேண்டும்.

வன்னியையும் முக்கியமாக கிளிநொச்சியையும் புலிகள் இரும்பிப் பிடியில் வைத்திருந்தனர். அரசு நிர்வாகிகளான அஞ்சல் துறை அலுவலர்கள், அரச ஏஜெண்ட், மருத்துவர்கள், ஆசிரியர்கள் என அனைவரும் அரசிடம் சம்பளம் பெற்றனர். ஆனால் அனைவரும் புலிகளின் பிடியில் இருந்தனர்.

ஆனால் ராணுவம் நகரில் நுழைந்தபோது அங்கே ஈ, காக்காய் காணப்படவில்லை.

நடேசன் சொன்னதுபோலவே, புலிகள் அந்த நகரை முழுமையாகக் காலி செய்திருந்தனர். தந்திரோபாயப் பின்வாங்கல் என்று சொல்லப்பட்டாலும், மிக இக்கட்டான சூழலில் அந்த நகரில் உள்ள மக்கள், அரசு ஊழியர்கள் என அனைவரையும் காலி செய்து முல்லைத்தீவின் காடுகளுக்குள் புலிகள் அழைத்துச் சென்றிருந்தனர்.

கிளிநொச்சி பிடிபட்ட 15 நாள்கள் கழித்து நான் அங்கு சென்றேன். நகருக்குள் நுழைந்ததும்தான் அது எவ்வளவு வெறுமையாகக் காட்சியளிக்கிறது என்பது உறைத்தது. ஒரு சிவிலியன் கூடக் கண்ணில் படவில்லை. கட்டடங்களில் துப்பாக்கி துளைத்த ஓட்டைகள் இருந்தன. அலுவலகங்களுக்கும் வீடுகளுக்கும் கூரைகள் காணப்படவில்லை. கடந்த பத்து வருடங்களாக புலிகளின் நிர்வாகத் தலைமையகமாக இருந்த கிளிநொச்சி போலவே அந்த இடம் தெரியவில்லை.

புலிகளின் அமைதிச் செயலகமாகவும் தமிழ்ச்செல்வனின் அலுவலகமாகவும் விளங்கிய இடத்தில் இப்போது ராணுவத் தினர் முகாமிட்டிருந்தனர். நாங்கள் பல இடங்களுக்கும், முக்கியமாக புலிகளின் தலைமையகத்தின் அடியில் கட்டப்பட்ட பதுங்கு குழிகள் இருக்கும் இடத்துக்கும் அழைத்துச் செல்லப் பட்டோம். புலிகள் மிக நவீனமான தகவல் தொடர்புக் கருவி களை அங்கே விட்டுவிட்டுச் சென்றிருந்தனர். தமிழ்ச்செல்வன் மீது குண்டு வீசப்பட்ட இடத்தையும் பார்வையிட்டோம்.

பரந்தன், ஆனையிறவு ஆகிய இடங்களுக்கும் சென்று பார்வை யிட்டோம். நாட்டையும் யாழ் தீபகற்பத்தையும் இணைக்கும் மிக மெலிதான நிலம்தான் அது. அங்கு இருந்த அமைதி வியக்க வைத்தது. ஆனால் ஒரு வாரத்துக்குமுன்புதான் நான்காம் ஈழப்போரின் மிகக் கடுமையான சண்டை அங்கு நடந்திருந்தது. இப்போது ஆனையிறவு என்று எழுதி முக்கால்வாசி அழிந்துபோயிருந்த கல்லுக்கு அருகில் ஒரே ஒரு கவச வாகனம் மட்டும் நின்றுகொண்டிருந்தது.

கிளிநொச்சியின் வீழ்ச்சிக்குப்பிறகு, முல்லைத்தீவுக் காட்டுக் குள் நுழைய ராணுவம் தயங்கலாம் என்று பிரபாகரனும் அவரது தளபதிகளும் நினைத்தனர். இதற்குமுன் முல்லைத்தீவுக் காடு கள் ராணுவத்துக்குப் புதைகுழிகளாக ஆகியிருந்தன. மேற்கு நாடுகளின் அரசுகளும் மனித உரிமை அமைப்புகளும் மேற் கொண்டு போர் நடந்தால் சிவிலியன்கள் பாதிக்கப்படலாம் என் பதைப் பெரிதாக்கி, இலங்கை அரசை நிர்ப்பந்திப்பார்கள் என்று பிரபாகரன் எதிர்பார்த்திருக்கலாம். கொழும்பு இதனை எதிர் பார்த்திருந்தது. எனவே அதற்கு எதிரான சில வியூகங்களை வகுத்து, புலிகளுக்கு எதிரான தங்களது போரை விளக்க, மிக புத்திசாலியான தூதர்களைப் பல நாடுகளுக்கும் அனுப்பி யிருந்தது.

ஒரு பக்கம் அரசு, சர்வதேச சமூகத்திடம் இருந்து கடுமையான அழுத்தங்களை எதிர்கொள்ளத் தயாராகிக்கொண்டிருக்க, ராணு வமோ ஓய்வே இல்லாமல், புலிகளின் தடுப்பரண்களையும் கோட்டைகளையும் உடைத்தபடி முன்னேறிக்கொண்டிருந்தது. கிளிநொச்சியைக் கைப்பற்றிய ஒரு வாரத்துக்குள்ளாகவே ஆனையிறவு ராணுவ முகாம்மீதான தாக்குதல் தொடங்கியது. ஜனவரி 9 அன்று ஆனையிறவுக்கு வடக்கில், யாழ்ப்பாணம்- முகமலை, கிளாலி பகுதிகளிலிருந்து வந்த பிரிகேடியர் கமல்

184

குணரத்னே தலைமையிலான 53-வது டிவிஷனும் பிரிகேடியர் பிரசன்ன சில்வா தலைமையிலான 55-வது டிவிஷனும், தெற்கிலிருந்து வடக்கு நோக்கி ஆவேசத்துடன் வந்துகொண்டிருந்த 58-வது டிவிஷனுடன் இணைந்தனர். இந்த மூன்று டிவிஷன்களும் ஒருசேர ஆனையிறவு ராணுவ முகாமில் புலிகள் உருவாக்கியிருந்த வலுவான தடுப்புகளைத் தகர்த்தெறிந்தனர்.

பத்தாண்டுகளுக்குப் பின், ஆனையிறவின் சுற்றுப்புறங்களை முற்றிலுமாகக் கைப்பற்றியபிறகு கண்டி-யாழ்ப்பாணம் A-9 சாலை முற்றிலுமாக இலங்கை அரசின் கைகளுக்குக் கிடைத்தது.

இந்த வெற்றி அணிவகுப்பு ஒருபக்கம் இருந்தாலும், இனிதான் மிக முக்கியமான போர் நடக்க உள்ளது என்ற எண்ணம் ஒரு பக்கமும், சிவிலியன்கள் போரின் இடையில் மாட்டிக்கொள்ளப் போகிறார்கள் என்ற எண்ணம் மற்றொரு பக்கமும் வெற்றிக் களிப்பைச் சற்றே குறைத்தன. ஆனையிறவைக் கைப்பற்றியதற்கு மறுநாள், புலிகள் பகுதியிலிருந்து வெளியேற விரும்பிய ஏழு பேர் போராளிகளால் சுட்டுக்கொல்லப்பட்டனர் என்ற தகவல் வெளியானது. ஆனால், வேறு 50 பேர் (அதில் இருவர் துப்பாக்கிச் சூட்டில் காயமடைந்தவர்கள்) தப்பி, ராணுவத்தின் கட்டுப்பாட்டில் உள்ள பரந்தனுக்கு வந்து சேர்ந்தனர்.

அதிகரிக்கும் சிவிலியன் சாவுகள் தமிழகத்தில் பதற்றத்தை ஏற்படுத்தின. ஆளும் கட்சியான திமுகவும் பிற கட்சிகளும், இந்திய அரசு இலங்கை விவகாரத்தில் தலையிடவேண்டும் என்று அழுத்தம் கொடுக்க ஆரம்பித்தன. இதனால் இந்திய அரசு, வெளியுறவுத் துறைச் செயலர் ஷிவ் ஷங்கர் மேனனை கொழும்புக்கு அனுப்பியது.

மேனன் இலங்கைக்கான இந்தியத் தூதராகப் பணியாற்றியவர். அவர் போர்முனையில் சிக்கியுள்ள சிவிலியன்களின் பாதுகாப்பைப் பற்றி இலங்கையிடம் பேசினார். ராஜபக்ஷே சகோதரர்கள் பொறுமையாக அவர் பேசியதைக் கேட்டுக்கொண்டனர். இந்திய அரசின் நிலையைத் தாங்கள் புரிந்துகொள்வதாகச் சொன்ன அவர்கள், அதே நேரம் விடுதலைப் புலிகள் நன்றாகச் சிக்கிக்கொண்டிருக்கும் இந்த நேரத்தில் ராணுவத் தாக்குதலை எக்காரணம் கொண்டும் நிறுத்தமுடியாது என்பதையும் தெளிவாகச் சொன்னார்கள். மேனன் ஏமாற்றத்துடன் இந்தியா திரும்பினார்.

அடுத்த 15 நாள்களில் இலங்கை ராணுவம் புலிகளின் பல முகாம்களையும் அழித்தபடி முன்னேறியது. ஜனவரி 25 அன்று முல்லைத்தீவையும் அடைந்துவிட்டது. பிரிகேடியர் நந்தன உதுவத்தேயின் தலைமையிலான 59-வது டிவிஷன் ஜனவரி 2008-ல் வெலி ஓயாவிலிருந்து தொடங்கி வெகு தூரம் வந் திருந்தது. முல்லைத்தீவை விடுவிக்கவேண்டும் என்ற சிறப்புக் காரணத்துக்காக உருவாக்கப்பட்டிருந்தது இந்த டிவிஷன். ஆண்டான்குளம், நாகச்சோலை ஆகிய பகுதிகளைப் பிடித்து, டிசம்பர் 2008-ல் முல்லைத்தீவுக்கு வெளியே வந்துசேர்ந்த இந்த டிவிஷன், கிழக்குக் கரையில் புலிகளின் கடைசிப் புகலிடத்தை நெருங்க மேலும் ஒரு மாதம் எடுத்துக்கொண்டது.

நந்திக்கடல் காயலுக்கும் கடலுக்கும் இடையில் உள்ள குறுக லான நிலப்பகுதிதான் முல்லைத்தீவு. அதுதான் புலிகளின் கடைசிப் புகலிடம். கடற்கரையை ஒட்டி இருந்ததால் கடற்புலி களும் தரைப் போராளிகளும் ஒருங்கிணைந்து செயல்படும் இடமாக இந்த இடம் இருந்தது. புலிகளுக்குத் தேவையான ஆயுதங்கள், தினசரிப் பொருள்கள் ஆகியவை கடல் மார்க்கமாக இங்கே கொண்டுவரப்பட்டன. புலிகள் முல்லைத்தீவில் இருந்த ராணுவ முகாமை அடித்து நொறுக்கி, 1,200 படையினரைக் கொன்று, இந்த இடத்தை 1996-ல் கைப்பற்றி இருந்தனர்.

வடக்கே, பிரிகேடியர் பிரசன்ன சில்வாவின் 55-வது டிவிஷன், புலிகளின் தலைமை தப்பித்துச் செல்லக்கூடிய இடங்களை ஒவ்வொன்றாக மூடியபடி, தெற்கு நோக்கி நகர்ந்தது. கடற்புலி களின் கடைசி முகாமான சாலையைக் கைப்பற்றியிருந்தது. அங்குதான் கடற்புலிகளின் மிகவும் பயங்கரமான போராளிகள் இருந்தனர். கடற்புலிகள் இங்கிருந்துதான் இலங்கைக் கடற் படைமீது பல படுபயங்கரமான தாக்குதல்களை நிகழ்த்தியிருந் தனர். நான்கு நாள்கள் நடந்த நெருக்கமான சண்டையில் பல கடற்புலித் தலைவர்கள் கொல்லப்பட்டனர். கிழக்குப் பிராந்தியத்தில் வாகரையைக் கைப்பற்றியதில் பெரும்பங்கு ஆற்றியிருந்த பிரிகேடியர் பிரசன்ன சில்வா இங்கும் முக்கிய மான வெற்றியைப் பெற்றிருந்தார்.

55-வது டிவிஷனும் 59-வது டிவிஷனும் ஒன்றுடன் ஒன்று கைகோர்த்ததும், கடல் வழியாகத் தப்பிப்பது இயலாது என்றா னது. இப்போது புலிகள் பரந்தன்-முல்லைத்தீவு (A-35) சாலையில் வடக்கிலும் தெற்கிலும் மாட்டிக்கொண்டனர்.

ஜனவரி 20 அன்று, புலிகள் கடல் வழியாகத் தப்பிக்க முயற்சி செய்துள்ளனர். ஆனால் எச்சரிக்கையுடன் இருந்த கடற்படை அந்த முயற்சியைத் தடுத்துவிட்டது. அப்போது நடந்த கடுமையான சண்டையில் புலிகளின் நான்கு படகுகள் முல்லைத்தீவுக் கரையில் அழிக்கப்பட்டன. கடற்படையின் ஒரு கப்பலும் நாசமானது.

புலிகள் கட்டுப்பாட்டில் இருந்த பகுதியில் இருந்து, பல நூறு பேர் தப்பித்து அரசுக் கட்டுப்பாட்டுப் பகுதிகளுக்கு வர ஆரம் பித்தனர். கூடவே, பசி, பஞ்சம், குழந்தைகளும் பெண்களும் வலுக்கட்டாயமாக புலிகளால் இழுத்துச் செல்லப்பட்டு ராணுவத்துக்கு எதிராகப் போர்புரிய வைக்கப்படுதல் போன்ற தகவல்களும் வெளியாகின. சிவிலியன்கள் படும் துன்பம் இந்தியாவில் பதற்றத்தை உண்டாக்கியது. இதனால் இம்முறை இந்திய வெளியுறவுத்துறை அமைச்சர் பிரணாப் முகர்ஜியே நேராக கொழும்பு விரைந்து, சிவிலியன்களைக் காக்க இலங்கை அரசு என்ன செய்யவேண்டும் என்பது பற்றிப் பேசினார்.

இந்தியாவின் வற்புறுத்தலால், ஜனவரி 30 அன்று, குடியரசுத் தலைவர் ராஜபக்ஷே புலிகள் சரணடைவதற்கும் புலிகள் பகுதியில் இருந்த சிவிலியன்களை அரசுப் பகுதிக்கு அனுப்புவதற்கும் 48 மணி நேரக் கெடு விதித்தார். 'அடுத்த 48 மணி நேரத்துக்குள் சிவிலியன் களை சுதந்தரமாக இயங்கவும் அவர்கள் பாதுகாப்பை நோக்கிச் செல்லவும் அனுமதிக்குமாறு புலிகளைக் கேட்டுக்கொள் கிறேன். அனைத்து சிவிலியன்களுக்கும் பத்திரமான ஒரு சூழலை ஏற்படுத்தித் தருவேன் என்று நான் உறுதி கூறுகிறேன். முக்கிய மாக வடக்கிலும் போர் நடக்கும் இடங்களிலும் இருக்கும் மக்களுக்கு இந்த உறுதியைத் தருகிறேன்' என்றார் ராஜபக்ஷே.

பிப்ரவரி 2009-ன் ஆரம்பத்தில் புலிகள் கட்டுப்பாட்டில் 2,50,000 பேர் சிக்கியிருப்பதாக செஞ்சிலுவைச் சங்கம் கணக்கிட்டது.

48 மணி நேரக் கெடு வந்து போனது. ஆனால் புலிகள் தளர வில்லை. இப்போது அரசு பெரும் சிக்கலில் மாட்டியிருந்தது. கிழக்குக் கடற்கரைக்கும் முல்லைத்தீவுக் காட்டுக்கும் இடையில் உள்ள குறுகிய நிலப்பரப்பில் புலிகள் சிக்கிக்கொண்டுவிட்டனர் என்பதை அரசு உணர்ந்திருந்தது. ஆனால் அங்கு சிக்கியிருக்கும் மக்களின் உயிர்களைக் கருத்தில்கொண்டு முழுமையான போரை அரசால் நடத்தமுடியவில்லை.

இந்தச் சிக்கல் மேலும் 100 நாள்களுக்குத் தொடரும்.

187

12
மெதுவாக, மெதுவாக

இலங்கையின் குடியரசுத் தலைவருக்கும் முப்படைகளுக்கும் மிகவும் வெறுப்பான காலகட்டம், 2009-ன் பிப்ரவரி, மார்ச் மாதங்கள். விடுதலைப் புலிகளை வெறும் 300 சதுர கிலோ மீட்டருக்கும் குறைவான இடத்துக்குள் சுருக்கிவிட்டிருந் தார்கள்.

இந்த முன்னேற்றம் அபாரமானது.

பிப்ரவரி 2007-ல் இலங்கையின் பரப்பளவில் 15,000 சதுர கிலோமீட்டர் பிரபாகரனின் கையில் இருந்தது. 30 மாதங்கள் தொடர்ந்து நடந்த போரில் ராணுவம் கிட்டத்தட்ட 15,000 போராளிகளைக் கொன்றிருந்தது. அவர்கள் தரப்பில் 4,000 வீரர்கள் உயிரிழந்திருந்தனர். ஆனாலும், ஆயிரக்கணக்கான சிவிலியன்கள் சிக்கியிருந்த காரணத்தால் கடைசித் தாக்குதலை நிகழ்த்தமுடியாமல் கைகள் கட்டுண்ட நிலையில் இருந்தது இலங்கை ராணுவம்.

போர்முனையிலிருந்து ஆயிரக்கணக்கான சிவிலியன்கள் வெளியேற வெளியேற, ராணுவம் கொஞ்சம் கொஞ்சமாக முன் னேற ஆரம்பித்தது. பிப்ரவரியின் முதல் இரு வாரங்களில், பரந்தன் - முல்லைத்தீவு A-35 சாலைக்கு வடக்கே புலிகளின்

நிலையான குப்பிலாங்குளம் பகுதியில் நடந்த கைகலப்புச் சண்டையில் 100 புலிகள் கொல்லப்பட்டனர்.

முல்லைத்தீவு கடற்கரைக்கு வடக்கே இலங்கை விமானப்படை விமானங்கள் புலிகளின் தற்கொலைப் படகுகளை குண்டுவீசித் தாக்கி அழித்தன. அரை டஜன் படகுகள் அழிக்கப்பட்டன; பல கடற்புலிகள் கொல்லப்பட்டனர்.

பிப்ரவரியின் பாதியில், சிக்கியிருந்த 2,50,000 தமிழர்களில் 35,000 பேர் வெளியேறி அரசுக் கட்டுப்பாட்டில் உள்ள பகுதிகளுக்குச் சென்றுவிட்டனர். ஆனால், புலிகள் பகுதியில் உள்ள மற்றவர் கள் தப்பிச் செல்லாதபடி போராளிகள் அவர்கள்மீது துப்பாக்கிச் சூடு நடத்துகின்றனர் என்ற தகவல்கள் வெளியே வர ஆரம் பித்தன.

முல்லைத்தீவின் உடையார்காட்டுக்குளம் பகுதியில் புலிகளிட மிருந்து தப்ப முயன்ற ஒரு கூட்டத்தினரை நோக்கிப் புலிகள் சுட்டதில் 19 பேர் கொல்லப்பட்டனர்; 75 பேர் காயமடைந்தனர். மற்றொரு சம்பவத்தில் தப்பிக்கவேண்டி சிவிலியன்கள் ஏறிச்சென்ற ஒரு பேருந்தை நோக்கி புலிகள் சுட்டதில் ஒரு பெண் கொல்லப்பட்டார், 13 பேர் காயமடைந்தனர். புளியங்குளம் பகுதியிலிருந்து வவுனியா செல்லும் வழியில் இந்தத் துப்பாக்கிச் சூடு நடத்தப்பட்டது. காயம் பட்டவர்களில் நால்வர் வயதான பெண்கள், இருவர் சிறு பையன்கள், இருவர் சிறு பெண்கள்.

பிப்ரவரி 10 அன்று மிகப்பெரிய சம்பவம் ஒன்று நடைபெற்றது. முல்லைத்தீவில் அரசு நடத்திவந்த அகதிகள் முகாமில் ஒரு பெண் தற்கொலைப் போராளி தன்னை வெடித்துக்கொண்டதில் 29 பேர் கொல்லப்பட்டனர். அதில் 10 பேர் சிவிலியன்கள். காயமடைந்த 64 பேரில் 40 பேர் சிவிலியன்கள்.

இந்தப் பின்னடைவுகளைப் பற்றிக் கவலைப்படாமல் துருப்பு கள் மேலும் முன்னோக்கி நகர்ந்ததில் மார்ச் ஆரம்பத்தில் புலிகள் இருக்கும் பகுதி வெறும் 60 சதுர கிலோமீட்டராகச் சுருங்கியது. 53-வது, 55-வது, 58-வது, 59-வது டிவிஷன்களைச் சேர்ந்த சுமார் 50,000 வீரர்கள், புலிகளைச் சுற்றி வளைத்தனர். இவர்களுக்குத் துணையாக டாஸ்க் ஃபோர்ஸ் 8 இருந்தது.

மார்ச் முதல் வாரத்தில் 53-வது டிவிஷன், 58-வது டிவிஷன், டாஸ்க் ஃபோர்ஸ் 8 ஆகியவை இணைந்து, முக்கியத்துவம்

வாய்ந்த புதுக்குடியிருப்புச் சந்திப்பைக் கைப்பற்றின. மூன்று நாள்கள் தொடர்ந்த துப்பாக்கிச் சண்டைக்குப் பிறகு, நகரைச் சுற்றிப் போடப்பட்டிருந்த புலிகளின் தடுப்பரண்களைத் தகர்த்து நகரின் மையப்பகுதியைப் பிடித்தனர். புலிகள் கட்டடங்களுக் குள் ஒளிந்துகொண்டு படையினரை நோக்கிச் சுட்டனர்.

இதனால் 5-வது இயந்திரத் தரைப்படை டிவிஷன் அழைக்கப் பட்டு, புலிகள் ஒளிந்திருக்கும் கட்டடங்கள் நொறுக்கப்பட்டன. அந்த டிவிஷனின் T-55, AM-2 டாங்குகள் இதற்குப் பயன் படுத்தப்பட்டன. புதுக்குடியிருப்பைப் பிடித்தபிறகு, அதற்கு வடகிழக்கே இரண்டு கிலோமீட்டர் தள்ளி இருந்த இரணப் பாளை என்ற இடம் ராணுவத்தின் அடுத்த இலக்காக இருந்தது. இங்குதான் பிரபாகரன், பொட்டு அம்மான், பானு, திலீபன், சுவர்ணம், கடற்புலிகளின் தலைவர் சூசை ஆகியோர் இருந்தனர் என்று ராணுவ உளவுப்பிரிவுக்கு நம்பத்தகுந்த தகவல்கள் கிடைத்திருந்தன.

துருப்புகள் இப்போது மீதியுள்ள புலிகளை முல்லைத்தீவு காய லுக்கு வடகிழக்கே, கடற்கரையை ஒட்டி அரசுக் கட்டுப்பாட்டுப் பகுதியை நோக்கித் தள்ள ஆரம்பித்தது. 55-வது டிவிஷன் தனது செயல்பாடுகளை சாலைக்குத் தெற்கே விரிவாக்கி, புதுமாத் தளன் பாதுகாப்புப் பகுதிக்கு வடக்கே நான்கு கிலோமீட்டர் தூரம் வரை பரவியிருந்தது.

ஆனால் புலிகள் விடுவதாக இல்லை. கடுமையான சண்டை நடந்துகொண்டே இருந்தது. 20 படகுகளில் 12.7 மில்லிமீட்டர் பீரங்கிகளை ஏற்றிக்கொண்டு வந்த கடற்புலிகள் ராணுவத்தை நோக்கிச் சரமாரியாகச் சுட்டனர். இந்தத் தாக்குதலை சூசையும் பெண்புலிகள் தலைவி விதுஷாவும் சேர்ந்து முன்னின்று நடத்தியதாக ராணுவ உளவுப்பிரிவுக்குத் தகவல் கிடைத்தது.

ஆனால், அனைவரும் எதிர்பார்த்தாற்போல, ராணுவத்தின் முன்னேற்றத்தைத் தடுக்கும் விதமான, நிலைகுலையச் செய்யும் விதமான எந்தத் தாக்குதலும் புலிகளிடமிருந்து வரவேயில்லை. புலிகள் எதிர்பார்த்ததையும்விட வேகமாக ராணுவம் நகர்ந்தது. முன்னெல்லாம் ஒரு பெரிய வெற்றிக்குப்பின் ராணுவம் சற்றே நின்று நிதானித்து, ஓய்வு எடுக்கும். ஆனால் இம்முறை சரத் ஃபொன்சேகாவும் அவரது தளபதிகளும் புலிகளுக்கு ஓய்வே தர வில்லை. எவ்வளவுதான் தொலைவைக் கடந்துவந்திருந்தாலும்

எத்தனைதான் உயிரிழப்புகள் இருந்தாலும் ராணுவம் தொடர்ந்து முன்னே சென்றபடியே இருந்தது.

இதனால் புலிகளால் சுதாரித்து மீண்டும் ஒன்றுசேர முடியவில்லை. அவர்கள் வெறுப்பின் உச்சகட்டத்தில் இருந்தனர் என்பது மார்ச் மாதம் அவர்கள் வெளியிட்ட அறிக்கை ஒன்றில் தெளிவானது. மார்ச் மாதம் சரத் ஃபொன்சேகா இந்தியாவுக்கு நான்கு நாள் அரசுமுறைப் பயணமாக வந்திருந்தார். அவருக்கு இந்திய அரசு பெரிய வரவேற்பைக் கொடுத்திருந்தது. இந்தியாவில் ஃபொன்சேகா மூத்த ராணுவ அதிகாரிகளையும் அரசியல் தலைவர்களையும் சந்தித்து போரின் முன்னேற்றம் குறித்துப் பேசினார்.

ஜெனரல் ஃபொன்சேகாவுக்குக் கிடைத்த விஐபி மரியாதைக் கண்டு புலிகள் பொருமினர். அவர்களது அறிக்கையில் இப்படிச் சொல்லியிருந்தனர்:

> இந்தியா மற்றுமொரு வரலாற்றுப் பிழையைச் செய்ய முற்படுகிறதா? இலங்கை ராணுவத் தலைமைத் தளபதி லெஃப்டினண்ட் ஜெனரல் சரத் ஃபொன்சேகா இலங்கை அரசின் தமிழினப் படுகொலைக்குத் தலைமையேற்றுச் செயல்படுகிறார். அவருக்கு அரச வரவேற்பை இந்தியா அளித்திருப்பது ஈழ மக்களைப் பெரிதும் வருத்தமுறச் செய்துள்ளது. ஒருதலைப்பட்சமாக போர் நிறுத்த ஒப்பந்தத்தை உதறித்தள்ளி, தமிழர் தாயகத்தின்மீது ராணுவ நடவடிக்கைகளை மேற்கொண்டுள்ள சிங்கள அரசின் ராணுவத் தளபதிக்கு இந்திய அரசு வரவேற்பு அளித்திருப்பதை விடுதலைப் புலிகள் அமைப்பு கடுமையாகக் கண்டிக்கிறது. இனப் பிரச்னைக்கு ராணுவரீதியில் தீர்வு காண முற்படுவதற்காகவும் எண்ணற்ற மனித உரிமை மீறல்களைச் செய்திருப்பதாலும் இலங்கை அரசுமீது பல எச்சரிக்கைகளும் கண்டனங்களும் வந்துள்ளன. அப்படியிருந்தும் கூட இலங்கை அரசு இந்த எச்சரிக்கைகளையும் கண்டனங்களையும் ஒதுக்கித் தள்ளிவிட்டு ஆள்கடத்தல், கொலைகள், தமிழர்களைக் கைது செய்தல் ஆகியவற்றைத் தொடர்ந்து செய்கிறது. உண்மையை மூடிமறைக்க, தமிழர்களின் விடுதலை இயக்கமான விடுதலைப் புலிகளை போருக்கான காரணமாக இலங்கை அரசு குறை கூறுகிறது. இனப்படுகொலைப் போரை நடத்த உலகின் உதவியை நாடுகிறது. பல ஐரோப்பிய நாடுகளும் சிங்கள அரசின் உள்நோக்கத்தைப் புரிந்துகொண்டதால், தமிழினப் படுகொலைகளுக்குத் துணைபோகும் அனைத்துவித உதவி

களையும் நிறுத்தியுள்ளன. இந்திய அரசுக்கும் இந்த உண்மை தெரியும். ஆனாலும் இனப் பிரச்னைக்கு அமைதியான வழியில் தீர்வு காணவேண்டும் என்று சொல்லிக்கொண்டே சிங்கள அரசின் ராணுவ வழிக்கு ஆதரவு தெரிவிக்கிறது. இதனால் தமிழர்கள் படுகொலைக்கு ஆளாவது அதிகரிக்கவே செய்யும். இந்திய அரசின் இந்த வரலாற்றுப் பிழை காரணமாக, ஈழத்தமிழர்கள் இன்னல்களுக்கு ஆளாவார்கள். மாபெரும் எண்ணிக்கையில் இனப்படுகொலைக்கு ஆளாகும் அபாயமான நிலைக்குத் தள்ளப் படுவார்கள். இந்திய அரசின் இந்தத் தமிழ் விரோதப் போக்கைப் புரிந்துகொண்டு, தங்களது கண்டனங்களைப் பதிவுசெய்யுமாறு, தமிழ்நாட்டுத் தமிழர்களை ஈழத்தமிழர் சார்பாக விடுதலைப் புலிகள் கேட்டுக்கொள்கிறார்கள். நாங்கள் போர்நிறுத்த ஒப்பந் தத்தை விட்டு விலகவில்லை. நாங்கள் போரை ஆரம்பிக்கவில்லை. இலங்கை அரசின் இனப்படுகொலைக்கு எதிரான தற்காப்பு யுத்தத்தையே நாங்கள் மேற்கொண்டுள்ளோம்.

நார்வே தொடர்ந்த அமைதி முயற்சிகளை நாங்கள் இன்னும் கைவிட்டுவிடவில்லை. அதுபோன்ற முயற்சிகளில் இனியும் ஈடுபட விரும்புகிறோம். இந்த நிலையில் அரசியல்-ராணுவ- பொருளாதார ரீதியில் வலுவிழந்த இலங்கை அரசை இந்தியா தூக்கிநிறுத்தும் முயற்சியில் ஈடுபட்டிருப்பது ஈழத்தமிழர்களை மிகவும் வருத்தியுள்ளது.

இலங்கை ராணுவம் விடுதலைப் புலிகள்மீதான தங்கள் மேலாதிக்கத்தைத் தொடரவேண்டும் என்பதே இந்தியாவின் விருப்பம் என்ற இந்திய ராணுவ அதிகாரிகளின் கூற்று, எப்படி இந்திய அரசு சிங்களப் போர் இயந்திரத்தைத் தூக்கி நிறுத்து வதிலேயே குறியாக உள்ளது என்பதைத் தெளிவாக்குகிறது.

இந்திய அரசின் இதுபோன்ற செயல்களால் புத்துணர்ச்சி பெறும் சிங்கள ராணுவம் நடாத்தும் தமிழ் இனப் படுகொலைக்கு இந்திய அரசே முழுமையான பொறுப்பு ஏற்கவேண்டும்.

சொல்லிவைத்தாற்போல, தமிழகத்தில் உள்ள புலிகள் ஆதரவு அரசியல் கட்சிகள், இந்தியாவின் இலங்கைக் கொள்கைக்கு எதிராகப் போராட்டத்தில் இறங்கினர். மார்ச் 13 அன்று, ஒரு ஹோட்டலில் நடந்த மூன்று மணி நேரச் சந்திப்புக்குப்பிறகு பாட்டாளி மக்கள் கட்சியின் நிறுவனர் எஸ். ராமதாசும் விடு தலைச் சிறுத்தைகள் கட்சியின் தலைவர் தொல். திருமா

வளவனும் கூட்டறிக்கை ஒன்றை வெளியிட்டனர். அதில், ஈழத்தமிழர்களை ராணுவரீதியில் இனப்படுகொலை செய்யும் முயற்சிக்கு இந்திய அரசு துணை போவதன்மூலம் தமிழர்களின் நியாயமான எதிர்பார்ப்புகளுக்கு முட்டுக்கட்டை போடுகிறது என்று குற்றம் சாட்டியிருந்தனர். 'தன் முழு வலுவையும் தமிழர்களுக்கு எதிராகப் பயன்படுத்தி வரும் சிங்கள இனவெறி கொண்ட இலங்கை அரசுக்குத் தரும் அனைத்து ராணுவ உதவிகளையும் இந்தியா உடனடியாக நிறுத்தவேண்டும்' என்றும் கோரிக்கை விடுத்திருந்தனர்.

ஆனால் புது தில்லியும் கொழும்பும் இதனைக் கண்டுகொள்ள வில்லை.

அடுத்த இரண்டு வாரங்களில் இலங்கை ராணுவம் தனது செயல் பாடுகளை அதிகரித்தது. ஏப்ரல் முதல் வாரத்தில் 500 போராளிகள் கொல்லப்பட்டனர். அதில் மூத்த போராளித் தலைவர்களான தீபன், ரூபன், நாகேஷ், கடாஃபி, பிரபாகரனின் முன்னாள் பாதுகாவலர்களும் பெண்புலிகளின் மூத்த தலைவர்களுமான விதுஷா, கமலினி ஆகியோரும் அடங்குவர்.

'இன்னும் புலிகள் விலக்கப்படவேண்டிய பகுதி பாதுகாப்பு வட்டம் மட்டுமே' என்றார் ராணுவ செய்தித்தொடர்பாளர் பிரிகேடியர் உதய நாணயக்கார. இந்தக் கடைசிப் போரின்போது தான் ராணுவம் ஒரே இடத்தில் ஒரே நேரத்தில் இத்தனை மூத்த போராளித் தலைவர்களைக் கொன்றுள்ளது என்றும் அவர் தெரிவித்தார்.

புதுக்குடியிருப்புப் பகுதியில் ராணுவத்தினர் அங்குள்ள பதுங்கு குழி ஒன்றிலிருந்து பிரபாகரனது சொந்த ஆவணங்கள் பலவற்றைக் கண்டுபிடித்தனர். பிரபாகரனின் பிறப்புச் சான் றிதழ், குடும்பப் படத்தொகுப்பு போன்றவை அங்கு கண் டெடுக்கப்பட்டவற்றுள் சில. அந்த நிலத்தடிப் பதுங்கு குழி, தலைவர்கள் தப்பி ஓடுவதற்குமுன் புலிகளின் செயல்பாட்டு அறையாக இருந்துள்ளது என்று கருதப்படுகிறது.

ஏப்ரல் முதல் வார இறுதியில் 20 சதுர கிலோமீட்டர் பரப்புள்ள பாதுகாப்பு வட்டம், சர்வதேசப் பார்வைக்கும் ஊடகப் பார்வைக்கும் ஆட்பட்டது. அங்கே சிக்கியிருந்த சிவிலியன் களின் நிலை சர்வதேச சமூகத்துக்கும் கொழும்புக்கும் கவலை அளிப்பதாக இருந்தது.

193

ஏப்ரல் 11 அன்று டோக்கியோ இணைத் தலைமை நாடுகள் (அமெரிக்கா, ஐரோப்பிய யூனியன், நார்வே, ஜப்பான்), பாதுகாப்பு வட்டத்தில் சிக்கியுள்ள சிவிலியன்களை வெளியேற அனுமதிக்குமாறு புலிகளிடம் கேட்டுக்கொண்டனர். கொழும்பில் உள்ள அமெரிக்கத் தூதரகம் வெளியிட்ட அறிக்கை இவ்வாறு சொல்லியது:

வடக்கு இலங்கையில் குறுகலான ஒரு நிலப்பரப்பில் அரசுப் படைகளுக்கும் விடுதலைப் புலிகளுக்கும் இடையே நடக்கும் சண்டையில் சிக்கியிருக்கும் ஒரு லட்சத்துக்கும் மேலான மக்களின் பாதுகாப்பு குறித்து இணைத் தலைமை நாடுகள் கவலை தெரிவித்துள்ளன. அங்கே உள்ள சிவிலியன்கள் சுதந்தரமாக நகர்வதற்கு புலிகள் அனுமதிக்கவேண்டும் என்று அவர்கள் கேட்டுக்கொள்கிறார்கள். பாதுகாப்பு வட்டத்தை அரசுப் படைகளும் விடுதலைப் புலிகளும் மதிக்கவேண்டும், அங்கு சிக்கியுள்ள மக்களைக் காப்பாற்றவேண்டும் என்பது பற்றி அவர்கள் விவாதித்துள்ளனர். பாதுகாப்பு வட்டத்தை நோக்கி மேற்கொண்டு சுடாமல் இருக்கவேண்டும் என்றும் சிவிலியன்களின் சாவைத் தவிர்க்கவேண்டும் என்றும் அவர்கள் மீண்டும் கேட்டுக் கொண்டுள்ளனர். மனித நேயக் காரணங்களுக்காக சண்டையில் தொய்வு ஏற்படவேண்டும் என்றும், பாதுகாப்பு வட்டத்தில் உள்ள மக்களுக்கு உணவு, நீர், மருந்துகள் போய்ச்சேரவேண்டும் என்றும் அவர்கள் வலியுறுத்தியுள்ளனர். துணைச் செயலர் பௌச்சர், பிற இணைத் தலைமை நாடுகளின் பிரதிநிதிகள் ஆகியோர், மேற் கொண்டு எப்படி போரைத் தவிர்ப்பது, சாவைத் தடுப்பது ஆகியவை பற்றிக் கலந்தாலோசித்தனர்.

இந்தியாவும் ராஜபக்ஷேயிடம் பேசி, சிவிலியன் சாவைத் தடுக்குமாறு வற்புறுத்தியது. கொழும்பு போர் நிறுத்தத்தை ஏற்கவில்லை என்றாலும், சிங்கள, தமிழ் புத்தாண்டைக் காரணம் காட்டி, அடுத்த 48 மணி நேரத்துக்கு தாற்காலிகப் போர் நிறுத்தத்தை அறிவித்தது. குடியரசுத் தலைவரின் செயலகம் ஏப்ரல் 12 அன்று ஓர் அறிக்கையை வெளியிட்டது:

தேசம், பாரம்பரிய சிங்கள, தமிழ் புத்தாண்டு தினத்தைக் கொண்டாடும் இந்த வேளையில், வெறிகொண்ட விடுதலைப் புலிகளின் செயலால் பிணைக் கைதிகளாகச் சிக்கித் தவிக்கும் சிவிலியன் மக்கள் தங்கள் பண்டிகையைக் கொண்டாடுவதற்குத் தேவையான வாய்ப்பைத் தரவேண்டும்; மக்கள் பாதுகாப்பு

வட்டத்திலிருந்து பத்திரமான பகுதிகளுக்குச் சுதந்தரமாகச் செல்ல வேண்டும் என்று மாண்புமிகு குடியரசுத் தலைவர் கருதுகிறார்.

இந்த நோக்கத்தை மனத்தில் வைத்து, புத்தாண்டில் தங்களது தாக்குதல்களை நிறுத்திக்கொள்ளுமாறு அரசின் படைகளுக்கு மாண்புமிகு குடியரசுத் தலைவர் ஆணையிட்டுள்ளார். சிங்கள, தமிழ்ப் புத்தாண்டு இலங்கையில் அனைத்து இனங்களுக்கும் இடையே விளங்கும் நட்பின் சின்னமாகும். புத்தாண்டின் உண்மையான உணர்வில், விடுதலைப் புலிகள் தங்களது ராணுவத் தோல்வியை ஒப்புக்கொண்டு, ஆயுதங்களைக் கீழேபோட்டுவிட்டு சரண் அடைவதே சரியானது. விடுதலைப் புலிகள் பயங்கரவாதத்தையும் வன்முறையையும் கைவிட வேண்டும்.

ஆனால் விடுதலைப் புலிகள் சரணடையும் மனநிலையில் இல்லை. பெரும் எண்ணிக்கையிலான சிவிலியன்கள் பாது காப்பு வட்டத்துக்குள் இருப்பதால் தனக்கு ராணுவத்திட மிருந்து ஆபத்து இல்லை என்ற எண்ணம் பிரபாகரனிடம் இருந்திருக்க வேண்டும். ஆனால் மக்களின் பயத்தையும் விரக்தியையும், ராணுவத்தின் செயல்பாடுகளையும் அவர் குறைத்து மதிப்பிட்டுவிட்டார். ஒரு வாரத்தில் இவை அனைத் தும் தெரியவந்தன.

இரு நாட்கள் அமைதியின்போது புலிகள் சரணடையவும் இல்லை, மக்களை அரசுக் கட்டுப்பாட்டுப் பகுதிக்குப் போக அனுமதிக்கவும் இல்லை. எனவே படைகள் மீண்டும் தங்கள் தாக்குதலை ஆரம்பித்தன. ஆனால் சிவிலியன் சாவைத் தடுக்க அவர்கள் கவனமாக இருக்கவேண்டியிருந்தது. போர்முனையில் இருந்த தளபதிகளுக்கு இது மிகவும் கடினமாக இருந்தது. அப்போதுதான் இஸ்ரேல் தயாரிப்பான ஆளில்லா பறக்கும் விமானம் உதவிக்கு வந்தது.

ஒரு தடுப்பரணுக்கு அருகே பெரும் மக்கள் கூட்டம் உள்ளது என்ற தகவலையும் அந்த இடத்தின் துல்லியமான இடத்தையும், விமானப் படை 58-வது டிவிஷனுக்கு அளித்தது. உடனே பிரிகேடியர் ஷவீந்திர சில்வாவின் படைகள், புதுமாத்தளன் அருகே தடுப்பரணை உடைத்து மக்கள் வெளியேற வழி ஏற் படுத்திக் கொடுத்தனர்.

195

அவ்வளவுதான்! மடை திறந்த வெள்ளம் போல மக்கள் அலை பெருக்கெடுத்து வெளியேறியது. ராணுவம் இதனை, 'உலகின் மிகப்பெரிய மனித மீட்புச் செயல்' என்று வர்ணித்தது.

தேசியத் தொலைக்காட்சி போர் முனையிலிருந்து இந்தக் காட்சியைக் காட்ட, உலகமே அதிர்ச்சியுடனும் ஆசுவாசத்துடனும் பார்த்தது. கிட்டத்தட்ட 80,000 பேர், கழுத்தளவு காயல் நீரில், தலையில் தங்கள் பொருள்களுடன் வெளியேறி அரசுக் கட்டுப்பாட்டுப் பகுதிக்கு வந்துகொண்டிருந்தனர். பலர் நோய்வாய்ப்பட்டிருந்தனர். பலர் காயமுற்று இருந்தனர். சிலர் கர்ப்பமான பெண்களை ஆதரவுடன் அழைத்துவந்தனர். பெரும்பாலானோர் அதிர்ச்சியில் உறைந்திருந்தனர்.

குடியரசுத் தலைவர் மகிந்த ராஜபக்ஷ தொலைக்காட்சியில் தோன்றி, மீண்டும் விடுதலைப் புலிகளை ஆயுதங்களைக் கீழே போடச்சொன்னார். இல்லாவிட்டால் முற்றிலுமாக அழிக்கப் படுவார்கள் என்றார்.

21 ஏப்ரல் அன்று நான் கொழும்பு சென்றேன். இரண்டு நாள்கள் கழித்து, அங்கிருந்து புதுமாத்தளனுக்கு ராணுவ ஹெலிகாப்டரில் சென்றேன். பாதுகாப்பு வட்டம் இரண்டு கிலோமீட்டர் தள்ளி இருந்தது. அந்தப் பகுதியைச் சுற்றி வந்தபோது இன்னும்கூட மக்கள் அதிர்ச்சியிலிருந்து மீளவில்லை என்பது தெரிந்தது.

பாதுகாப்புக்காக அஞ்சி ஓடிய ஒரு மனிதரைச் சந்தித்தேன். அவருடைய, 5 வயதும் 8 வயதும் ஆன இரண்டு குழந்தைகள் இந்த ஓட்டத்தின்போது இறந்துபோயிருந்தன. ஒரு கர்ப்பமான பெண், தன் கணவனைக் கண்டுபிடிக்கமுடியாமல் தவித்துக் கொண்டிருந்தார். ராஜன் என்ற வயதான ஒருவர் முந்தைய வாரத்தை அப்படியே படம் பிடித்தார்: 'அங்கிருந்து எங்களால் வெளியே வரமுடியவில்லை. புலிகள் எல்லா இடங்களையும் சோதனை போட்டபடி இருந்தனர். யாராவது தப்பிக்க முயற்சி செய்கிறார்கள் என்று தெரிந்தால் அவர்களை உடனடியாக சுட்டுக் கொன்றனர்.'

பெருவாரியாக மக்கள் வெளியே வந்தது அரசுக்கு மற்றுமொரு சிக்கலை ஏற்படுத்தியது. நிவாரண முகாம்களில் இருக்கும் மக்களின் எண்ணிக்கை இப்போது 1.8 லட்சம் என்றானது.

தங்கள் வீடுகளிலிருந்து பலமுறை இங்கும் அங்கும் அலைக் கழிக்கப்பட்ட மக்களுக்கு நிவாரணம் அளிப்பது எளிதான செயல் அல்ல. வவுனியா அருகே மானிக் ஃபார்ம் என்ற பகுதி யில் அரசு உருவாக்கிய மாபெரும் நிவாரண முகாம்களுக்கு அவர்கள் அனைவரும் அனுப்பப்பட்டனர்.

விரைவில் அங்கு அனுப்பப்பட்டவர்களின் எண்ணிக்கை இரண்டு லட்சத்தைத் தாண்டும்.

ஏப்ரம் மூன்றாம் வாரம், நான் அந்த முகாமுக்குச் சென்றேன். அடிப்படை வசதிகளான உணவு, உறைவிடம், மருந்துகள் ஆகியவற்றை வழங்க அரசு தடுமாறிக்கொண்டிருந்தது. இலங்கை யின் வெளியுறவுச் செயலர் பலித கொஹோன, கடந்த ஆறு மாதங்களில் போர் வலுவடையும் நேரத்தில், உலகெங்கும் சுற்றிவந்து அரசுகளை இலங்கையின் பக்கம் கொண்டுவருவதற் கான முயற்சிகளை எடுத்தவர். அரசு பெரும் சவாலை எதிர் கொண்டுள்ளது என்று அவர் ஒப்புக்கொண்டார்.

'எங்களது பெரும் சவால், இந்த மக்களை மறுகுடியமர்த்துவது என்று எங்களுக்குத் தெரியும். ஆனால் இதனை ஏற்கெனவே கிழக்குப் பகுதியில் செய்துள்ளோம். எனவே இங்கேயும் மறுபடிச் செய்வோம்' என்றார்.

வடக்கில் குடிபெயர்க்கப்பட்ட மக்களுக்கு நிவாரணம் வழங்க அரசு மேற்கொண்ட முயற்சிகளில் ஒன்றுதான் வவுனியா முகாம். இது முடிவான தீர்வல்ல என்றாலும் இது ஒரு நல்ல ஆரம்பம் என்பதை அனைவருமே ஒப்புக்கொள்வார்கள்.

ஆனால் இலங்கையால், இந்த மாபெரும் மனிதப் பிரச்னையைச் சரியாகச் சமாளிக்க முடியுமா என்று உலகம் சந்தேகப்பட்டது.

ராணுவம் கடைசிக் கட்டத் தாக்குதலை மேற்கொள்ளவிருந்த நேரத்தில் மேற்கு நாடுகளும் இந்தியாவும் சேர்ந்து, ராணுவச் செயல்பாடுகளைக் குறைத்துக்கொள்ளக் கேட்டுக்கொண்டன.

இந்தியா, தேசியப் பாதுகாப்பு ஆலோசகர் எம்.கே.நாராயண னையும் வெளியுறவுச் செயலர் ஷிவ் ஷங்கர் மேனனையும் கொழும்புக்கு அனுப்பி, ராணுவத் தாக்குதலில் இடைவெளி கொடுக்குமாறு அழுத்தம் கொடுத்தது.

இந்தியப் பொதுத் தேர்தல் காரணமாக ஆளும் ஐக்கிய முற்
போக்குக் கூட்டணி, தமிழகத்தில் கடும் அழுத்தத்துக்கு ஆளாகி
யிருந்தது. தமிழகத்தின் வெவ்வேறு கட்சிகளும் இலங்கைப்
பிரச்னையில் இந்தியா தலையிடவேண்டும் என்று குரல்
எழுப்பின.

புது தில்லி இதனை கவனமாகக் கையாளவேண்டியிருந்தது.

இலங்கை ராணுவம் தன் செயல்பாட்டை நிறுத்தவேண்டும்
என்று புது தில்லி விரும்பவில்லை. ஆனால் அதே நேரம்
அரசியல் தேவைகளையும் அது கவனத்தில் எடுத்துக்கொள்ள
விரும்பியது.

வெளியுறவு அமைச்சர் பிரணாப் முகர்ஜி, இந்தியாவின் கவலை
தமிழ் சிவிலியன்களைப் பற்றித்தான்; விடுதலைப் புலிகளைப்
பற்றியல்ல என்று தெளிவாகவே சொன்னார். ஆனால் தமிழகத்
தில் இந்த இருவருக்கும் இடையேயான கோடு தெளிவாக
இருக்கவில்லை. அரசியல் சாதுர்யமும் ஊடக அறிவும் மிகுந்த
உள்துறை அமைச்சர் ப. சிதம்பரம்கூட விடுதலைப் புலிகளுக்
காகத் தன் கவலையை வெளியிட்டு, பொதுமக்களிடையே
ஆதரவு திரட்டுவதிலிருந்து தவறவில்லை. ஒரு நேர்காணலின்
போது சிதம்பரம், 'பிரபாகரனுக்குக் கெடுதல் ஏற்படவேண்டும்
என்று நாங்கள் விரும்பவில்லை' என்றார். ஆனால் இந்தியா
பிரபாகரனை அதிகாரபூர்வமாக பயங்கரவாதி என்று அறிவித்
திருந்தது.

தமிழக முதல்வர் கருணாநிதி, ஒரு படி மேலே போய், கோமாளித்
தனமான உண்ணாவிரதம் ஒன்றில் உட்கார்ந்தார். அந்த உண்ணா
விரதம் வெறும் நான்கு மணி நேரமே நீடித்தது. இதன் விளை
வாக, போரில் கனரக ஆயுதங்களைப் பயன்படுத்த மாட்டோம்
என்று கொழும்பு உறுதி அளித்தது.

பிரிட்டனும் பிரான்சும் தங்கள் வெளியுறவு அமைச்சர்களை
அனுப்பி போரை நிறுத்தச் சொன்னது. ஆனால் கொழும்பு
அசரவில்லை.

குடியரசுத் தலைவர் ராஜபக்ஷே, கனரக பீரங்கிகளைப் பயன்
படுத்தவேண்டாம் என்று தன் படைகளுக்கு ஆணையிட்டார்.
வான்வழியாகக் குண்டுவீசித் தாக்குவதை நிறுத்தினார். ஆனால்
தரையில் நடந்த போரை நிறுத்தவில்லை.

மே 2009, முதல் வாரம். இறுதி ஆட்டம் முடிவுக்கு வர இருந்தது.

படைகள் இப்போது பிரபாகரனையும் அவரது சக தலைவர்களை யும் தேடிக்கொண்டிருந்தது. அந்தத் தேடுதல் நந்திக்கடல் காய லில் அடையாளம் இல்லாத சதுப்பு நிலப்பகுதியில் மே 19 அன்று முடிவுக்கு வந்தது. பிரபாகரனின் உடல் இதுதான் என்று அவரது முன்னாள் மெய்க்காப்பாளர் 'கர்னல்' கருணா அடையாளம் காட்டியதுடன் நான்காம் ஈழப்போர் முடிவுக்கு வந்தது.

ஆனால், தமிழர்களின் நம்பிக்கையைப் பெறும் இலங்கையின் போர் இனிதான் ஆரம்பிக்கப் போகிறது.

13
அடுத்தது என்ன?

19 மே 2009. இலங்கை அதுவரை என்றுமே இல்லாத அளவுக்குக் கொண்டாடியது. கொழும்புத் தெருக்களில் மக்கள் சந்தோஷக் கூத்தாடினர். முதல் நாள் வெடிக்க ஆரம்பித்த வாணவெடிகள் அன்று மேலும் அதிகரித்தன. மக்கள் இலங்கைக் கொடிகளைக் கையில் ஏந்திக்கொண்டு, தேசபக்திப் பாடல்களை பாடிக் கொண்டு தெருவில் கூட்டமாகச் சென்றனர். புலிகள் எப்போது வேண்டுமானாலும் எங்கு வேண்டுமானாலும் தாக்கலாம் என்று அவர்களுக்கு இருந்த ஒரே பயம், அவர்களது வாழ்விலிருந்து முற்றிலுமாக ஒழிக்கப்பட்டது என்ற சந்தோஷம்.

சிங்களர்கள் சந்தோஷப்படுவது புரிந்துகொள்ளக்கூடியதே. ஆனால் வெள்ளவத்தை போன்ற தமிழர் பகுதிகளிலும், புலிகள் ஒழிந்தனர் என்று தமிழர்கள் நிம்மதியாக இருந்தனர்.

ஒரு கூட்டத்தில் சென்றுகொண்டிருந்த தமிழ்ச் சிறுவன் ஒருவன் சொன்னான்: 'இனியாவது நாங்கள் தமிழர்கள், ராணுவத்தின் கண்களிலும் காவலர்கள் கண்களிலும் சந்தேகத்துக்கு இடமாக இருக்கமாட்டோம்.'

ஆனால் அடி ஆழத்தில் தமிழர்கள் இருவித உணர்வுகளில் காணப்பட்டனர்.

பலரும் பிரபாகரனின் சர்வாதிகாரப் போக்கை வெறுத்தனர். வாழ்வில் அவர்களுக்கு இன்னல்களை மட்டுமே கொண்டு வந்தவர் என்று கருதினர். ஆனாலும் அதே நேரம் விடுதலைப் புலிகளின் இருப்பே, தமிழர்கள் இலங்கையில் கண்ணியமான வாழ்க்கையை வாழ வழிவகுக்கும் என்றும் கருதினர்.

பிரபாகரன் இப்போது இல்லை. இனி தமிழர்கள் எப்போதும் இரண்டாம் நிலைக் குடிமக்களாகவே இருப்பார்கள் என்று அவர்கள் நினைத்தனர்.

எனவே குடியரசுத் தலைவர் ராஜபக்ஷேயின் மிகப் பெரிய சவால், பெரும்பான்மை சிங்களவர்க்கும் சிறுபான்மை தமிழர்களுக்கும் இடையே நல்லுறவை ஏற்படுத்தி, சேர்க்கவே முடியாதது போலத் தோன்றும் பிளவை இணைத்து, அமைதியைக் கொண்டு வருவதுதான்.

ஆனால் மகிந்த ராஜபக்ஷே மிகவும் சாதுர்யமானவர். அடை யாளங்கள் எவ்வளவு முக்கியமானவை என்பது அவருக்குத் தெரியும். எனவே நான்காம் ஈழப்போரின் வெற்றியை நாடாளு மன்றத்துக்கு அறிவிக்கும் பேச்சின்போது அவர் தமிழில் பேச ஆரம்பித்தார். அந்தப் பேச்சின்போது அவர், தமிழ்ப் புலிகளுக் கும் தமிழ் மக்களுக்கும் உள்ள வித்தியாசத்தைக் காணுமாறு இலங்கை மக்களைக் கேட்டுக்கொண்டார். 'புலிகள் ஒழிக்கப் பட்டபிறகு, இந்தச் சுதந்தர நாட்டில் நாம் அனைவரும் சமமான மக்களாக வாழவேண்டும். இனி இந்த நாட்டில் பெரும்பான்மை, சிறுபான்மை என்று எதுவும் இல்லை. தேசபக்தர்கள், தேச எதிரிகள் அவ்வளவே' என்றார்.

ஆனால் இணக்கம் என்பது பேச்சில் நன்றாக இருக்கலாம், செயலில் கொண்டுவருவது கடினம். வடக்கில் உள்ள 3 லட்சத் துக்கும் மேற்பட்ட தமிழர்களின் வீடுகளையும் வாழ்வையும் சீராக்கவேண்டும். அதில் பெரும்பகுதி மக்கள் இடம்பெயர்ந் தோர் முகாம்களில் வசிக்கிறார்கள்.

சொல்லப்போனால், முகாமில் உள்ள மக்களை அரசு எப்படி நடத்துகிறது என்பதை வைத்தே வரும் மாதங்களில் இலங்கை மதிப்பிடப்படும். சிறை முகாம்கள் என்று சில ஐநா பிரதிநிதிகளால் குறிப்பிடப்பட்ட இந்த முகாம்கள் பற்றி சர்வதேசச் சமூகமும் சர்வதேசத் தொண்டமைப்புகளும் கடும் கண்டனங்களை வெளி

யிட்டுள்ளன. வாழ்க்கை வசதி, உடல் நலம், சுதந்தரமாக உலாவும் வசதி ஆகியவை அங்கே இல்லை என்ற பேச்சு நிலவுகிறது.

வெற்றிக்குப் பிறகு இந்திய தேசியப் பாதுகாப்பு ஆலோசகர் எம்.கே.நாராயணன் தலைமையிலான குழுவுடன் பேசிய மகிந்த ராஜபக்ஷே, 180 நாள்களில் மக்களை அவர்களது சொந்த வீடுகளுக்கு அனுப்பிவைப்பதாக உறுதி கூறினார். அந்தக் கெடுவுக்குள் அது சாத்தியமாகியிருக்காது.

போரால் பாதிக்கப்பட்ட இடங்களில் இயல்பு வாழ்க்கையை மீண்டும் கொண்டுவருமாறு பிரான்ஸ், பிரிட்டன், அமெரிக்கா போன்ற நாடுகள் கடுமையாகக் கேட்டுக்கொண்டன. இலங்கையின் அரசியலமைப்புச் சட்டத்தின் 13-வது சட்டத் திருத்தத்தின்படி, மாகாண சபைகளுக்கு குறுகிய தன்னாட்சி அதிகாரத்தைத் தரவேண்டும் என்றும் அமெரிக்கா கேட்டுக்கொண்டது.

இலங்கையின் உயர்மட்டக் குழு ஜூலை மாதம் இந்தியா வந்தபோது, வன்னிப் போர் பற்றிப் பேச்சு வந்தது.

ஆனால் குடியரசுத் தலைவர் ராஜபக்ஷே, இந்தியாவுக்கு மிகவும் பிடித்தமான 13-வது சட்டத் திருத்தத்தை முழுமையாகச் செயல்படுத்துவதில் அவசரம் காட்டுவார் என்று தோன்றவில்லை. கிழக்குப் பிராந்தியத் தேர்தலுக்குப் பிறகு பலமுறை உறுதி கொடுத்திருந்தும் இதுவரை செயல்படுத்தவில்லை.

இதைத் தாமதப்படுத்துவதற்கு அவருக்கு சில காரணங்கள் இருக்கலாம். குடியரசுத் தலைவர் பதவிக்கான தேர்தலை முன்னதாகவே, 2010-ன் ஆரம்பத்தில் நடத்த அவர் முடிவெடுத்திருக்கலாம். மக்களிடமிருந்து வலுவான ஆதரவைப் பெற்றபிறகு சட்டத் திருத்தத்தைச் செயல்படுத்தலாம் என்று அவர் நினைக்கலாம். அவருக்கு வலுவான ஆதரவு கிடைத்தால், சிறு கட்சிகளான இடதுசாரி ஜனதா விமுக்தி பெரமுனா, வலதுசாரி ஜாதிக ஹேல உருமய போன்றவற்றின் ஆதரவை நாடி இருக்க வேண்டிய அவசியமில்லை.

அரசியல் நிபுணர் ரோஹன் குணரத்னே சமீபத்தில் ஒரு கட்டுரையில் குறிப்பிட்டதுபோல, ராஜபக்ஷேயின் மிகப்பெரிய சவால் மக்களை இணைப்பதுதான். 'இதுதான் மிகவும் கடுமையானது: சிங்களர்கள், தமிழர்கள், முஸ்லிம்கள், பர்கர்கள் ஆகியோரை இலங்கையர்கள் என்று சிந்தித்துச் செயல்படுமாறு தூண்டுவது.

இலங்கை அதன் மக்கள் அனைவருக்குமானது. சிங்களர்களில் சிலர், இலங்கை சிங்களவருக்கே என்று நினைக்க ஆரம்பித்தால், தமிழர்கள் வடக்கு தங்களுடையது என்பார்கள். முஸ்லிம்கள் கிழக்கு தங்களுடையது என்பார்கள். பெரும்பான்மையாக இருப்பதாலேயே சிங்களர்கள் பிறரிடம் தாராளமாக நடந்து கொள்ளவேண்டும். தவறான சிந்தனையுள்ள சிங்கள, தமிழ் தேசியவாதிகள், நாட்டை முற்றிலுமாக அழிக்கும் நிலைக்குக் கொண்டுவந்துவிட்டார்கள். இதிலிருந்து நாம் கற்றுக்கொள்ள வேண்டிய பாடம், எந்தக் காரணம் கொண்டும் மதம், மொழி, ஜாதி ஆகியவற்றைத் தூண்டிவிட்டு அரசியல் வலிமையைப் பெற நினைக்கக்கூடாது என்பதே. வெவ்வேறு சமூகங்களுக்கு இடையேயான உடைந்த உறவை ஒட்டவைப்பதும் இனவாத, மதவாத சக்திகள் மக்களை மத, இன வழியில் பிரிப்பதைத் தடுப்பதும், அனைத்து இலங்கையர்களின் கடமையாகும்.'

இலங்கைச் சமூகத்தில் பல அறிவுஜீவிகளும், ராணுவம் அதிக மாக்கப்படுவதைக் கண்டு கவலை அடைந்துள்ளனர். ராணு வத்தை மேலும் விரிவாக்கும் முயற்சியில் அரசு இறங்கியுள்ளது என்று அவர்கள் சுட்டிக்காட்டுகின்றனர்.

அரசு, உண்மையிலேயே, தேசியப் பாதுகாப்பு அமைப்பை முற்றிலும் மாற்றியமைக்கும் பணியில் ஈடுபட்டுள்ளது. கடற் படையைச் சீரமைப்பது, ராணுவத்தில் 3 லட்சம் பேரைச் சேர்த்து விரிவாக்குவது ஆகியவற்றுக்கான திட்டங்கள் ஏற்கெனவே உள்ளன. முப்படைகளுக்கும் சேர்த்து முப்படைத் தலைமைத் தளபதி (சீஃப் ஆஃப் டிஃபென்ஸ் ஸ்டாஃப்) என்ற பதவியை உருவாக்கி, சரத் ஃபொன்சேகா அந்தப் பதவியில் நியமிக்கப் பட்டுள்ளார். இந்த மாற்றங்களை அண்டை நாடுகள் கவனமாகப் பார்க்கும்.

புதிய சீஃப் ஆஃப் டிஃபென்ஸ் ஸ்டாஃபில் மொத்தம் 300 பேர் இருப்பார்கள். 7 மேஜர் ஜெனரல்கள், ஒரு ரியர் அட்மிரல், ஒரு ஏர் வைஸ் மார்ஷல் ஆகியோர் இருப்பார்கள். முப்படைத் தலைமைத் தளபதிக்கு உதவியாக மேலும் பல அதிகாரிகளும் இருப்பார்கள்.

போர் முடிந்தபிறகு, போரில் சிறப்பாகப் பணியாற்றிய பல தளபதிகளுக்கும் வெளிநாட்டு தூதர் பதவிகள், நிர்வாகத்தில் முக்கியமான பதவிகள் வழங்கப்பட்டுள்ளன.

அரசின்மீதான விமரிசனத்தை சகித்துக்கொள்ளாத மனப்பாங்கு சிவில் சமூகத்துக்குக் கவலை அளிக்கிறது. போர் நேரத்தில் அரசின் போர் நடத்தும் முறையைக் கேள்வி கேட்ட பல பத்திரிகையாளர்களும் மனித உரிமை ஆர்வலர்களும் உயிருக்கு பயந்து, நாட்டை விட்டு ஓடியுள்ளனர்.

அதே நேரம், போர் நடக்கும்போதும் அதற்குப் பிறகும், மேற்கு நாடுகளின் இரட்டை வேடத்துக்கு இலங்கை பலியாகியுள்ளது என்பதும் விளங்கும். அந்த நாடு, உலகிலேயே மிகவும் கொடூரமான ஒரு பயங்கரவாத இயக்கத்துக்கு எதிரான போரில் அப்போதுதான் வெற்றி பெற்றுள்ளது. விடுதலைப் புலிகள்தான் உலகுக்கே தற்கொலை பெல்ட் என்ற ஆயுதத்தை வழங்கிய வர்கள். அதன்மூலம் குறைந்தபட்சம் இரு நாடுகளில் ஒரு அதிபர், ஒரு முன்னாள் பிரதமர் ஆகியோரைக் கொன்றவர்கள். 25 ஆண்டு காலத்தில் 70,000 பேருக்கு மேல் கொன்றவர்கள் அல்லது காயப்படுத்தியவர்கள். இறையாண்மை பொருந்திய ஒரு நாட்டின் மூன்றில் ஒரு பங்கு நிலத்தின்மீது ஆதிக்கம் செலுத்தியவர்கள்.

அனைத்துக்கும் மேலாக, 2.5 லட்சம் அப்பாவித் தமிழ் மக்களை - குழந்தைகள், பெண்கள், ஆண்கள், இளையவர்கள், வயதான வர்கள் - தங்கள் பிணைக்கைதிகளாக, தங்களது உயிருக்குக் காப்பீடாக, இரண்டு ஆண்டுகளுக்கும் மேலாக வைத்திருந்த வர்கள்.

சரியாகத் திட்டமிட்டு, சரியாகச் செயல்படுத்தப்பட்ட ராணுவ நடவடிக்கைக்கான தேவை ஒன்று இருந்தது என்றால் அது இலங்கைதான்.

குடியரசுத் தலைவர் மகிந்த ராஜபக்ஷேயும் அவரது அணியினரும், எல்லா வகையில் பார்த்தாலும், நியாயமான ஒரு போரையே நடத்தினர்.

ஆனால் உலகமும், முக்கியமாக மேற்கு நாடுகளும் கொழும்பின் திட்டத்தை நிறுத்த உத்வேகத்துடன் போராடின. நார்வே, சுவீடன், பிரிட்டன், ஓரளவுக்கு அமெரிக்கா ஆகியவை இலங்கைமீது கடுமையான அழுத்தத்தைக் கொண்டுவந்தன. சிலர் ஐநா சபையில் தீர்மானம் கொண்டுவருவதாக பயம் காட்டினர். சிலர், போரால் பாதிக்கப்பட்ட நாட்டின் பொருளாதாரத்தை மீட்க சர்வதேச

நிதியம் தருவதாக இருந்த நிதியைத் தடுக்கப்போவதாக பய முறுத்தினர்.

இப்போது சிலர், போர்க் குற்றங்களுக்காக இலங்கை ராணு வத்தின் செயல்பாடுகளை ஆய்வு செய்யவேண்டும் என்கின் றனர். ரஷ்யா, சீனா, ஓரளவுக்கு இந்தியா போன்ற நாடுகளின் ஆதரவு இருந்திருக்காவிட்டால் லிபரல் நாடுகள் என்று சொல்லிக்கொள்ளும் கூட்டத்தின் கையில் இலங்கை சிக்கித் திண்டாடிப்போயிருக்கும்.

மேற்கு நாடுகளின் பத்திரிகையாளர்கள் பலரும், ஆசிய, ஆப்பிரிக்க நாடுகளைப் பொருத்தமட்டில், தாங்கள்தான் நீதிபதி, ஜூரி, தண்டனை வழங்குபவர் என எல்லாமே என்று நினைத்துக் கொண்டிருக்கிறார்கள்.

அவர்கள் அனைவருமே, இலங்கையில் சிவிலியன்களைப் பாதுகாக்கிறோம் என்ற பெயரில் போரை நிறுத்த முயற்சி செய்தனர். ஆனால் உண்மையில் அவர்களது நோக்கம் விடு தலைப் புலிகளின் தலைவர் வேலுப்பிள்ளை பிரபாகரனையும் அவரது சக தலைவர்களையும் காப்பாற்றுவதே.

உண்மை இதுதான். இலங்கை போன்ற ஒரு சிறு வளரும் நாடு ஒரு பயங்கரவாதக் குழுவைத் தோற்கடிப்பதில் முற்றிலுமாக வெற்றி பெற்றுவிட்டது. ஏகப்பட்ட வளங்களும் ஆள்பலமும் கையிலிருந்தும், மேற்கு நாடுகளால் இதனைச் செய்யமுடிய வில்லை.

ஏன் ஒரு சின்ன நாடு பயங்கரவாதத்தின்மீது பெற்ற வெற்றி 'போர்க் குற்றங்களுக்காக விசாரிக்கப்படவேண்டும்'? ஏன் அமெரிக்கா போன்ற பெரிய நாடு மனித உரிமைகளை மதிக்கா மல் நடந்துகொண்டது 'பயங்கரவாதத்துக்கு எதிரான அவசிய மான போர்' என்று கருதப்படவேண்டும்?

மனித உரிமைகளின் காவலர்கள் ஏன் விடுதலைப் புலிகள் அப்பாவி மக்களைப் பிணைக் கைதிகளாகப் பிடித்து வைத்திருந் ததற்கு எதிராகக் குரல் கொடுக்கவில்லை?

மேற்கு நாடுகளின் இரட்டை வேடத்துக்குச் சரியான உதாரணம் வேண்டுமென்றால் அது இந்தியாவின் கொல்லைப்புறத்தில், இலங்கையில் உள்ளது.

வாஷிங்டனும், லண்டனும், பானும், ஒட்டாவாவும் முதலில் தங்கள் செயல்பாடுகளைக் கவனிக்கட்டும். பிறகு, எந்த ஓர் இறையாண்மை கொண்ட நாட்டுக்கும் இருக்கும் உரிமையைச் செயல்படுத்தியதற்காக, ஒரு சிறு நாட்டை விசாரிக்கலாம்.

★

போர் முடிந்தபின், பல இந்திய ராணுவத்தினரும் சிவிலியன்களும் என்னிடம் தொடர்ந்து கேட்டுவந்த கேள்வி இதுதான். வலுவான பயங்கரவாத அமைப்பாக இருந்த விடுதலைப் புலிகள் எப்படித் தோற்கடிக்கப்பட்டனர்? இதற்கு முந்தைய பக்கங்களில் நான் சொன்னதுபோல, சில முக்கியமான காரணங்கள் உள்ளன.

1. முதல் முறையாக, குடியரசுத் தலைவர் மகிந்த ராஜபக்ஷே இலங்கை ராணுவத்துக்குத் தெளிவான அரசியல்-ராணுவ நோக்கத்தைக் கொடுத்தார்: விடுதலைப் புலிகளை ராணுவ ரீதியாக அழித்துவிடுங்கள். ஒரு நேர்காணலின்போது, சரத் ஃபொன்சேகா, முந்தைய ராணுவ நடவடிக்கைகளுக்கும் தற்போதைய நடவடிக்கைக்கும் உள்ள வித்தியாசத்தை ஒரே வாக்கியத்தில் விளக்கிச் சொன்னார். ‘இம்முறை நாங்கள் வெற்றிபெறுவதற்காக விளையாடினோம். டிரா செய்ய அல்ல.’

2. முப்படைகளுக்கும் இடையே இம்முறை நல்ல ஒருங்கிணைப்பு இருந்தது. அத்துடன், பல இடங்களில் ஒரே நேரத்தில் தொடுக்கப்பட்ட போர், புதுமையான ராணுவ நடைமுறைகள் ஆகியவற்றால் பிரமாதமான ராணுவ வெற்றிகள் கிட்டின.

3. சீனா, ரஷ்யா, இந்தியாகூட ராணுவரீதியிலும் அரசியல்ரீதியிலும் உதவின.

4. தனது உள்ளுணர்வால் மட்டுமே இதுநாள்வரை இயங்கி, உயிர் பிழைத்துவந்த பிரபாகரன், தான் பின்வாங்கும்போது, 3 லட்சம் தமிழ் சிவிலியன்களைத் தன்னைச் சுற்றிப் பிணையாக வைத்துக்கொண்டார். அவர்களை நகர்த்திச் செல்வது அவரை தாமதப்படுத்தியது. இது மாபெரும் தவறாக முடிந்தது.

போர் முடிந்திருக்கலாம். ஆனால் இலங்கையின் கதை நிறைவு பெறவில்லை.

வெற்றிக் களிப்பை வெளிப்படையாகக் காட்டுவதன்மூலம், போரை ஜெயித்ததால் கிடைத்துள்ள நன்னம்பிக்கையை குடியரசுத் தலைவர் ராஜபக்ஷேயும் அவரது அணியினரும் வீணாக்கிவிடக் கூடாது.

ஒரு பிரபாகரனின் இறப்பு, இன்னொரு பிரபாகரனை உருவாக்கி விடாமல் பார்த்துக்கொள்ளவேண்டும்.

அங்குதான் மகிந்த ராஜபக்ஷேவுக்கு மிகப்பெரிய சோதனை காத்திருக்கிறது.

———————